महाराष्ट्रातील विविध विद्यापीठांच्या बी.एड. व एम.एड. अभ्यासक्रमासाठी
तसेच शिक्षणाच्या विविध स्तरावरील विद्यार्थी व शिक्षकांसाठी
अत्यंत उपयुक्त व मार्गदर्शक संदर्भ ग्रंथ

ज्ञान आणि अभ्यासक्रम

लेखक

डॉ. दिलीप रामाजी चन्नावार
प्राध्यापक
शासकीय अध्यापक महाविद्यालय,
यवतमाळ

डॉ. आशालता जयंत भारजकर-होळकर
सहाय्यक प्राध्यापक
श्री बी.एस.पी.एम. अध्यापक महाविद्यालय,
अंबाजोगाई जि. बीड

TANEESHA PUBLISHERS

Title : Dnyan Aani Abhyaskram

Author : Dr. Dilip Ramaji Channawar,
Dr. Ashalata Jayant Bharajkar-Holkar

Edition : First (August, 2024)

ISBN : 9789348037619

Published by

TANEESHA PUBLISHERS | *A Venture by -*
PRACHI DIGITAL PUBLICATION

Regd. Add.: 254, Khuriyakhatta No. 10, Bindukhatta,
Lalkuan, Nainital - 262402, Uttarakhand, India
Website : www.taneeshapublishers.in
E-mail : taneeshapublishers@gmail.com
Phone : +91 845481 2712, +91 976041 7980

Printed by :

Manipal Technologies Limited, Bengaluru - 560001, Karnataka

भूमिका

मागील काही वर्षांपासून शिक्षक-प्रशिक्षण महाविद्यालयात आम्ही अध्यापनाचे कार्य करत आहोत. अध्यापन करत असताना असे बरेचदा मनात यायचे की पुस्तकाचे लेखन करावे, परंतु तसा योग काही आला नाही व लेखन कार्य मागे पडले. परंतु नवीन निकष, नवीन आलेली पॉलिसी, पदवी व पदव्युत्तर स्तरावर आलेली सेमिस्टर पद्धती यातून ही प्रेरणा बळावत गेली.

अभ्यासक्रमातील बदल, नवीन घटक, नवीन विषय व आशय बदल अभ्यासक्रमात समाविष्ट झाले. या झालेल्या बदलामुळे अभ्यासक्रमांतर्गत भाषा या विषयाचे घटक बघता विद्यार्थ्यांना अनेक पुस्तकांमधून प्रत्येक घटक शोधावा लागत होता. व नंतर अभ्यास करावा लागत होता हे लक्षात आले. मग आपणच सर्व घटक एकाच पुस्तकात मिळतील व विद्यार्थ्यांना अभ्यास करणे सोयीचे होईल असे करूया. असे विचार मनात आले आणि पुस्तक लेखनाची सुरुवात झाली.

अनेक तज्ञ लेखकांची मराठी, इंग्रजी, हिंदी भाषेतील संदर्भ पुस्तके, मुक्त विद्यापीठाची पुस्तके, इंटरनेट या सर्व अध्ययन साहित्याचा आढावा घेतला व सर्व विद्यापीठातील बी.एड. व एम.एड. प्रशिक्षणार्थींना तसेच अभ्यासूंना उपयुक्त होईल असे पुस्तक लेखन सुरू केले.

शिक्षण प्रक्रियेत ज्ञानाचा समन्वय घडवून आणण्यासाठी ज्ञान आणि अभ्यासक्रम या विषयाचा समावेश शिक्षक-प्रशिक्षणात केलेला आहे. प्रस्तुत पुस्तकाची मांडणी पाच प्रकरणांमध्ये मुद्देसूद व साध्या आणि सोप्या भाषेमध्ये करण्याचा प्रयत्न केलेला आहे. अभ्यासक्रम म्हणजे विशिष्ट स्तरावरील प्रक्रियेच्या माध्यमातून विद्यार्थ्यांच्या ज्ञानात्मक भावात्मक आणि क्रियात्मक क्षेत्रात बदल घडविण्यासाठी ठरवून दिलेली चौकट. ज्यामध्ये विषयाच्या माध्यमातून विद्यार्थी उद्दिष्ट पर्यंत मार्गक्रमण करतो. अभ्यासक्रमाचे विविध ध्येय उद्दिष्टे असतात. शिक्षणात अध्ययन अध्यापन ही महत्त्वपूर्ण प्रक्रिया आहे, या दोन्हींचा सुवर्णमध्य साधला तरच उत्तम. त्यामुळे ज्ञान आणि अभ्यासक्रम या दोन्ही घटकांना शिक्षणात महत्त्वाचे स्थान आहे, जे शिक्षकांनी सविस्तरपणे माहित करून घेणे अपेक्षित असते. त्यामुळेच ज्ञानाची संकल्पना, अर्थ, स्वरूप, महत्त्व, ज्ञानाची उत्पत्ती, तसेच ज्ञान निर्मितीच्या

प्रक्रिया, बौद्ध, जैन, इस्लामिक तत्त्वज्ञानानुसार ज्ञान, ज्ञानाची पैलू, ज्ञानाचे प्रकार, भारतीय आणि पाश्चात्त्य,तत्त्वज्ञानानुसार ज्ञान ज्ञानाचे विविध स्रोत, अभ्यासक्रमाची संकल्पना, आणि दृष्टिकोन विविध स्तरावरील अभ्यासक्रम, अभ्यासक्रम विकसनाचे प्रकार आणि दृष्टिकोन, अभ्यासक्रम विकसनाची प्रतिमाने, अभ्यासक्रम अंमलबजावणीतील शिक्षकाची भूमिका अभ्यासक्रमावर परिणाम करणारे घटक, पाठ्यक्रम इ. जाणून घेणे महत्त्वाचे ठरते. इ. सर्व मुद्द्यांची चर्चा या पुस्तकात केलेली आहे ती आपणा सर्वांना उपयुक्त ठरेल असा विश्वास वाटतो.

हे पुस्तक लिहिताना शासकीय अध्यापक महाविद्यालय यवतमाळ, चे प्राचार्य डॉ. सुहास पाटील, शासकीय अध्यापक महाविद्यालय, अंबाजोगाई चे प्राचार्य डॉ. बेलोकर के. ए., प्रा. डॉ. मुरूमकर यु.एस, प्रा.डॉ. तुरणकर एच. एन., प्रा. डॉ. सुषमा गणोजे, गोंदिया येथील पी.पी. अध्यापक महाविद्यालयाचे ग्रंथपाल श्री शरद पाध्ये, बी.एस.पी.एम. चे संस्थापक सचिव राजकिशोर पापा मोदी व अध्यापक महाविद्यालयाचे प्राचार्य व प्राध्यापक व कर्मचारी वृंद यांची मोलाची मदत झाली. त्याबद्दल सर्वांचे मनस्वी आभार मानणे आमचे कर्तव्य आहे.

त्याचप्रमाणे आमच्या कुटुंबातील सदस्य ॲड. जयंत भारजकर, प्राचार्य तथा मुख्याध्यापक सौ. अपर्णा चन्नावार, कु. साक्षी, चि. अभिषेक, कु. श्रेया, कु. जुईली या सर्वांनी कामात व्यत्यय न येऊ देता सातत्याने कार्यप्रवण केले त्याबद्दल त्यांचे ऋणी आहोत.

पुस्तक प्रकाशनाची संपूर्ण जबाबदारी ज्यांनी सांभाळली असे डॉ. विनोद पाटील (संचालक: वनमॅन रिसर्च अकॅडेमी, नाशिक) यांनी अत्यंत कमी वेळात केले त्याबद्दल त्यांचे ही ऋणी आहोत.

सदरचे पुस्तक हे सर्व विद्यापीठातील, सर्व बीएड व एम.एड. महाविद्यालयातील विद्यार्थी व प्राध्यापक यांना उपयुक्त ठरेल असा विश्वास व्यक्त करून हे पुस्तक आपल्या सर्वांच्या स्वाधीन करतो.

लेखक

अनुक्रमणिका

प्रकरण १

अभ्यासक्रमाची ओळख

अभ्यासक्रम म्हणजे शैक्षणिक अपेक्षात प्रत्यक्षात उतरविण्याचे साधन आहे. उद्दिष्ट प्राप्तीचे साधन आहे. त्यामुळे अभ्यासक्रमात तर्कशास्त्रीय व मानसशास्त्रीय विचार महत्त्वाचा ठरतो. शालेय विषयांपैकी प्रत्येक विषयाची रचना तर्कशुद्धपणे झालेली आहे. विषयातील व्यापक स्वरुपाचे नियम, व्याख्या, उदाहरणे अशा मांडणीचे स्वरुप असले तर त्याचा व्याप विस्तार, त्यातील घटक-उपघटकांतील संबंध हे विद्यार्थ्यांना लवकर समजतात. विद्यार्थ्यांना त्यांच्या शालेय जीवनात काही विषय शिकावयाचे असतात. विषयांच्या साचेबंद विभागणीऐवजी एक व्यापक विषयक्षेत्र बनविण्याच्या तत्त्वावर ज्ञानशाखा विकसित करण्याचा प्रयत्न अभ्यासक्रमात झालेला दिसतो.

१.१ - अभ्यासक्रमाची संकल्पना, स्वरुप आणि वैशिष्ट्ये

१.१.१ - अभ्यासक्रमाची संकल्पना

'अभ्यासक्रम' (Curriculum) हा शब्द लॅटिन भाषेतील 'Currer' या शब्दावरून तयार झाला आहे. याचा अर्थ शिक्षण प्रक्रियेची वाटचाल असाही होतो. विशिष्ट ध्येये, उद्दिष्टांनुसार तयार केलेला तपशीलवार व सुस्पष्ट अध्यापन आराखडा म्हणजे अभ्यासक्रम असे आपल्याला म्हणता येईल.

नियोजित शिक्षणाची उद्दिष्टे निश्चित आहेत. या निश्चित उद्दिष्टांच्या प्राप्तीसाठी, काही विषयांचे ज्ञान आणि काही क्रियाकलापांचे प्रशिक्षण आवश्यक आहे. या सर्व बाबींचा समावेश अभ्यासक्रमात असतो. अशा प्रकारे अभ्यासक्रम हे शिक्षणाची उद्दिष्टे साध्य करण्याचे साधन आहे. इंग्रजी शब्द 'करिक्युलम' हा लॅटिन शब्द 'क्युरेर' पासून आला आहे, ज्याचा अर्थ धावणे. या दृष्टिकोनातून, अभ्यासक्रम हा शब्द पुढे जाण्यासाठी असा आहे. ज्याप्रमाणे एखादी व्यक्ती आपले ध्येय गाठण्यासाठी धावत असते त्याचप्रमाणे उद्दिष्टे साध्य करण्याच्या हेतून साधन म्हणून अभ्यासक्रमाचा अर्थ हा निश्चित उद्दिष्टे साध्य करण्यासाठीचे साधन आहे असे म्हटले आहे.

अभ्यासक्रम यापेक्षा काहीतरी अधिक सूचित करतो. प्राचीन काळी शालेय स्तरावर

बौद्धिक विषयांच्या अभ्यासासाठी आणि कौशल्यांचे प्रशिक्षण देण्यापुरता अभ्यासक्रम मर्यादित होता. पण आता त्या सर्व अनुभवांचा त्यात समावेश करण्यात आला आहे जे विद्यार्थ्यांना वर्गखोल्या, ग्रंथालय, प्रयोगशाळा, कार्यशाळा, क्रीडांगणे आणि सांस्कृतिक व साहित्यिक क्षेत्रात दिले जातात. माध्यमिक शिक्षण आयोगाने (मुदलियार आयोग (माध्यमिक शिक्षण आयोग, 1952) या वस्तुस्थितीवर पुढील शब्दांत भर दिला आहे: 'हे स्पष्टपणे समजून घेतले पाहिजे की सर्वोत्तम शैक्षणिक विचारांनुसार अभ्यासक्रमाचा अर्थ केवळ शाळांमध्ये पारंपारिकपणे शिकवले जाणारे शैक्षणिक विषय नसून त्यामध्ये मुलाला शाळेत मिळालेल्या संपूर्ण अनुभवांचा समावेश आहे.'

गेल्या तीन दशकांत अभ्यासक्रमाची व्याप्ती आणखी व्यापक झाली आहे. दरम्यान, शिक्षणतज्ञांनी स्पष्ट केले आहे की अभ्यासक्रम हा केवळ शालेय अनुभवांपुरता मर्यादित नाही, तर त्यामध्ये शाळेबाहेर केलेल्या आणि शालेय शिक्षणाच्या उद्दिष्टांच्या पूर्ततेसाठी केल्या जाणाऱ्या सर्व नियोजित क्रियाकलापांचाही समावेश आहे. आता जर आपल्याला ते योग्य स्वरूपात परिभाषित करायचे असेल, तर आपण ते खालीलप्रमाणे परिभाषित करू शकतो:

नियोजित शिक्षणाच्या उद्दिष्टांच्या पूर्ततेसाठी शिकवले जाणारे विषय, केले जाणारे अभ्यासक्रम आणि सह-अभ्यासक्रम उपक्रम, मग ते शाळेच्या आवारात असोत किंवा बाहेर असोत, यांना अभ्यासक्रम असे म्हणतात.

व्याख्या

- रेमर्स "शाळेच्या नियंत्रणाखाली शिकविणाऱ्याला प्राप्त होणाऱ्या सर्व अनुभवांचा साठा म्हणजे अभ्यासक्रम.'

- "निश्चित केलेल्या उद्दिष्टांनुसार विद्यार्थ्यांच्या वर्तनात योग्य दिशेने परिवर्तन घडवून आणण्यासाठी असणारे साधन म्हणजे अभ्यासक्रम होय."

- "अभ्यासक्रम म्हणजे विशिष्ट ध्येय, उद्दिष्टांनुसार तपशीलवार सुस्पष्ट असा आराखडा; यात त्या विषयांची ध्येये, उद्दिष्ट्ये, पाठ्यक्रम, तंत्रे आणि मूल्यमापन अशा सर्व घटकांचा समावेश होतो.

- एडवर्ड - " शैक्षणिक अपेक्षा प्रत्यक्षात उतरविण्याचे साधन म्हणजे अभ्यासाक्रम होय.

- एडवर्ड किंग All means employed by the school to provide student with opportunities for desirable learning experiences."

- "शाळेने विद्यार्थ्यांना इच्छित अध्ययन अनुभवांची संधी मिळावी म्हणून पुरविलेले सर्व मार्ग म्हणजे अभ्यासक्रम.

- "शैक्षणिक ध्येय साध्य करण्याचे अभ्यासक्रम हे एक साधन आहे. शिक्षणाची अमूर्त ध्येये अभ्यासक्रमातूनच मूर्त रुप धारण करतात.

- अभ्यासक्रम = पाठ्यक्रम + शैक्षणिक अनुभूती + शिक्षणाची उद्दिष्ट्ये

- अभ्यासक्रम म्हणजे सुनियोजीत शैक्षणिक अनुभूतींची गोळाबेरीज की, ज्यायोगे विद्यार्थी शिक्षणाची उद्दिष्ट्ये गाठू शकतात.

१. विद्यार्थ्यांच्या सर्वांगीण विकासास मदत करणे.

२. विद्यार्थ्यांमध्ये प्रामाणिकपणा, निर्णायकता, सहकार्य इ. गुणांचा विकास होण्यास मदत करणे.

३. विद्यार्थ्यांची तर्कशक्ती, कल्पकता, जिज्ञासूवृत्ती इत्यादींच्या विकासास पोषक वातावरण तयार करणे.

४. विद्यार्थ्यांमध्ये सामाजिक, नैतिक मूल्यांची जोपासना करणे.

१.१.२ - अभ्यासक्रमाचे स्वरुप

विद्यार्थ्यांमधील अपेक्षित वर्तनबदलासाठी त्यांना अध्ययन अनुभव द्यावे लागतात. त्यासाठी शिक्षकाने ठरविलेली शिक्षणाची ध्येये साध्य करण्याचे अभ्यासक्रम हे एक साधन आहे. शाळेने विद्यार्थ्यांना इच्छित अध्ययन अनुभवांची संधी मिळावी म्हणून पुरविलेले सर्व मार्ग म्हणजे अभ्यासक्रम.

अभ्यासक्रम म्हणजे शैक्षणिक अपेक्षात प्रत्यक्षात उतरविण्याचे साधन आहे. उद्दिष्ट प्राप्तीचे साधन आहे. त्यामुळे अभ्यासक्रमात तर्कशास्त्रीय व मानसशास्त्रीय विचार महत्त्वाचा ठरतो. शालेय विषयांपैकी प्रत्येक विषयाची रचना तर्कशुद्धपणे झालेली आहे. विषयातील व्यापक

स्वरुपाचे नियम, व्याख्या, उदाहरणे अशा मांडणीचे स्वरुप असले तर त्याचा व्याप विस्तार, त्यातील घटक-उपघटकांतील संबंध हे विद्यार्थ्यांना लवकर समजतात. विद्यार्थ्यांना त्यांच्या शालेय जीवनात काही विषय शिकावयाचे असतात. विषयांच्या साचेबंद विभागणीऐवजी एक व्यापक विषयक्षेत्र बनविण्याच्या तत्वावर ज्ञानशाखा विकसित करण्याचा प्रयत्न अभ्यासक्रमात झालेला दिसतो. उदा.

आज समाजाचे कार्यक्षम व उत्पादक घटक म्हणून शालेय जीवनापासूनच विद्यार्थ्याला सहभागी करून घेण्याचे साधन या दृष्टिकोनातून अभ्यासक्रमाचा विचार होऊ लागला आहे.

त्यामुळे अभ्यासक्रम तयार करताना समाजाच्या गरजा व ध्येये, संस्कृती विविधता, आशयातील योग्य भागाची निवड, विद्यार्थ्यांची क्षमता व ज्ञानग्रहण प्रक्रियेचे स्वरुप इ. समाजाच्या गरजा, विषयांची उद्दिष्ट्ये, आशय निवड, पाठ्यवस्तूचे संघटन, अध्ययन अनुभवांची निवड, अध्यापनाची साधने व मूल्यमापन या सर्वांचा समावेश होतो.

● अभ्यासक्रमाचे स्वरुप स्पष्ट करण्यासाठी विचारात घ्यावयाच्या बाबी

सामाजिक गरजा

विषयांची उद्दिष्टे

आशय निवड

पाठ्यवस्तूंचे

संघटन

अध्ययन अनुभव निवड

अध्यापनाची साधने

मूल्यमापन

१.१.३ - अभ्यासक्रमाची वैशिष्ट्ये

शिक्षण प्रक्रियेमध्ये अभ्यासक्रम तयार करताना तो ज्या विषयाचा असेल त्या विषयाच्या उद्दिष्टांनुसार तयार केला गेला पाहिजे. अभ्यासक्रमातून विद्यार्थ्यांच्या शैक्षणिक गरजांचा, त्यांना देण्यात येणाऱ्या शैक्षणिक अनुभूतींचा विचार करण्यात येतो. तसेच उद्दिष्टांच्या पूर्ततेचा विचार होतो त्यामुळे अभ्यासक्रमाची वैशिष्ट्ये विचारात घेणे अपरिहार्य ठरते.

अभ्यासक्रमाची सामान्य वैशिष्ट्ये

- लवचिक, परिवर्तनशील
- बौद्धिक कुवतीचा विचार
- आवडीचा विचार करून
- विकासात्मक
- समवाय साधणारा
- अध्यापनाची ध्येये व उद्दिष्ट्ये साध्य होणारा
- सर्वसमावेशक असावा
- वस्तुनिष्ठ
- दर्जेदार अध्ययन अनुभव देता येणारी रचना
- जिवनाशी संबंधित असावा
- गतीशिलता
- कालबद्धता
- मानवी गरजा पूर्ण करणारा असावा
- व्यावसायिक शिक्षण व इतर गरजपूर्ती करणारा

अभ्यासक्रमाच्या वरील स्पष्टीकरणातून आपणास अभ्यासक्रमाचे काही वैशिष्ट्ये दिसून येतात, ती म्हणजे शिक्षणाची ध्येय साध्य करणारे साधन, शैक्षणिक अनुभवांचा संच, मानवी जीवनाशी संबंध, विद्यार्थी विकास साधन, जीवन संस्कृतीचा आरसा, पूर्वनियोजित आराखडा, गतिशीलता इ.

कोणत्याही अभ्यासक्रमास तात्त्विक आधार असतो. आधार याचा अर्थ पाया. अभ्याक्रमाचे तात्त्विक, मानवशास्त्रीय व समाजशास्त्रीय असे तीन आधार सांगितले जातात. अभ्यासक्रमाच्या तात्त्विक आधारासंदर्भात शिक्षणाची ध्येय कोणती असावीत? ज्ञानाचे स्वरूप काय असावे? कोणत्या प्रकारचे ज्ञान प्राप्त करावे? अशा प्रश्नांची उत्तरे मिळतात. विविध तात्त्विक दृष्टिकोनाचा व व्यक्तींच्या तत्त्वज्ञानाचा अभ्यासक्रमावर प्रभाव व परिणाम होत असतो. यामुळे अभ्यासक्रमास व तात्त्विक अधिष्ठान प्राप्त होते.

समाजशास्त्रीय अधिष्ठानामुळे अभ्यासक्रमातून संस्कृतीचे जतन व संक्रमण करण्याची संधी उपलब्ध होते. सामाजिक तत्त्वे, सांस्कृतिक मूल्ये, मानवी संबंध अशा घटकांचा समावेश अभ्यासक्रमात होतो. मानवी समाज व समाज रचनेची जाणीव होते. तसेच मानसशास्त्रीय अधिष्ठानामुळे अध्ययन व अध्यापन प्रक्रिया, स्वरूप यास दिशा मिळते. अध्ययन अनुभव कोणत्या प्रकारचे व किती प्रमाणात दिले जावेत याची जाणीव मिळते. अध्ययन कर्त्यांच्या ज्ञानाचे स्वरूप व त्याची अध्ययन प्रक्रिया योग्य दिशेने होण्यासाठीचे मार्गदर्शन प्राप्त होते. अध्ययनकर्त्यांच्या विकासाचे स्वरूप, अंगे व अवस्था जाणून अभ्यासक्रमाच्या माध्यमातून विकास योग्यरित्या करण्याची संधी प्राप्त होते. यामुळेच अभ्यासक्रम विकसन करताना या तिन्ही आधार प्रणालींचा विचार करणे क्रमप्राप्त ठरते. त्याशिवाय अभ्यासक्रम परिपूर्ण होवू शकत नाही. या तिन्ही आधारप्रणालींचा विचार केल्याशिवाय अभ्यासक्रम परिपूर्ण होवू शकत नाही. वरील सर्व विवेचनावरून अभ्यासक्रमाची व्याप्ती अमर्यादित असते हे लक्षात येते. अभ्यासक्रमामध्ये सैद्धांतिक ज्ञानासोबतच अध्ययनकर्त्यांची अभिरूची व अभियोग्यता विकसन इ. चा समावेश होतो. अभ्यासक्रमातून अध्ययनकर्त्यांच्या व्यक्तिमत्त्वाच सर्वांगीण विकास होण्याच्या दृष्टीने विचार केलेला असतो. अभ्याक्रमात वैविध्यपूर्ण कृती व अनुभव यांची समर्पक गुंफण घातलेली असते.

अभ्यासक्रम हा राष्ट्राच्या शिक्षण प्रक्रियेचा आत्मा असतो. अभ्यासक्रमाची रचना स्तरानुसार केली जाते. म्हणजेच प्राथमिक स्तर (इ. 1 ली ते 5 वी) उच्च प्राथमिक स्तर (6 वी ते 8 वी) माध्यमिक स्तर (9 वी ते 10 वी) उच्च माध्यमिक स्तर (11 वी ते 12 वी) व पदव्युत्तर (2/3 वर्षे) या प्रत्येक स्तरासाठी वेगळी उद्दिष्टे ठरवली जातात व त्यानुसार अभ्यासक्रम तयार करतांना विद्यार्थ्यांचा वयोगट, अभिरुची, आवड यांचा विचार केला जातो. प्राथमिक स्तरापासून पुढे जसजसे शारीरिक वय वाढत जाते, तसतशी अभ्यासक्रमाची सखोलता वाढत जाते. अभ्यासक्रमाची ध्येये व उद्देश ठरवतांना गाभा घटक (core-components) जीवनकौशल्ये, मुल्ये, भारतीय राज्य घटनेनुसार भारतीय नागरिकांची कर्तव्ये, जबाबदाऱ्या, राष्ट्रीय जिव्हाळ्याचे विषय (priority areas) यांचा विचार केला जातो.

अभ्यासक्रमाची व्याप्ती

अभ्यासक्रम ही एक बहुआयामी व व्यापक संकल्पना आहे. स्तरानुसार विद्यार्थ्यांच्या शैक्षणिक प्रगतीचे प्रतिबिंब त्यात असते. अभ्यासक्रमाला तात्त्विक, समाजशास्त्रीय, मानसशास्त्रीय, अध्यापनशास्त्रीय व मुल्यमापनात्मक अधिष्ठाण (foundation) असते. अभ्यासक्रात शिक्षणाची ध्येये, स्तराची उद्दिष्टे, आशय, अध्ययन अनुभव, मुल्यमापन पद्धती, अभ्यासक्रमाची उद्दिष्टे व त्या उद्दिष्टांनुसार आशय व आशयस्वरूपासाठी पोषक अध्यापन पद्धती असते. तसेच उद्दिष्टे कितपत साध्य झाली हैं तपासण्यासाठी मुल्यमापन व मुल्यनिर्धारण साधने असतात. थोडक्यात अभ्यासक्रमाच्या सुधारित सैद्धांतिक आराखड्यान खालील बाबींचा विचार केला जातो.

अभ्यासक्रम वैशिष्ट्ये

१. शैक्षणिक हेतू

२. विद्यार्थ्यांच्या गरजा

३. विद्यार्थी आवड

४. जीवनाचे तत्त्वज्ञान

५. शालेय स्रोत

६. समाजाच्या गरजा

७. अभ्यासक्रम

१.१.४ - अभ्यासक्रमाचे महत्त्व

१. राष्ट्रीय ध्येय अभ्यासक्रमामुळे साध्य होण्यास मदत होते.

२. अभ्यासक्रमामुळे विशिष्ट पातळीवरील विद्यार्थ्यांच्या शैक्षणिक गरजा पुरविल्या जातात.

३. शिक्षणात समान गुणवत्ता राखण्यासाठी अभ्यासक्रमाची मदत होते.

४. अभ्यासक्रमामुळे शिक्षण क्षेत्राशी संबंधित असलेल्या आपापल्या भूमिका स्पष्टपणे कळतात.

५. अभ्यासक्रम म्हणजे शैक्षणिक अनुभव देण्याची एक योजनाच असते. कारण योजना

आखल्याशिवाय कुठल्याही कार्याची पूर्ती होत नाही.

६. अभ्यासक्रमामुळे शिक्षणक्षेत्राशी संबंधित असणाऱ्यांना आपापल्या भूमिका स्पष्टपणे कळतात व त्या भूमिका पार पाडण्यासाठी संबंधित घटक क्रियाशील होतात.

७. अभ्यासक्रमामुळे ध्येय साध्य होण्यास मदत होते.

८. अभ्यासक्रमाची एक संरचना असते. उदा. गद्य, त्यामध्ये कथा, लघुकथा, साधीकथा, दीर्घकथा, रूपक कथा त्या विशिष्ट स्तरानुसार दिल्या जातात.

१.२ - मुख्य अभ्यासक्रमाची संकल्पना - छुपा अभ्यासक्रम, सर्पिल अभ्यासक्रम, शालेय ज्ञान

ऑलिव्हा (१९९७) च्या मते, अभ्यासक्रम म्हणजे i) जे शाळांमध्ये शिकवले जाते, ii) विषयांचा संच, iii) सामग्री, iv) अभ्यासाचा कार्यक्रम, v) सामग्रीचा संच, vi) अभ्यासक्रमांचा क्रम, vii) कार्यप्रदर्शन उद्दिष्टांचा संच, viii) अभ्यासाचा अभ्यासक्रम, ix) हे सर्व काही आहे जे शाळेमध्ये चालते, ज्यामध्ये अतिरिक्त-वर्ग क्रियाकलाप, मार्गदर्शन आणि परस्पर संबंध, x) शाळेच्या कर्मचाऱ्यांनी नियोजित केलेल्या सर्व गोष्टी, xi) शाळेतील विद्यार्थ्यांनी घेतलेल्या अनुभवांची मालिका, xii) शालेय शिक्षणाच्या परिणामी एक स्वतंत्र विद्यार्थी अनुभवतो.

अभ्यासक्रम निवडलेल्या आणि वापरल्या जाणाऱ्या निर्देशात्मक वितरणाचे मॉडेल प्रतिबिंबित करत असल्याने, काहीजण असा निष्कर्ष काढू शकतात की अभ्यासक्रमाचे खालीलप्रमाणे वर्गीकरण केले जाऊ शकते:

१. शिकण्याच्या सिद्धांतांचे मानसशास्त्रीय वर्गीकरण. (सामाजिक माहिती प्रक्रिया सिद्धांत, व्यक्तिमत्व आणि वर्तणूक)

२. लाँगस्ट्रीट आणि शेन यांच्या मते, बाल-केंद्रित, समाज-केंद्रित, ज्ञान-केंद्रित किंवा एक्लेक्टिक.

३. अभ्यासक्रम-आदर्शवाद, वास्तववाद यांचे सामान्य तत्त्वज्ञानविषयक अभिमुखता. बारमाहीवाद, अनिवार्यता. प्रयोगवाद, रचनावाद, पुनर्रचनावाद आणि यासारखे.

मुख्य अभ्यासक्रमाच्या संकल्पनेमध्ये शैक्षणिक सामग्री आणि संरचनेचे विविध दृष्टिकोन

आणि पैलू समाविष्ट आहेत जे विद्यार्थ्यांच्या अध्ययन अनुभवांना आकार देण्यासाठी महत्त्वपूर्ण भूमिका बजावत असतात. यामध्ये छुपा अभ्यासक्रम, सर्पिल अभ्यासक्रम आणि शालेय ज्ञान यांचा समावेश होतो. हे घटक प्रत्येक विद्यार्थ्यांच्या सर्वांगीण विकासासाठी आणि शैक्षणिक प्रणालींमध्ये सांस्कृतिक मूल्ये आणि नियमांचे बीजारोपण करण्यासाठी योगदान देतात.

१. सुप्त/छुपा अभ्यासक्रम

सुप्त अभ्यासक्रम ही संकल्पना 1964 मध्ये फिलिप जॉक्सन यांनी मांडली. जॉक्सन यांनी सुप्त अभ्यासक्रम हा वर्गाध्यापनात अनियोजितपणे मांडला जातो असे म्हटले व जीवनमूल्यांचा आणि सामाजिक घटकांचा अध्यापनावर असणारा प्रभाव यास त्यांनी सुप्त अभ्यासक्रम म्हटले. प्रथमतः आपण काही सुप्त अभ्यासक्रमाच्या व्याख्या पाहू.

"Hidden curriculum refers to the unwritten, unofficial and often unintended lesson, values and perspectives perceives that students learn in school."

"Hidden curriculum as that which includes all those aspects of the school environment that without being part of the official explicit curriculum contribute implicitly to relevant social learning."

"Hidden curriculum, which refers to the kinds of learning children derive from the very mature and organizational design of the public school, as well as from the behaviours and attitudes of teachers and administrators."

"Hidden curriculum consist of those things pupils learn through the experience of attending school rather than the stated educational objectives of such institutions."

वरील सर्व व्याख्यांवरून आपणास सुप्त अभ्यासक्रमाचा अर्थ असा समजतो की, शाळेमध्ये कोणताही उद्देश न ठेवता विविध कृती केल्या जातात, विविध क्रिया केल्या जातात

यातून विद्यार्थी नकळत किंवा अप्रत्यक्षरित्या बऱ्याच बाबी अनुभवतो व अध्ययन करत असतो. यातून तो ज्ञान, मूल्ये व कौशल्ये यांचा स्वीकार करतो. यासच सुप्त अभ्यासक्रम असे म्हणतात.

प्रत्येक शाळेमध्ये शासनाने नेमून दिलेल्या अभ्यासक्रमाव्यतिरिक्त इतर बऱ्याच बाबींची अंमलबजावणी केली जाते. विद्यार्थ्यांचे अध्ययन व्हावे या दृष्टीने शालेय वातावरणाची निर्मिती केली जाते. या वातावरणामुळे विद्यार्थी दैनंदिन शालेय जीवनात विशिष्ट वृत्ती, सवयी व श्रद्धा आत्मसात करत असतो. विद्यार्थी सहजपणे शाळेची संस्कृतीही स्वतःमध्ये आत्मसात करतो. हाही सुप्त अभ्यासक्रमाचाच भाग असतो.

शिक्षक स्वतःचे अध्यापन करताना कळत नकळत विद्यार्थ्यांना बरेच अनुभव देत असतात. उदाहरणार्थ वैयक्तिक मते, विचार, तत्त्वज्ञान, शालेय स्थितीवर टिप्पणी. याबरोबरच स्वतःचा पोषाख, लकबी, आचार यातून अनेक बाबी विद्यार्थी आत्मसात करतात. शाळेतील विविध अभ्यासपूरक कार्यक्रमांद्वारे संक्रमित होणारे विचार, तत्त्वज्ञान, संस्कृती व वातावरण यांचा परिणाम विद्यार्थ्यांच्या वर्तनावर होत असतो. हाही सुप्त अभ्यासक्रमाचाच भाग असतो. यावरून सुप्त अभ्यासक्रमाची खालील वैशिष्ट्ये सांगता येतात.

वैशिष्ट्ये

- सुप्त अभ्यासक्रम हा नियोजित नसतो.
- सुप्त अभ्यासक्रमाचा मूल्यमापन, शिक्षक व विद्यार्थ्यांच्या वर्तनावर खूप परिणाम होत असतो.
- सुप्त अभ्यासक्रम कोणत्याही संस्थेकडून, अभ्यासमंडळाकडून किंवा शासनाकडून तयार केला जात नाही.
- सुप्त अभ्यासक्रमाचे मूल्यमापन करण्याची कोणतीही व्यवस्था शाळांमध्ये उपलब्ध नसते.
- सुप्त अभ्यासक्रमाला कोणत्याही विषयाची मर्यादा नसते. तो कोणत्याही शालेय व्यवहारातून किंवा अनुभवातून संक्रमित करता येतो.
- विद्यार्थ्यांच्या व्यक्तिगत विकासासाठी सुप्त अभ्यासक्रमाची खूप मदत होते.

सुप्त अभ्यासक्रम शैक्षणिक संस्थांच्या संरचनेतून आणि पद्धतींद्वारे निहित केलेले गर्भित संदेश, मूल्ये आणि नियमांचा संदर्भ स्वाभाविकरीत्या देत असते. अभ्यासक्रमाचे मुख्य लक्ष्य शैक्षणिक सामग्री आणि कौशल्यांवर लक्ष केंद्रित करणे असते. छुपा अभ्यासक्रम शालेय जीवनातील दैनंदिन संवाद आणि नित्यक्रमांद्वारे संप्रेषित केलेल्या सामाजिक, भावनिक आणि वर्तणुकीशी संबंधित अपेक्षांचा अंतर्भाव करतो. यामध्ये अधिकार, पदानुक्रम, अनुरूपता आणि समाजीकरण, तसेच वंश, वर्ग, लिंग आणि ओळखीच्या इतर पैलूंबद्दलच्या दृष्टीकोन आणि विश्वासांबद्दलचे विविध अनुभव समाविष्ट असतात. छुपा अभ्यासक्रम विद्यार्थ्यांच्या वृत्ती, मूल्ये आणि संप्रेषण यांना आकार देण्यामध्ये, त्यांच्या स्वतःबद्दल आणि इतरांबद्दलच्या विचारांवर तसेच शाळेतील त्यांचे वर्तन आणि परस्परसंवादांवर प्रभाव टाकण्यात प्रभावी भूमिका बजावत असतो.

२. सर्पिल अभ्यासक्रम

सर्पिल अभ्यासक्रम हा एक उपदेशात्मक दृष्टीकोन आहे जो कालांतराने महत्त्वाच्या संकल्पना आणि कौशल्यांची पुनरावृत्ती करतो. हा अभ्यासक्रम भूतकालीन अध्ययन अनुभवांवर आधारित असतो आणि वारंवार विविध माध्यमाने विद्यार्थ्यांची आकलन क्षमता वाढवत असतो. जेरोम ब्रुनर यांच्या शैक्षणिक सिद्धांतावर विकसित झालेला सर्पिल अभ्यासक्रम हा अध्ययन पुनरावृत्तीवर भर देतो. यामध्ये ज्ञानाची पातळी हळूहळू वाढत असते. या प्रक्रियेमध्ये नवीन ज्ञान आणि कौशल्ये एकत्रित केली जातात आणि विद्यार्थी त्यांच्या शैक्षणिक वाटचालीत प्रगती करतात. सर्पिल अभ्यासक्रम हे शिक्षणाच्या चक्रीय पॅटर्नद्वारे वैशिष्ट्यीकृत आहे, ज्यामध्ये विषय मूलभूत स्तरावर सादर केले जातात आणि त्यानंतरच्या वर्षांमध्ये वाढत्या जटिलता आणि खोलीसह पुनरावृत्ती केली जाते. हा दृष्टीकोन विद्यार्थ्यांना कालांतराने मूलभूत संकल्पना आणि कौशल्यांचे सखोल ज्ञान विकसित करण्यासमदत करतो.

३. शालेय ज्ञान

शालेय ज्ञान विशिष्ट सामग्री, कौशल्ये आणि सांस्कृतिक पद्धतींवर आधारती असते. यामध्ये शालेय अध्ययन अनुभव आणि वातावरण महत्वोपूर्ण असते. यामध्ये गणित, भाषा,

कला, विज्ञान आणि सामाजिक अभ्यास यांसारखे विषय विशिष्ट पद्धतीने शिकविण्याचा प्रयत्न होत असतो. यामध्ये गंभीर विचार कौशल्य, समस्या निराकरण, संवाद आणि सहयोग यासारख्या व्यापक पद्धतींचा उपयोग करून विद्यार्थ्यांच्या क्षमतांचा विकास करण्याचा प्रयत्न होत असतो. शालेय ज्ञान शैक्षणिक मानके, अभ्यासक्रम संरचना आणि शैक्षणिक अधिकारी आणि संस्थांनी स्थापित केलेल्या निर्देशात्मक शिस्तीचे अनुपालन करत असते. शालेय ज्ञानामध्ये सांस्कृतिक ज्ञान आणि प्रथा समाविष्ट आहेत जे त्यांच्या संबंधित समाजातील विद्यार्थ्यांच्या सामाजिकीकरण आणि संस्कारासाठी उपयोगी असते. यामध्ये सामाजिक मूल्ये, श्रद्धा, परंपरा आणि ऐतिहासिक तथ्ये यांचा समावेश आहे. शालेय ज्ञान प्रसारित करून, शैक्षणिक संस्था सांस्कृतिक वारसा जतन आणि टिकवून ठेवण्यासाठी आणि विद्यार्थ्यांमध्ये सामाजिक एकसंधता आणि ओळख निर्माण करण्यात मध्यवर्ती भूमिका बजावतात.

१.३ - पाठ्यक्रमाची संकल्पना

पाठ्यक्रमाला इंग्रजीत Syllabus हा प्रतिशब्द वापरला जातो. पाठ्यक्रम हा अभ्यासक्रमाचा एक मर्यादित भाग असतो. पाठ्यक्रम शाळेतील एखाद्या इयत्तेसाठीच तयार केलेला असतो. दैनंदिन अध्यापन करण्याच्या दृष्टीने शिक्षकास उपयुक्त असा पाठ्यक्रम असतो. पाठ्यक्रमामध्ये विशिष्ट इयत्तेच्या, विशिष्ट विषयांच्या उद्दिष्टांचा व आशयाचाच प्रामुख्याने विचार केलेला असतो. सहशालेय उपक्रमांची फारशी दखल पाठ्यक्रमात घेतलेली नसते. पाठ्यक्रमाच्या काही व्याख्या पाहू.

'पाठ्यक्रम' या शब्दालाच इंग्रजीत 'Syllabus' हा पर्यायी शब्द वापरला जातो. 'Syllabus' या शब्दाचा अर्थ पुढीलप्रमाणे आहे.

- "Syllabus is an outline of the course of study to be completed in a fixed time."

- म्हणजेच विशिष्ट कालावधीमध्ये पूर्णत्वास नेण्यासाठी विषयाचा जो आराखडा असतो त्यालाच पाठ्यक्रम असे म्हटले जाते.

- एखाद्या विषयाचा १ वर्षासाठी नेमून दिलेला अभ्यास म्हणजे पाठ्यक्रम होय.

व्याख्या

"अभ्यासक्रमातील काही उद्दिष्टे ठरावीक काळात पूर्ण करण्यासाठी वर्गवातावरणात दिले जाणारे शैक्षणिक अनुभव म्हणजे पाठ्यक्रम होय."

"विशिष्ट कालावधीत पद्धतशीरपणे विविध विषयांचा अभ्यास कसा करावा यासंबंधीचे मार्गदर्शन ज्यामध्ये दिलेले असते. त्याला पाठ्यक्रम असे म्हणतात."

"शैक्षणिक स्तर काही इयत्तांपासून बनलेला असतो आणि अभ्यासक्रमातील शैक्षणिक उद्दिष्टे त्या त्या इयत्तांमध्ये ठरावीक प्रमाणात साध्य केलेली असतात. त्या प्रत्येक इयत्तेत जो अभ्यासक्रमाचा भाग येतो त्याला पाठ्यक्रम असे म्हणतात."

"अभ्यासक्रमात अंतर्भूत केलेली प्रत्येक विषयाची क्रमबद्ध रचना म्हणजे पाठ्यक्रम होय."

"विशिष्ट कालावधीत पूर्ण करण्यासाठी विषयाचा जो आराखडा असतो त्याला पाठ्यक्रम असे म्हणतात."

"Syllabus is an outline course of a study to be completed in a fixed time."

"Syllabus is a particular course study in one subject."

"Syllabus - A plan showing the subjects or book to be studied in a particular course especially a course which leads to an examination."

वरील सर्व व्याख्यांवरून अभ्यासक्रमातूनच पाठ्यक्रम तयार होतो, हे लक्षात येते. दैनंदिन अध्यापनासाठी शिक्षकास पाठ्यक्रम मार्गदर्शन करीत असतो. प्रत्येक इयत्तेसाठी पाठ्यक्रम स्वतंत्र असतो.

- पाठ्यपुस्तकामुळे आशयाची व्याप्ती सुस्पष्ट होते.
- दैनंदिन अध्यापनात उपयुक्त शैक्षणिक साधनांची निवड करणे सहज होते.
- अध्यापनासाठी आवश्यक वैविध्यपूर्ण अध्यापन पद्धती व अध्यापन कार्यनीतींच्या वापराबाबत जाणीव निर्माण होते. आवश्यक व उपयुक्त संदर्भाची जाणीव होते.
- अध्ययनाने कोणकोणती उद्दिष्टे साध्य करावयाची आहेत याचा बोध होतो.
- वर्षभर कार्यान्वित केला जाणारा अभ्यासक्रम व सहशालेय उपक्रम यात योग्य संतुलन

ठेवण्यास पाठ्यक्रमाची मदत होते.

- पाठ्यक्रमामुळेच शिक्षकांना अध्यापनाची व विद्यार्थ्यांना अध्ययनाची दिशा प्राप्त होते.

१.४ - अभ्यासक्रम आणि पाठ्यक्रम यांच्यातील संबंध

शिक्षकाला अध्यापन कार्य करीत असताना आपल्याला जो घटक शिकवायचा आहे त्या विषयाचा अभ्यासक्रम, पाठ्यक्रम व संदर्भ माहित असतील तर अध्यापन कार्य सुसंघटित व प्रभावी होते.

इंग्रजी शब्दकोशाप्रमाणे 'Curriculum' म्हणजे 'A Course of Study' आणि 'Syllabus' म्हणजे 'An outline of the course of study to be completed in a fixed time.' थोडक्यात विशिष्ट कालावधीत, विविध विषयांचा पद्धतशीरपणे अभ्यास कसा करावा याबाबतचे मार्गदर्शन ज्यामध्ये दिलेले असते त्यास पाठ्यक्रम असे म्हणतात. पाठ्यक्रमाच्या आधारे शिक्षकाला विविध उद्दिष्टांची पूर्तता करणे शक्य होत असते. वर्षभर राबविण्याच्या विविध उपक्रमांची व योजनांची माहिती त्याला पाठ्यक्रमाच्या माध्यमातून मिळत असते.

अभ्यासक्रमाच्या माध्यमातूनच विद्यार्थ्यांचे सर्व शालेय जीवन घडत असते. एखाद्या अभ्यासकाप्रमाणे विद्यार्थ्यांचे भवितव्य घडत असते. 'निश्चित केलेल्या उद्दिष्टांनुसार विद्यार्थ्यांच्या वर्तनात योग्य दिशेने परिवर्तन घडवून आणण्यासाठी शिक्षकांच्या हातात असलेले प्रभावी साधन म्हणजे अभ्यासक्रम होय.'

पाठ्यक्रम हा अभ्यासक्रमावर आधारीत असतो. तर पाठ्यपुस्तके हे पाठ्यक्रमावर आधारीत असते. यावरून असे म्हणता येईल, की पाठ्यक्रम हा अभ्यासक्रम व पाठ्यपुस्तक यांच्यातील दुवा आहे.

पाठ्यक्रमात ठराविक काळात विशिष्ट उद्दिष्टापर्यंत पोहोचण्यासाठी अभ्यासक्रमावर आधारीत आशय दिलेला असतो. शाळांमध्ये प्रत्येक इयत्तेनुसार स्वतंत्र पाठ्यक्रम असतो. तर एखाद्या स्तरानुसार (उदा. ५ वी ते १२ वी) उद्दिष्ट्ये व अध्ययन, अध्यापनाचा विचार करून आशययुक्त अशी संघटनात्मक दृष्टिने राबविलेली योजना म्हणजे अभ्यासक्रम होय.

अभ्यासक्रम आणि पाठ्यक्रम यांची तुलना केली असता, अभ्यासक्रम व पाठ्यक्रमात असलेला संबंध अधिक स्पष्ट होईल.

अभ्यासक्रम व पाठ्यक्रमात असलेला संबंध

अ. क्र.	अभ्यासक्रम	पाठ्यक्रम
१.	अभ्यासक्रम केवळ ढोबळ मार्ग दाखवितो.	पाठ्यक्रम अभ्यासक्रमाने दर्शविलेल्या मार्गातील टप्पे निश्चित करतो.
२.	अभ्यासक्रमकालावधी जास्त असतो.	पाठ्यक्रमाचा कालावधी बहुधा एक वर्षाचा असतो.
३.	अभ्यासक्रमाचे स्वरूप व्यापक असते.	पाठ्यक्रमाचे स्वरूप मर्यादित असते.
४.	शिक्षणातील स्तरानुसार अभ्यासक्रम तयार केला जातो. उदा. इयत्ता १ ली ते ५ वी प्राथमिक स्तर	पाठ्यक्रम प्रत्येक इयत्तेसाठी स्वतंत्र असतो.
५.	अभ्यासक्रमामध्ये एकूण शिक्षणाची ध्येये व सर्वसामान्य उद्दिष्ट्ये विचारात घेतली जातात.	पाठ्यक्रमामध्ये विशिष्ट इयत्तेची त्या वर्षात साध्य होणारी उद्दिष्ट्ये विचारात घेतली जातात.

अभ्यासक्रम आणि पाठ्यक्रम यांच्यातील फरक

अ. क्र.	अभ्यासक्रम	पाठ्यक्रम
१.	अभ्यासक्रम हा विशिष्ट स्तरासाठी उदा. प्राथमिक, माध्यमिक व उच्च माध्यमिक स्तर	पाठ्यक्रम हा इयत्तांसाठी असतो. उदा. १ ली ते १२ वी
२.	अभ्यासक्रम म्हणजे विशिष्ट वातावरणात वा पार्श्वभूमीनुसार व्यक्तीस प्राप्त होणारा अनुभव होय.	एखाद्या विषयासाठी १ वर्षासाठी नेमून दिलेला अभ्यास म्हणजे पाठ्यक्रम होय.
३.	शाळेच्या नियंत्रणाखाली अध्ययन करणाऱ्याला प्राप्त होणाऱ्या सर्व अनुभवांचा साठा म्हणजे अभ्यासक्रम.	अभ्यासक्रमात अंतर्भूत असलेल्या प्रत्येक विषयाची क्रमबद्ध व रेखीव आखणी म्हणजे पाठ्यक्रम.
४.	अभ्यासक्रम अधिक लवचिक असतो.	पाठ्यक्रम हा अभ्यासक्रमापेक्षा अधिक लवचिक असतो.
५.	अभ्यासक्रमाची उद्दिष्ट्ये निश्चित असतात. अगोदर ती मांडून विषयाचे स्थूल स्वरुप मांडले जाते.	पाठ्यक्रमात प्रत्येक विषयाच्या अध्यापनाची उद्दिष्ट्ये विद्यार्थ्यांच्या वर्तनाशी निगडीत असतात.
६.	अभ्यासक्रम व्यापक स्वरुपाचा असतो.	पाठ्यक्रम हा त्याच्या अंगापुरते मर्यादित असते.
७.	अभ्यासक्रमामध्ये उपक्रमांची सूची दिलेली असते.	पाठ्यक्रमामध्ये उपक्रमांची सूची दिलेली नसते.
८.	अभ्यासक्रमात विषयाची क्रमबद्ध मांडणी असते.	पाठ्यक्रमात विषयातील घटक व उपघटकांचा तपशील दिलेला असतो.
९.	अभ्यासक्रम हा व्यक्तीविकासावर केंद्रित असतो.	पाठ्यक्रम मात्र विषयज्ञानाच्या विकासावर केंद्रित असतो.
१०.	अभ्यासक्रमात अनेक विषयांचा समावेश असतो.	पाठ्यक्रमात एकाच विषयाचा समावेश असतो.

११.	अभ्यासक्रमाचा संबंध शैक्षणिक तत्त्वज्ञानाशी असतो.	पाठ्यक्रमाचा संबंध व्यावहारिक ज्ञानाशी असतो.
१२.	शिक्षणाच्या व्यापक उद्दिष्टांवरुन अभ्यासक्रमाचीउद्दिष्ट्ये निश्चित केली जातात.	अभ्यासक्रमांच्या उद्दिष्टावरुन पाठ्यक्रमाची उद्दिष्ट्ये निश्चित केली जातात.
१३.	अभ्यासक्रमामध्ये अभ्यासानुवर्ती कार्यक्रमांचा अधिक समावेश असतो.	पाठ्यक्रमामध्ये फक्त विषयांचा समावेश असतो.
१४.	अभ्यासक्रम हा विद्यालय, महाविद्यालय व समाजाशी प्रत्यक्ष अप्रत्यक्षरित्या जुळलेला असतो.	पाठ्यक्रम हा विद्यार्थी व विषयज्ञानाशी प्रत्यक्षरित्या संबंधीत असतो.

१.५ - विविध स्तरावरील अभ्यासक्रम : राष्ट्रीय, राज्य, शाळा, वर्ग आणि त्या संदर्भातील विविध समस्या

शैक्षणिक नियोजन आणि अंमलबजावणीतील गुंतागुंत आणि आव्हाने सर्वसमावेशकपणे समजून घेण्यासाठी राष्ट्रीय, राज्य, शाळा आणि वर्गातील विविध स्तरांवरील अभ्यासक्रम समजून घेणे महत्त्वाचे आहे. अभ्यासक्रमाच्या चौकटीचा प्रत्येक स्तर विद्यार्थ्यांच्या शैक्षणिक अनुभवांना आकार देण्यासाठी एक अद्वितीय भूमिका बजावते आणि प्रत्येक स्तरावर विविध समस्या उद्भवू शकतात ज्यासाठी काळजीपूर्वक विचार आणि निराकरण आवश्यक आहे.

१. राष्ट्रीय स्तरावरील अभ्यासक्रम आणि त्या संदर्भातील विविध समस्या

राष्ट्रीय स्तरावर अभ्यासक्रम सामान्यत: केंद्र सरकार किंवा राष्ट्रीय शिक्षण प्राधिकरणाद्वारे विकसित आणि अनिवार्य केला जातो. राष्ट्रीय अभ्यासक्रम आराखडा विस्तृत शैक्षणिक उद्दिष्टे, मानके आणि देशातील सर्व शाळांनी पालन करणे अपेक्षित असलेल्या अपेक्षांची रूपरेषा दर्शवते. या संरचनेमध्ये सहसा मुख्य विषय, शिकण्याची उद्दिष्टे आणि मूल्यांकन निकषांचे वर्णन केले जाते, जे अभ्यासक्रमाच्या विकासासाठी आणि खालच्या स्तरावर अंमलबजावणीसाठी दिशा प्रदान करतात. राष्ट्रीय स्तरावरील एक महत्त्वाची समस्या म्हणजे अभ्यासक्रमाची लवचिकता आणि मानकीकरणाची संभाव्यता जी शाळा आणि

विद्यार्थ्यांच्या विविध गरजा आणि संदर्भांना पुरेशी समाविष्ट करू शकत नाही. राष्ट्रीय अभ्यासक्रम प्रादेशिक किंवा सांस्कृतिक फरकांकडे दुर्लक्ष करू शकतो, ज्यामुळे शैक्षणिक कार्यक्रमांमध्ये प्रासंगिकता आणि समावेशकतेचा अभाव असतो.

२. राज्य स्तरावरील अभ्यासक्रम आणि त्या संदर्भातील विविध समस्या

राज्य किंवा प्रांतीय स्तरावर, अभ्यासक्रम संरचना सामान्यत: प्रादेशिक शिक्षण अधिकारी किंवा राज्य शिक्षण विभागांद्वारे विकसित आणि लागू केले जातात. स्थानिक प्राधान्यक्रम, संदर्भ आणि संसाधने यांचा समावेश करताना राज्य अभ्यासक्रम राष्ट्रीय मानकांवर आधारित असतो. हे अभ्यासक्रम संरचनेमध्ये अधिक लवचिकता आणि अनुकुलता प्रदान करतात. असा अभ्यासक्रम विशिष्ट राज्य किंवा प्रदेशातील विद्यार्थ्यांच्या विशिष्ट गरजा आणि हितसंबंधांची पूर्तता करतो. तथापि, विविध राज्ये किंवा प्रदेशांमध्ये अभ्यासक्रमाच्या अंमलबजावणीतील विसंगती आणि असमानतेमुळे समस्या निर्माण होत असतात. निधी, संसाधने आणि राजकीय प्राधान्यांमधील फरकांमुळे गुणवत्तापूर्ण शिक्षण आणि विद्यार्थ्यांसाठी शैक्षणिक असमानता आणि संधीचा अभाव अशा समस्या निर्माण होतात.

३. शालेय स्तरावरील अभ्यासक्रम आणि त्या संदर्भातील विविध समस्या

शालेय स्तरावर, राष्ट्रीय आणि राज्य अभ्यासक्रमाच्या आराखड्यांद्वारे मार्गदर्शन केलेल्या शैक्षणिक संस्थांच्या संदर्भात अभ्यासक्रमाची अंमलबजावणी होते. शाळा या फ्रेमवर्कच्या आधारे त्यांच्या स्वत:च्या अभ्यासक्रमाच्या योजना आणि शिक्षणविषयक धोरणे विकसित करतात, त्यांच्या विद्यार्थ्यांच्या शैक्षणिक गरजा आणि अपेक्षा पूर्ण करण्यासाठी शैक्षणिक कार्यक्रम तयार करतात. तथापि, शालेय स्तरावरील एक सामान्य समस्या म्हणजे अभ्यासक्रमाची उद्दिष्टे आणि शिकवण्याच्या पद्धती यांच्यात संतुलन नसणे आहे. काही बाबतीत अभ्यासक्रमात काय अनिवार्य आहे आणि प्रत्यक्षात वर्गात काय शिकवले जाते यामधील संबंध तोडला जातो ज्यामुळे विद्यार्थ्यांच्या शिक्षणात विसंगती आणि अंतर निर्माण होते. याव्यतिरिक्त, संसाधनांची मर्यादा, कर्मचारी समस्या आणि स्पर्धात्मक वातावरण यामुळे प्रभावीपणे अभ्यासक्रमाची अंमलबजावणी करण्यात आणि सर्व विद्यार्थ्यांच्या गरजा पूर्ण करण्यात शाळांना अनेक अडचणी येतात.

३. वर्ग स्तरावरील अभ्यासक्रम आणि त्या संदर्भातील विविध समस्या

वर्ग स्तरावर विद्यार्थ्यांसाठी अभ्यासक्रमाच्या उद्दिष्टांचे अर्थपूर्ण शिक्षण अनुभवांमध्ये रुपांतरीत करण्यासाठी शिक्षक जबाबदार असतात. शिक्षक अध्यापन करतात, विद्यार्थ्यांचे मूल्यांकन करतात आणि विद्यार्थ्यांच्या शैक्षणिक विकास घडवून आणण्यासाठी प्रयत्न करतात. तथापि, वर्ग स्तरावर अनेक समस्या उद्भवू शकतात ज्या अभ्यासक्रमाच्या अंमलबजावणीवर परिणाम करतात. उदा., शिक्षकांना त्यांच्या विद्यार्थ्यांच्या विविध शैक्षणिक गरजा पूर्ण करण्यासाठी अभ्यासक्रमातील साहित्य आणि संसाधने जुळवून घेण्यात अडचणी येऊ शकतात. विविध स्तरावर अभ्यासक्रमाची अंमलबजावणी करतांना शिक्षकांना वर्ग व्यवस्थापन करणे, विद्यार्थ्यांच्या वर्तन समस्यांचे निराकरण करणे आणि सकारात्मक शिक्षण वातावरण निर्माण करण्यासाठी समस्या येतात. याबरोबरच वेळेची मर्यादा, शिक्षणेतर कामाचा बोजा, प्रशासकीय दबाव आणि मागण्या यामुळे शैक्षणिक विकास आणि गंभीर विचार कौशल्यांना प्रोत्साहन देणाऱ्या नाविन्यपूर्ण आणि प्रभावी शिक्षण पद्धतींचा उपयोग करण्यात शिक्षकांना मर्यादा येण्याची शक्यता असते. शैक्षणिक नियोजन आणि अंमलबजावणीतील गुंतागुंत आणि समस्या हाताळण्यासाठी राष्ट्रीय, राज्य, शाळा या विविध स्तरांवर अभ्यासक्रम समजून घेणे आवश्यक आहे. अभ्यासक्रमाच्या चौकटीचा प्रत्येक स्तर विद्यार्थ्यांच्या शैक्षणिक अनुभवांना आकार देण्यासाठी एक वेगळी भूमिका बजावत असताना, विविध समस्या उद्भवू शकतात ज्यांचा काळजीपूर्वक विचार आणि निराकरण आवश्यक आहे. या आव्हानांचा विचार करून आणि अभ्यासक्रमाच्या चौकटीच्या विविध स्तरांवर सहकार्याने कार्य करून, शिक्षक, धोरणकर्ते आणि भागधारक हे सुनिश्चित करू शकतात की सर्व विद्यार्थ्यांना उच्च-गुणवत्तेचे शिक्षण मिळेल जे त्यांना शैक्षणिक आणि व्यावसायिक विकास करण्याबरोबरच जीवनात यश मिळवण्यासाठी सहाय्यभूत ठरेल.

१.६ - अभ्यासक्रम विकसनाची तंत्रे आणि तत्वे

शिक्षणाच्या ध्येयांची पूर्तता करण्यासाठी अभ्यासक्रमाची आवश्यकता असते. शाळेत मिळणारे समग्र अनुभव अभ्यासक्रमाचा मिळतात. अभ्यासक्रमामुळे विद्यार्थ्यांचा पर्यायाने समाजाचा सर्वांगीण विकास होतो. विद्यार्थ्यांच्या वर्तनात दृष्ट माध्यमातूनच बदल करण्याचे

एक साधन म्हणून आज अभ्यासक्रमाकडे पाहिले जाते. अभ्यासक्रम म्हणजे शैक्षणिक अनुभव देण्याची एक नियोजन बद्ध केलेली प्रक्रियाच असते. शिक्षणक्षेत्रातील सर्वच घटकांना विशेषतः शिक्षक, विद्यार्थी व पालक यांना आपल्या भूमिकांची, कर्तव्यांची जबाबदारीची स्पष्ट जाणीव अभ्यासक्रमामुळे होते. त्यामुळे ते आपली भूमिका योग्य तऱ्हेने पार पाडू शकतात. अभ्यासक्रम सर्वांसाठी समान असल्यामुळे शिक्षणात समानतेचे तत्त्व अंगिकारले जाते. अभ्यासक्रमाची रचना विशिष्ट स्तरासाठी केली गेल्याने शिक्षणाच्या प्रत्येक स्तरावरील विकास हा नियोजन बद्ध, उद्दिष्टानुरूप व विद्यार्थी विकासास अनुरूप होतो. त्यामुळे केवळ विद्यार्थ्यांचीच नव्हे तर राष्ट्राची प्रगती होण्यास हातभार लागतो. राष्ट्राची एकात्मता अबाधित राखण्यासाठी अभ्यासक्रमाची मदत होते. अभ्यासक्रमाचा दैनंदिन जीवनाशी व्यवहाराशी संबंध जोडला गेल्यामुळे समृद्ध जीवन जगण्यासाठी प्रत्येकाला शिक्षणाचे महत्त्व लक्षात येते. त्यांचे चारित्र्य संवर्धन होते. अभ्यासक्रमातील लवचीकता देशाला साक्षर, सुसंस्कृत बनविण्यास लाभदायी ठरते. या व अशा अनेक कारणांमुळे अभ्यासक्रम विकसन ही प्रक्रिया केवळ क्रिया न राहाता राष्ट्रउभारणीचे व व्यक्तिमत्त्वाच्या जडणघडणीचे साधन बनते. त्यामुळे अभ्यासक्रम विकसन करीत असताना ही प्रक्रिया नियोजनबद्ध करावी लागते.

अभ्यासक्रम विकसन तंत्रे

अभ्यासक्रम विकसन ही एक सृजनशील प्रक्रिया आहे. अभ्यासक्रम विकसन करीत असताना अनेक तत्त्वांचा अंगिकार करावा लागतो. त्या तत्त्वांचे उल्लघन होणार नाही, किंवा एका तत्त्वाने दुसऱ्या तत्त्वाला बाधा येणार नाही अशा पद्धतीने या तत्त्वांचे उपयोजन कळत नकळत अभ्यासक्रमात करावे लागते. अभ्यासक्रमाचे विविध घटक आहेत. जसे उद्दिष्टे, पाठ्यक्रम, अध्ययन अनुभूती व मूल्यमापन यातील प्रत्येक घटकाचे अभ्यासक्रमात स्वतंत्र व महत्त्वाचे स्थान आहे. यातील प्रत्येक घटकाचा सबंध दुसऱ्या घटकाशी आहे. अभ्यासक्रम निर्मिती प्रक्रियेत यातील प्रत्येक घटकात असणाऱ्या अनेकविध उपघटकांचा समन्वय अन्य घटकातील उपघटकांशी साधावा लागतो. उदा. विद्यार्थ्यांच्या क्रियात्मक विकासाचे उद्दिष्ट समोर ठेवले तर त्यासाठी आशयाची रचना एखादी कृती करण्यासाठीच असावी लागते.

अध्ययन अनुभव हे प्रात्यक्षिक कार्याच्या स्वरूपातच असावे लागतात. मूल्यमापन तंत्रेही अनुरूपच निवडावी लागतात. यातील एक दुवा जरी चुकला तर संपूर्ण प्रक्रिया चुकीची ठरते. अशा असंख्य अध्ययन घटक व अध्ययन अनुभवाची जुळणी प्रत्येक स्तरावरील, प्रत्येक विषयाच्या प्रत्येक इयत्तेसाठी करावी लागते. अभ्यासक्रम विकसनप्रक्रियेसंदर्भात तज्ज्ञांनी विशिष्ट पायऱ्या निश्चित केल्या आहेत. त्या पायऱ्यांचा क्रमही त्याच पद्धतीने राखावा लागतो. त्या क्रमांमध्ये बदल करून चालत नाही. तसेच प्रत्येक पायरीवरील कृतीच कार्यवाही ही योग्य रितीने होणे आवश्यक असते. म्हणूनच अभ्यासक्रम विकसन ही एक सृजनशील प्रक्रिया आहे असे म्हटले जाते.

अभ्यासक्रम विकसनाची तत्त्वे

१. सृजनशीलतेचे तत्व - अभ्यासक्रम विद्यार्थ्यांच्या सृजनशीलतेला वाव देणारा असावा. मिळालेल्या ज्ञानातून विद्यार्थ्यांनी नवनिर्मिती करणे, नवीन ज्ञान संपादन करणे ही सृजनशीलतेची लक्षणे आहेत. यासाठी विद्यार्थ्यांना प्रेरणा देणारा अभ्यासक्रम असावा.

२. संस्कृती-परंपरा यांच्या संवर्धन व संरक्षणाचे तत्व - भारतीय संस्कृती ही विध्यसंस्कृती आहे. अभ्यासक्रमाद्वारे या संस्कृतीचे संवर्धन व संरक्षण होईल अशा प्रकारे अभ्यासक्रमाचे विकसन झाले पाहिजे. अभ्यासक्रमात भारतीय परंपरा, चालीरिती, रूढी यांचा सकारात्मक दृष्टिकोनातून समावेश होणे आवश्यक आहे त्यामुळे चांगल्या परंपरांचे जतन तर होतेच त्याचप्रमाणे या परंपरा पुढच्या पिढीला संक्रमित होतात.

३. जीवनाभिमुखतेचे तत्त्व - अभ्यासक्रम जीवनाभिमुख असावा. त्या अभ्यासक्रमाद्वारे विद्यार्थ्याला जीवन जगण्याची कला शिकता आली पाहिजे. व्यवहार रसिकता, सहकार्य आणि शास्त्र यांचा संगम जीवन जगताना करावा लागतो. ते करण्याची क्षमता अभ्यासक्रमाद्वारे विद्यार्थ्यांमध्ये निर्माण झाली पाहिजे. जीवनात येणाऱ्या कोणत्याही समस्येला तोंड देऊन त्यातून मार्ग काढण्याची हिम्मत क्षमता विद्यार्थ्यांमध्ये निर्माण करणारा अभ्यासक्रम असावा.

४. परिपक्वतेचे तत्त्व - विद्यार्थ्यांची परिपक्वता ही त्यांच्या बौद्धिक विकासावर अवलंबून असते. बौद्धिक विकासाचा व विद्यार्थ्यांच्या वयोगटाचा परस्पर संबंध असतो.

स्तरानुसार अभ्यासक्रम विकसन करीत असताना त्यांचा वयोगट, बौद्धिक विकासाचा टप्पा यावरून अभ्यासक्रम विकसन केले जावे.

५. निष्ठेचे तत्त्व - आपले राष्ट्र, आपली संस्कृति, आपला प्रांत, समाज, कुटुंब याबाबत निष्ठा बाळगणे हे प्रत्येक नागरिकाचे कर्तव्य आहे. अभ्यासक्रमाद्वारे ही निष्ठा रूजविण्याचे कार्य अभ्यासक्रमाद्वारे केले जावे. त्यातून पाठ्यक्रमातील आशय, अभ्यासेतर कार्यक्रम, क्षेत्रीय भेटी याद्वारे मूल्यांची रूजवणूक करावी.

६. व्यक्तिगत भिन्नतेचे तत्त्व - शिक्षणप्रक्रियेत व्यक्तिभिन्नतेचा विचार करावाच लागतो. प्रत्येक विद्यार्थ्यांचे व्यक्तिमत्त्व भिन्न असते. आवड-निवड, क्षमता, विचार, स्वभाव, वृत्ती यात भिन्नता असते. या भिन्नतेचा विचार करून अभ्यासक्रमाची रचना करावी. काही विद्यार्थ्यांना चिंतनात्मक विषय आवडतात, तर काहींना क्रीडात्मक काही जण गणितीय किंवा तांत्रिक बाबीत रस घेतात तर काही साहित्यात या सर्वांना सामावून घेणारा, त्यांच्या आवडींना व क्षमतेला वाव देणारा अभ्यासक्रम विकसित करणे आवश्यक ठरते.

७. रिकाम्या वेळेच्या सद्उपयोगाचे तत्त्व - अभ्यासक्रमाद्वारा विद्यार्थ्यांना त्यांच्या रिकाम्या वेळेत अभ्यासाव्यतिरिक्त काही छंद, समाजसेवा यासारखे उपक्रम जोपासण्यासाठी प्रेरित केले जावे. जेणेकरून त्याच्या व्यक्तिमत्त्वाची जडणघडण सुसंघटित होण्यास मदत मिळेल. त्यांच्यातील सृजनशीलतेला वाव मिळेल असा अभ्यासक्रम असावा.

८. सर्वांगीण विकासाचे तत्त्व - विद्यार्थ्यांचा सर्वांगीण विकास हे शिक्षणाचे अंतिम ध्येय आहे. सर्वांगीण विकास या संकल्पनेत बौद्धिक, शारीरिक, मानसिक, नैतिक, सामाजिक, अध्यात्मिक अशा सर्व प्रकारच्या विकासाचा समावेश होतो. अभ्यासक्रमात कोणत्याही माध्यमातून या सर्व क्षमतांचा विकास होण्यासाठी आशय, कृती यांचा समावेश असायला हवा.

९. उपयुक्ततेचे तत्त्व - अभ्यासक्रम हा व्यक्ती, कुटुंब, समाज व संपूर्ण मानवजात यांच्या विकासाला पूरक व पोषक असायला हवा. तसेच तो चरितार्थ चालविण्यासाठीही उपयुक्त ठरला पाहिजे. विद्यार्थ्यांनी घेतलेल्या शिक्षणाचा उपयोग त्यांच्या जीवनात प्रत्यक्ष कृती, व्यवहार, व्यवसाय करण्यासाठी उपयोगी असला पाहिजे. त्यानुसार त्यांना व्यवहारात

अपेक्षित अर्थार्जनही करता आले पाहिजे. त्यादृष्टीने कालानुरूप, योग्य व विद्यार्थ्यांच्या वयोमानाचा विचार करून व्यावसायिक शिक्षण अभ्यासक्रमात समाविष्ट केले पाहिजे.

१०. जिज्ञासा जागृतीचे तत्त्व – जिज्ञासा ही व्यक्तीची सहज प्रवृत्ती आहे. या सहज प्रवृत्तीमुळेच विद्यार्थी नवीन ज्ञानप्राप्तीकड खेचला जातो. अभ्यासक्रमाद्वारा विविध विषय व क्षेत्रातील ज्ञानप्राप्तीची जिज्ञासा विद्यार्थ्यांच्या मनात निर्माण केली पाहिजे. तसेच त्या जिज्ञासापूर्तीसाठी योग्य ते घटक कृती अभ्यासक्रम विकसन करीत असताना समाविष्ट केले पाहिजेत.

११. जीवनाशी जोडण्याचे तत्त्व – अभ्यासक्रमात जीवनाचे प्रतिबिंब उमटले पाहिजे. जीवनात घडणाऱ्या विविध घटना, प्रसंग समस्या यांचा अभ्यासक्रमात समवाय निर्माण झाला पाहिजे. अभ्यासक्रमाचा परिणाम जसा जीवनावर होत असतो. तसा जीवनातील घडामोडींचा परिणाम अभ्यासक्रम रचनेवर होतो. म्हणूनच अभ्यासक्रम व जीवन या दोन्ही घटकांचा मेळ असणे व एकमेकांशी जोडणे आवश्यक असते.

१२. समन्वयाचे तत्त्व – विभिन्न स्तरांचा विचार करून अभ्यासक्रम विकसन केले जाते. अभ्यासक्रमात विविध विषय समाविष्ट असतात. त्या विषयातील आशय निश्चित करताना आधीच्या स्तरावर कोणता आशय समाविष्ट केला आहे. पुढील स्तरावर कोणता आशय समाविष्ट करावा, त्याची खोली किती असावी हा समन्वय स्तरनिहाय अभ्यासक्रम तयार करतांना साधला गेला पाहिजे.

१३. अद्ययावत ज्ञानाचे तत्त्व – ज्ञानाचा प्रसार वेगाने होत आहे. रोज नवनवीन संशोधने तंत्रविज्ञान यामुळे ज्ञानभांडारात भर पडत चालली आहे. अशा अद्ययावत ज्ञानाचे प्रतिबिंब अभ्यासक्रमात दिसले पाहिजे. भविष्यात येणाऱ्या माहितीचा वेध घेण्याची क्षमता विद्यार्थ्यांमध्ये निर्माण करणारा अभ्यासक्रम तयार केला पाहिजे.

१४. क्रियाशीलतेचे तत्त्व – अभ्यासक्रमात केवळ पुस्तकी ज्ञानालाच वाव नसावा तर कृतीलाही वाव असावा त्यासाठी तात्विक माहितीबरोबर प्रत्येक विषयात प्रात्यक्षिक कार्याची जोड द्यावी. त्यामुळे अमूर्त संकल्पांचे मूर्त स्वरूप पाहावयास मिळते. भूगोलासारख्या विषयाच्या अभ्यासक्रमात सृष्टीचे प्रत्यक्ष दर्शन होते. विज्ञानासारख्या

विषयाद्वारे वैज्ञानिक तत्त्वांची पडताळा प्रत्यक्ष करण्याची संधी मिळते. विद्यार्थ्यांना केवळ लेखन, वाचन, पठन, मनन या व्यतिरिक्त कृती करण्याची संधी मिळते. ज्यामुळे अध्यापनातील कंटाळवाणेपणा दूर होऊन क्रियाशीलता येते. म्हणून अभ्यासक्रमात क्रियाशीलतेचे तत्त्व अंगिकारणे आवश्यक आहे.

१५. विविधतेचे तत्त्व - आज ज्ञानाच्या अनेक शाखा उदयास आल्याने ज्ञानात नवनवीन विषयांची भर पडते आहे. अध्ययन करणाऱ्या विद्यार्थीप्रमाणे विषयांची वृत्तींची विविधताही अभ्यासक्रमात असणे आवश्यक आहे. समाजाच्या बदलत्या गरजांप्रमाणे अभ्यासक्रमात नावीन्य आणले पाहिजे. जागतिक स्पर्धेत खरा उतरणारा अनेकांगी अभ्यासक्रम तयार करणे काळाची गरज आहे.

१६. विद्यार्थी केंद्रित अभ्यासक्रम - विद्यार्थ्याला केंद्रबिंदू मानून अभ्यासक्रमाची रचना करावी. विद्यार्थ्यांचे वय, त्याची आवड, कल, क्षमता यांचा विचार केला जावा. विद्यार्थी विकासाच्या विभिन्न अवस्था असतात. त्या अवस्थांनुसार त्याच्या आकलन शक्तीत फरक पडतो. त्याला पोषक अशा आशयाचा अभ्यासक्रमात समावेश असावा.

17. ज्ञान साधनांच्या उपयोगाचे तत्त्व - विज्ञानाच्या प्रगतीमुळे आज अनेक ज्ञानसाधने उपलब्ध झाली आहेत. आजची शिक्षणप्रक्रिया केवळ छापील साहित्यावर अवलंबून राहू शकत नाही. मोबाईल, संगणक या माध्यमांबरोबर दूरदर्शिका, रेफ्रिजरेटर, तापमापक, वेग, वजन या संदर्भातील मापन करण्याची साधने, प्रयोगशालेय उपकरणे आज उपलब्ध झाली आहेत. या साधनांचा उपयोग करता येईल अशा प्रकारचा अभ्यासक्रम असावा.

१८. उद्दिष्टानुवर्ती - अभ्यासक्रम तयार करताना सुरुवातीला उद्दिष्टे निश्चित केली जातात. ती उद्दिष्टे पूर्ण करण्याची क्षमता असभ्यासक्रमात असणे आवश्यक असते. डॉ. बेंजामिन ब्लूम यांनी उद्दिष्टांचे वर्गीकरण करून ज्ञानात्मक, भावात्मक व क्रियात्मक विकास हे तीन घटक स्पष्ट केले आहेत. त्यात ज्ञान, आकलन, उपयोजन, संश्लेषण, विश्लेषण, मूल्यमापन कौशल्य, अभिवी, अभिव्यक्ती या सारख्या उदियांचा समावेश आहे. उदिये पूर्ण करण्यासाठी पूरक असे घटक अभ्यासक्रमात समाविष्ट केले पाहिजेत.

१९. कालमर्यादिने तत्त्व - ज्ञानाच्या प्रचंड विस्तारामुळे अभ्यासक्रमात अनेक विषय,

अनेक घटक समाविष्ट केले जावेत याचा आग्रह समाजाकडून, शिक्षणतज्ज्ञांकडून केला जातो. प्रत्येक विषयतज्ज्ञांना आपलाच विषय सर्वांत महत्त्वाचा वाटतो. त्यामुळे त्यातील सर्व घटक अभ्यासक्रमात असावेत याबाबत ते आग्रही असतात. परंतु औपचारिक शिक्षण प्रक्रियेत कालमर्यादेचे भान विसरून चालणार नाही. प्रत्येक इयत्तेतील, प्रत्येक विषयाला असलेल्या तासिकांच्या वेळेचा विचार करूनच अभ्यासक्रमात अध्ययन घटक, तसेच अभ्यासेतर उपक्रमांचा समावेश करावा.

20. परिसराशी एकात्मता साधणारा - विद्यार्थी ज्या परिसरात शिक्षण घेत आहे त्या परिसराशी म्हणजेच तेथील सामाजिक चालीरीती, व्यवसाय, हवामान, कृषी यांच्याशी समन्वय साधणारा अभ्यासक्रम हवा. अभ्यासक्रमाच्या लवचीकतेतून भिन्न परिसर, भिन्न भौगोलिक परिस्थितीतून त्याला हवे ते ज्ञान मिळण्याची सोय असावी.

१.७ - अभ्यासक्रम विकासाचे प्रकार आणि दृष्टीकोन

अभ्यासक्रम विकास ही एक बहुआयामी प्रक्रिया आहे ज्यामध्ये विद्यार्थ्यांच्या विविध गरजा आणि आवडी पूर्ण करण्यासाठी शैक्षणिक कार्यक्रमांची रचना, अंमलबजावणी आणि मूल्यमापन यांचा समावेश होतो. अभ्यासक्रमाच्या विकासासाठी विविध प्रकार आणि दृष्टिकोन कालानुरूप उदयास आले आहेत. अभ्यासक्रम विकासात भिन्न शैक्षणिक तत्त्वज्ञान, शिक्षण सिद्धांत आणि अध्ययन-अध्यापन प्रक्रिया आणि निर्देशांचे योगदान असते. या सर्वसमावेशक स्पष्टीकरणामध्ये अभ्यासक्रमाच्या विकासासाठी पाच प्रमुख प्रकार आणि दृष्टिकोन मानले जातात. विषय केंद्रित दृष्टीकोन, उपक्रम केंद्रित दृष्टिकोन, मूलोद्योग केंद्रित दृष्टिकोन, अनुभव केंद्रित दृष्टिकोन आणि जीवनद केंद्रित दृष्टीकोन. अभ्यासक्रमाच्या विकासासाठी विषयाभिमुख दृष्टिकोनामध्ये, गणित, भाषा कला, विज्ञान आणि सामाजिक अभ्यास यासारख्या शैक्षणिक शाखा किंवा विषय क्षेत्रांभोवती अभ्यासक्रमाची रचना केली जाते. विषय-केंद्रित दृष्टिकोनाचे प्राथमिक उद्दिष्ट प्रत्येक विषयाच्या क्षेत्रामध्ये आवश्यक ज्ञान आणि कौशल्ये प्रसारित करणे आहे. विषयाभिमुख दृष्टीकोन अभ्यासक्रमाच्या विकासासाठी एक महत्त्वपूर्ण आणि पद्धतशीर फ्रेमवर्क प्रदान करत असताना, ते विविध विषयांमधील ज्ञानाच्या परस्परसंबंधाकडे दुर्लक्ष करू शकते आणि विद्यार्थ्यांमधील गंभीर विचार,

सर्जनशीलता आणि आंतरविद्याशाखीय आंतरसंबंधाला प्रोत्साहन देण्यात अयशस्वी होऊ शकते.

अभ्यासक्रमाच्या विकासासाठी वर्तणुकीचा दृष्टीकोन शिकण्याच्या वर्तनवादी सिद्धांतांमध्ये आहे , जे निरीक्षण करण्यायोग्य वर्तनांवर आणि वर्तनाला आकार देण्याच्या भूमिकेवर जोर देते. या दृष्टिकोनामध्ये, अभ्यासक्रमाची रचना काळजीपूर्वक संरचित निर्देशात्मक क्रियाकलाप आणि मजबुतीकरण धोरणांद्वारे विद्यार्थ्यांकडून विशिष्ट वर्तणुकीशी संबंधित परिणाम किंवा प्रतिसाद प्राप्त करण्यासाठी केली जाते. जटिल कौशल्ये आणि संकल्पना व्यवस्थापित करण्यायोग्य घटकांवर भर देऊन अभ्यासक्रमाची सामग्री सामान्यत: अनुक्रमिक आणि श्रेणीबद्ध पद्धतीने सादर केली जाते. अध्यापन पद्धतींमध्ये अनेकदा थेट सूचना, सराव आणि इच्छित वर्तन मजबूत करण्यासाठी आणि अनिष्ट बाबींना परावृत्त करण्यासाठी वर्तन सुधारण्याचे तंत्र समाविष्ट असते. मूल्यमापन पद्धती विद्यार्थ्यांचे पूर्वनिश्चित शिक्षण उद्दिष्टे आणि परिणामांवरील प्रभाव पाहण्यासाठी लक्ष केंद्रित करतात. वर्तनवादी सिद्धांताच्या बाबतीत समीक्षकांचा असा युक्तिवाद आहे की ते उच्च-श्रेणीतील विचार कौशल्ये, सर्जनशीलता आणि शिकण्याच्या प्रक्रियेतील आंतरिक प्रेरणा यांचे महत्त्व दुर्लक्षित करते. अभ्यासक्रम विकासाचा शिक्षण केंद्रित दृष्टिकोन विद्यार्थ्यांना शैक्षणिक अनुभवाच्या केंद्रस्थानी ठेवतो, त्यांच्या आवडी, गरजा आणि आकांक्षा यावर लक्ष केंद्रित करतो. या दृष्टिकोनामध्ये, अभ्यासक्रम लवचिक, प्रतिसाद देणारा आणि विद्यार्थी केंद्रित असण्यासाठी संरचित केला जातो, ज्यामुळे विविध शिक्षण शैली, आवडी आणि क्षमता यांचा समावेश होतो. अभ्यासक्रमाची सामग्री सहसा वास्तविक जगातील समस्यांभोवती आयोजित केली जाते, विद्यार्थ्यांना चौकशी, शोध आणि चिकित्सा याद्वारे अर्थ शोधण्याची संधी प्रदान करते.

शिक्षक शिक्षण प्रक्रियेमध्ये सक्रिय शिक्षण आणि विद्यार्थ्यांना अर्थपूर्ण आणि संबंधित शिक्षण अनुभवांमध्ये गुंतवून ठेवणारी प्रामाणिक कार्ये यावर भर देतात. मूल्यांकन पद्धती रचनात्मक अभिप्राय, स्वयं-मूल्यांकन यावर लक्ष केंद्रित करतात जे विद्यार्थ्यांची प्रगती आणि विकासाचे मुल्यांकन करतात. विद्यार्थ्यांची संलग्नता आणि प्रासंगिकता यांना प्राधान्य देऊन, शिक्षण केंद्रित दृष्टीकोन विद्यार्थ्यांना त्यांच्या स्वतःच्या शिकण्यात आणि विकासामध्ये

सक्रिय सहभागी म्हणून सक्षम बनवण्याचा प्रयत्न करतो. अभ्यासक्रमाच्या विकासासाठी रचनावादी दृष्टीकोन शिक्षणाच्या रचनावादी सिद्धांतांवर आधारित आहे, जे पर्यावरणाशी अर्थपूर्ण संवादाद्वारे ज्ञानाच्या सक्रिय विकासावर जोर देते. या दृष्टिकोनामध्ये, अभ्यासक्रमाची रचना चौकशी आधारित, अन्वेषणात्मक आणि हाताळणीसाठी केली गेली आहे, ज्यामुळे विद्यार्थ्यांना प्रत्यक्ष अनुभव आणि चिकित्सेद्वारे संकल्पना आणि घटनांबद्दल त्यांचे स्वतःचे आकलन तयार करता येते. अभ्यासक्रमाची सामग्री बऱ्याचदा आधुनिक शिक्षण प्रवाह किंवा मोठ्या कल्पना आणि अत्यावश्यक प्रश्नांभोवती आयोजित केली जाते जी सखोल शोध आणि चौकशीला प्रोत्साहित करतात. निर्देशात्मक पद्धती सहकारी शिक्षण धोरणांवर भर देतात जे विद्यार्थ्यांच्या सक्रिय सहभागाला समर्थन देतात. ह आभ्यासक्रम 21 व्या शतकातील यशासाठी आवश्यक असलेल्या गंभीर विचार, समस्या सोडवणे आणि आजीवन शिकण्याच्या कौशल्यांना प्रोत्साहन देण्याचा प्रयत्न करतो. विषयाभिमुख दृष्टीकोन संस्था आणि विषय-विशिष्ट सामग्री ज्ञान आणि कौशल्ये यांच्या वितरणावर जोर देते, तर वर्तणूक दृष्टीकोन संरचित सूचना आणि शिक्षण धोरणांद्वारे विशिष्ट वर्तनात्मक परिणामांना आकार देण्यावर लक्ष केंद्रित करते. शिक्षण केंद्रित दृष्टिकोन विद्यार्थ्यांना शैक्षणिक अनुभवाच्या केंद्रस्थानी ठेवतो, त्यांच्या आवडी, गरजा आणि आकांक्षा यांना प्राधान्य देतो, तर रचनावादी दृष्टीकोन चौकशी, शोध आणि चिकित्सा याद्वारे ज्ञानाच्या सक्रिय निर्माणावर भर देतो. हे विविध प्रकार आणि अभ्यासक्रम विकासाच्या दृष्टीकोनांना समजून घेऊन आणि एकत्रित करून, शिक्षक सर्व विद्यार्थ्यांसाठी आकर्षक, अर्थपूर्ण आणि संबंधित असलेले अध्ययन अनुभव तयार करू शकतात.

अभ्यासक्रम म्हणजे ठरविलेली उद्दिष्टे साध्य करण्याचे एक उत्तम साधन होय. अभ्यासक्रम जेवढा निर्दोष असेल, दर्जेदार असेल तेवढ्या अधिक प्रमाणात परिणामकारक ठरतो. अभ्यासक्रमाचे विकसन करतांना विद्यार्थ्यांची आकलनशक्ती, अभिरूची, मानसिक व बौद्धिक विकास, अभ्यासक्रमाचा चढता क्रम व कठिण पातळी इत्यादी बाबी विचारात घेतल्या जातात. या सर्वात मराठी विषयाच्या उद्दिष्टांना प्राधान्यक्रम दिला जातो. सर्वसाधारण उद्दिष्टांच्या प्राधान्यक्रमानुसार अभ्यासक्रमाचे प्रकार पडतात. हे प्रकार पुढीलप्रमाणे

अभ्यासक्रमाचे प्रकार

१) विषयकेंद्री अभ्यासक्रम - विषयकेंद्री अभ्यासक्रमामध्ये अध्यापक आणि विषयाचे पाठ्यपुस्तक या दोन घटकांना अतिशय महत्त्व दिलेले असते. तसा अभ्यासक्रमाचा हा प्रकार पारंपारिक दृष्टीकोनावर आधारीत आहे. शिक्षण म्हणजे फक्त ज्ञान प्राप्त करणे या पूर्वापार चालत आलेल्या कल्पनेवर अधिक भर दिलेला दिसून येतो. अध्यापक आणि अभ्यासक्रम यांच्या महत्त्वामुळे विद्यार्थी दुर्लक्षित होऊन त्यास दुय्यम स्थान दिले जाते. या प्रकारच्या अभ्यासक्रमामध्ये विद्यार्थ्यांच्या गरजा आवडी निवडीचा विचार न करता अभ्यासक्रमाची रचना केली जाते. बालमानसशास्त्राची विचार न करता अभ्यासक्रम तयार केल्यामुळे विद्यार्थ्यांच्या फक्त परीक्षार्थी बनतात. यात विद्यार्थी स्मरणशक्तीवर सर्वाधिक भर दिला जातो.

२) उपक्रमकेंद्री अभ्यासक्रम - उपक्रमकेंद्री अभ्यासक्रमामध्ये विद्यार्थ्यांच्या कृतींवर सर्वाधिक भर दिलेला असतो. प्रत्यक्ष कृती करा आणि त्यातून ज्ञान मिळवा हे तत्त्व या अभ्यासक्रमाच्या केंद्रस्थानी दिसून येते. यामध्ये प्रामुख्याने विशिष्ट प्रकारची कृती, उपक्रम, परिसर उपक्रम, शारीरिक उपक्रम, सर्जनशील उपक्रम, सामाजिक उपक्रम यांचा समावेश होतो.

शारीरिक उपक्रमांमध्ये सर्व प्रकारच्या खेळांचा, संगीत, शारीरिक कृती, आरोग्याशी संबंधित कृती यांचा समावेश होतो. परिसराशी निगडित उपक्रमांमध्ये निसर्ग सहली, विज्ञान प्रदर्शन, ऐतिहासिक व भौगोलिक ठिकाणांची सहल यांचा समावेश करता येतो. तर सर्जनशील उपक्रमांमध्ये चित्र, हस्त व्यवसाय, कला- गायन, समाजोपयोगी उपक्रमांचा समावेश होतो. सामाजिक उपक्रमात समाजोपयोगी उपक्रमांचा समावेश होत असतो. य सर्व प्रकारच्या उपक्रमांच्या माध्यमातून विद्यार्थ्यांना शिक्षण मिळत असते. विविध उपक्रम करण्यात विद्यार्थ्यांचा सर्वांगिण विकास होतो.

३) मूलउद्योग केंद्री अभ्यासक्रम - हा अभ्यासक्रम प्रामुख्याने मूलोद्योगी अभ्यासक्रम म्हणूनच ओळखला जातो. या प्रकारच्या अभ्यासक्रमांमध्ये धातूकाम, बागकाम, शेतीकाम, लाकूड काम यांसारख्या उद्योगांसोबत शालेय विषय विषय म्हणून मातृभाषा, अंकगणित, चित्रकला, विज्ञान, आरोग्यशास्त्र, शरीरशास्त्र यांसारख्या विषयांचा समावेश होत असतो. या

प्रकारच्या अभ्यासक्रमांमध्ये विद्यार्थ्यांना मुबलक स्वातंत्र्य असते.

४) अनुभवकेंद्री अभ्यासक्रम - अभ्यासक्रमाच्या या पद्धतीमध्ये विद्यार्थी केंद्रीभूत असून महत्त्वाचा मानला जातो. विद्यार्थ्यांच्या गरजा व अभिरूची यांचा देखील विचार केला जातो. विद्यार्थी हा घटक महत्त्वाचा मानल्यामुळे अनुभवकेंद्री अभ्यासक्रमामुळे अध्ययन प्रक्रियेत सुधारणा होते. त्यात विद्यार्थी व त्याची परिस्थिती, गरजा, कुवत, अभिरूची या सर्व बाबींचा विचार केला जातो. कारण प्रत्यक्ष अनुभवांवर सर्वाधिक भर दिला जातो. म्हणूनच या प्रकारच्या अभ्यासक्रमांचे महत्त्व दिवसेंदिवस वाढतांना दिसते.

५) जीवनकेंद्री अभ्यासक्रम - जीवनकेंद्री अभ्यासक्रमांमध्ये विद्यार्थी हा केंद्रस्थानी असतो. त्याला अनुसरून अभ्यासक्रमाची रचना केली जाते. या अभ्यासक्रमामध्ये प्रामुख्याने विषयकेंद्री, उपक्रमकेंद्री, अनुभवकेंद्री, उद्योगकेंद्री या सर्व प्रकारच्या अभ्यासक्रमातील चांगल्या बाबींचा समावेश होतो. विद्यार्थ्यांचे जीवन केंद्रभागी ठेवून अभ्यासक्रमात लवचिकता व त्याच्या सर्जनशीलतेला वाव मिळेल याची खास व्यवस्था केलेली असते. त्यामुळे विद्यार्थ्यां कल्पना, विचार यांचा मुक्ताविष्कार करू शकतात. अन्य प्रकारच्या अभ्यासक्रमात आढळून येणाऱ्या त्रुटी मात्र या प्रकारच्या अभ्यासक्रमात निदर्शनास येत नाहीत हे महत्त्वाचे वैशिष्टे या पद्धतीचे सांगता येते.

१.८ - अभ्यासक्रम विकासात शिक्षकाची भूमिका

अभ्यासक्रम अंमलबजावणीत शिक्षकांचे योगदान फार महत्त्वाचे असते. अभ्यासक्रम आणि विद्यार्थी यांना जोडण्याचे कार्य शिक्षकांना पार पाडावे लागते. त्यामुळे शिक्षकांची भूमिका फार महत्त्वाची असते. शिक्षक विविध स्तरावर अभ्यासक्रमाची अंमलबजावणी करतात. तेव्हा व्यावसायिक विकास हा अभ्यासक्रमाच्या अंमलबजावणीस मदत करणारा महत्त्वाचा घटक आहे. त्यामुळे शिक्षकांना तंत्रज्ञ म्हणून समजले जाते. शिक्षकांचा व्यावसायिक विकास झालेला असेल तर विद्यार्थ्यांना नेमका अभ्यासक्रमाचा परिचय कसा करून देता येईल याचाही विचार करता येतो. तेव्हा संबंधित अभ्यासक्रम पालक, शिक्षक, प्रशासन, विद्यार्थी यावर कसा परिणाम होतो याचाही अंदाज त्यामुळे शिक्षकांना घेता येतो.

अभ्यासक्रमाची अंमलबजावणी करताना शिक्षकांची क्षमता महत्त्वाची असते ही क्षमता

म्हणजे शिकवण्याच्या बाबतीत असणारा आत्मविश्वास, व्यवसायिक ज्ञान, व्यावसायिक वृत्ती, नवीन अभ्यासक्रमासंबंधी असणारे ज्ञान. शिक्षकांना असणे गरजेचे आहे. तरच अभ्यासक्रमाची योग्यप्रकारे अंमलबजावणी होऊ शकते.

अभ्यासक्रमाची अंमलबजावणी ही शिक्षक कशारीतीने करतात हे शिकवण्याची गुणवत्ता, उपयोगात येणारे साहित्य आणि मूल्यमापन यावर अवलंबून असते. त्यामुळे याविषयी शिक्षकाने जागरूक असणे गरजेचे आहे.

अभ्यासक्रमाच्या अंमलबजावणीत देखरेख, मूल्यांकन, नवीन आव्हाने, प्रतिसाद, प्रत्याभरण हे महत्त्वाचे घटक आहेत. अभ्यासक्रमाचे विश्लेषण केल्यामुळे अभ्यासक्रमातील बारकावे समजतात. त्याद्वारे शिकविताना कोणते बदल करणे आवश्यक आहेत याचा परिचय होण्यास मदत होते.

शिक्षक अभ्यासक्रमाच्या अंमलबजावणीत आपली भूमिका किती प्रभावीपणे निभावतात यावर अभ्यासक्रम परिणामकारक अवलंबून असते. त्यासाठी शिक्षकांना वारंवार नवीन माहितीचा उपयोग करणे आवश्यक ठरते. विविध कार्यशाळा, सेमिनार, प्रशिक्षण यांच्याद्वारे आपले ज्ञान अद्ायावत ठेवणे आवश्यक असते.

अभ्यासक्रमाच्या अंमलबजावणीतील एक महत्त्वाचा भाग म्हणजे शिक्षकांनी अध्यापनाचे मुख्य लक्ष समजून घेणे होय. त्यासाठी पूर्वतयारी महत्त्वाची असते. दिलेला अभ्यासक्रम शिकविण्यासाठी कोणती कौशल्ये आवश्यक आहेत. याचा विचार शिक्षकांनी केला पाहिजे. शिक्षणाच्या स्तरानुसार निम्न आणि उच्च कौशल्यांचे संपादन शिक्षकांनी करणे आवश्यक आहे.

शिक्षकांना एखाद्या स्तरावरील अभ्यासक्रम शिकविताना प्राथमिक मूल्यमापकामी भूमिका पार पाडावी लागते. कारण शिक्षक हा प्रत्यक्ष वर्गातील विद्यार्थ्यांचे निरीक्षण शिकविताना करतो. म्हणून अभ्यासक्रमातील विविध घटकांविषयी विद्यार्थ्यांना ज्ञान प्राप्त होते किंवा नाही याचा प्राथमिक अंदाज शिक्षकांनी घेतला पाहिजे.

अभ्यासक्रम अंमलबजावणीत शिक्षकांचा अध्यापनविषयक दृष्टिकोन महत्त्वाचा मानला जातो. शिक्षकांनी शिकविताना कोणताही पूर्वग्रह ठेवू नये. त्यानुसार आपले अध्यापन

केल्यास विद्यार्थ्यांना योग्य ती माहिती देता येईल. त्यासाठी अभ्यासक्रमाबाबत शिक्षकांनी सकारात्मक असावे.

वर्गातील विद्यार्थी शिक्षकांचे वर्तन अभ्यासतात. त्यामुळे शिक्षकांनी रोलमॉडेल असणे आवश्यक आहे. मुले शिक्षकांच्या वागणुकीचे अनुकरण करतात, अनुकरणाद्वारे शिकतात. त्यामुळे अनुकरण हे विविध घटकांचे आकलन करण्यास मदत करते.

शिक्षकांनी कार्य विश्लेषण करणे महत्त्वाचे असते. कार्य विश्लेषण केल्याने कमतरता व जमेच्या बाजू समजतात. संबंधित अभ्यासक्रम विद्यार्थ्यांना शिकताना कोणत्या समस्यांचा सामना करावा लागतो. त्या कशामुळे निर्माण होतात? याचा अंदाज शिक्षकांनी घेतल्यास कार्यमान सुधारते.

शिक्षकांनी अंमलबजावणी करताना समस्यांचे विश्लेषण करण्यासाठी माहिती जमा करण्याची भूमिका त्यांना पार पाडावी लागते. ही माहिती विविध स्रोत, साधने यांचा वापर करून मिळवता येते. त्यामुळे शिक्षक, शाळा, पालक, समाज, विद्यार्थी इत्यादींची मते महत्त्वाची ठरतात.

शिक्षकांनी अभ्यासक्रमाबाबत विविध क्षेत्रातील तज्ज्ञ, समवयस्क, शिक्षक, अनुभवी शिक्षक, पालक, समाज, विद्यार्थी यांच्याशी चर्चा करून अभ्यासक्रमातील विविध घटकांविषयी असणाऱ्या समस्या सोडविल्या पाहिजे. त्यामुळे आंतरक्रिया निर्माण होण्यास मदत होते. या आंतरक्रिया अभ्यासक्रमात अंमलबजावणी करण्याच्या दृष्टीने महत्त्वाच्या असतात.

शिक्षकांना अभ्यासक्रमाची अंमलबजावणी करताना सामान्यकरण करण्याची भूमिका पार पाडावी लागते. कारण विशिष्ट स्तरावरील अभ्यासक्रम पूर्ण करताना अनेक विषय शिकवावे लागतात. तेव्हा एका विषयाचा संबंध दुसऱ्या विषयाशी असतो. अशा आशयाचे सामान्यीकरण शिक्षकांना करण्याचे कार्य करावे लागते.

अभ्यासक्रमाची अंमलबजावणी करताना शिक्षकांचे अध्ययन महत्त्वाचे ठरते. तेव्हा शिक्षकांनी सातत्याने शिक्षणातील नवीन संकल्पना जाणून घेणे महत्त्वाचे आहे. त्यासाठी उपलब्ध साधनांचा पुरेपूर वापर शिक्षकांना करावा लागतो. या विवेचनातून अभ्यासक्रमाची

अंमलबजावणी करताना शिक्षकांच्या पुढील भूमिका महत्त्वपूर्ण ठरतात असे म्हणता येईल.

१. शिक्षकांचे सहभागीत्व - अभ्यासक्रमाच्या अंमलबजावणीत शिक्षकांचे शारीरिक व मानसिक सहभागीत्व महत्त्वाचे असते. कारण अभ्यासक्रम हा परिवर्तनशील असतो. तेव्हा अभ्यासक्रमाचा अंगीकार करणे महत्त्वाचे आहे. त्यासाठी शिक्षकांना शारीरिक व मानसिक तयारी करणे महत्त्वाचे आहे.

२. समुपदेशक व मार्गदर्शक - शिक्षकाला अभ्यासक्रमात मार्गदर्शक व समुपदेशकाची भूमिका पार पाडावी लागते. कारण शिकविण्याची प्रक्रिया ही अनुभवी व्यक्तींकडून कमी अनुभव असणाऱ्या व्यक्तींही केली जाते. तेव्हा अभ्यासक्रमात विद्यार्थ्यांना येणाऱ्या समस्या, अडचणी याविषयी मार्गदर्शन करावे लागते. तसेच वारंवार समुपदेशनाचे कार्यही शिक्षकांना करावे लागते.

३. जबाबदार सदस्य - शिक्षक हा अभ्यासक्रमातील महत्त्वाचा व जबाबदार सदस्य असतो. त्याची जबाबदारी इतरांपेक्षा जास्त असते. कारण त्याला विद्यार्थ्यांना येणाऱ्या समस्यांचे निराकरण करावे लागते. शिक्षकांना जबाबदारीपासून अलिप्त होता येत नाही. विद्यार्थ्यांच्या अध्ययनाला शिक्षक पूर्णपणे जबाबदार असतो.

४. तंत्रज्ञ - शिक्षक हा प्रत्यक्ष तंत्रज्ञ म्हणून कार्य करतो. विविध अध्यापन सुत्रे, पद्धती, तंत्रे यांचा वापर केव्हा व कसा करावा याची त्याला जाण असते. परिणामतः वर्गातील विद्यार्थ्यांना विशिष्ट आशय चांगल्या रीतीने समजतो. उपलब्ध असणाऱ्या विविध साहित्याचा वापर कसा करावा याचे ज्ञान तंत्रज्ञ या नात्याने शिक्षकाला असते. त्यानुसार त्याला आपली भूमिका पार पाडावी लागते.

५. शिस्तप्रियता - शिक्षकाला अभ्यासक्रम अंमलबजावणी करताना एक शिस्तीचा परिपाठ घालणे आवश्यक असते. कारण शिक्षकांना शिस्त नसेल तर वेळेवर शिकविणे, मूल्यमापन करणे ही कार्य वेळेत पूर्ण होणार नाही त्याचा परिणाम विद्यार्थ्यांच्या अध्ययनावर होईल.

६. ज्ञानात सातत्य - शिक्षकाने सातत्याने ज्ञानाची उपासना केली पाहिजे. अद्ययावत असले पाहिजे. अभ्यासक्रमातील विविध संकल्पना, बदल याविषयी त्याला अधिक माहिती

मिळवावी लागते.

७. **उच्च माध्यमिक आणि व्यक्तिगत पात्रता** - शिक्षकांकडे उच्च सामाजिक व व्यक्तिगत पात्रता असणे आवश्यक आहे. शिक्षक हा विद्यार्थ्यांचा दिशादर्शक असतो. ते विद्यार्थी समाजाचे प्रतिनिधित्व करतात. तेव्हा सामाजिक घटना, याविषयी त्याने जागरूक असणे आवश्यक आहे. त्याबरोबरच समाजात समरस होण्याची क्षमता त्याच्यामध्ये असणे प्रसंग आवश्यक आहे. तसेच व्यक्तिगत पात्रतादेखील महत्त्वाची आहे. तरच अभ्यासक्रमातील विविध आशयाला संमर्पक भूमिका त्याला पार पाडता येईल.

८. **विद्यार्थ्यांशी जवळीकता** - शिक्षक हा विद्यार्थ्यांचा मार्गदर्शक असतो जेव्हा शिक्षक आत्मियतेने अभ्यासक्रमाची अंमलबजावणी करतो तितके विद्यार्थी त्यात सहभागी होतील. अन्यथा अभ्यासक्रम हा फक्त पूर्ण केला जाईल. त्यातून कोणतीही भावनिक जवळीकता शिक्षक व विद्यार्थी यांच्यात निर्माण होणार नाही.

९. **तत्त्वज्ञ, मानसशास्त्रज्ञ मित्र** - शिक्षक हे विद्यार्थ्यांसाठी तत्वज्ञ असतात. कारण ते विद्यार्थ्यांना विविध घटकांची माहिती करून देतात, जे घटक विद्यार्थ्यांना अपरिचित असतात. त्याचबरोबर शिक्षकांना विद्यार्थ्यांच्या मनाचाही अभ्यास करावा लागतो. त्यावरून कोणत्या युक्त्या वापराव्या याचा बोध होतो. बऱ्याचदा त्यांना मित्रत्वाची भूमिकाही पार पाडावी लागते. विद्यार्थ्यांना अभ्यासक्रमाविषयी असणाऱ्या शंका, समस्या सोडविण्यासाठी एक मित्र म्हणून मार्गदर्शन करावे लागते.

१०. **मार्गदर्शक, दिशादर्शक** - विद्यार्थ्यांचे विश्व मर्यादित असते. त्यांच्या विश्वाला चालना देण्याचे कार्य शिक्षकांना पार पाडावे लागते. त्यातून व्यक्तिमत्त्वाला पैलू पाडण्याचे कार्य केले जाते. त्यामुळे विद्यार्थ्यांना भावी आयुष्याबाबत चालना मिळते. योग्य दिशा दाखविण्याचे कार्य अध्ययन-अध्यापनाच्या माध्यमातून शिक्षक पार पाडतात. त्यामुळे विद्यार्थ्यांना अध्ययनास पोषक वातावरण मिळते व शिकण्यास प्रेरणा मिळते.

समारोप

समाजशास्त्रीय अधिष्ठानामुळे अभ्यासक्रमातून संस्कृतीचे जतन व संक्रमण करण्याची संधी उपलब्ध होते. सामाजिक तत्त्वे, सांस्कृतिक मूल्ये, मानवी संबंध अशा घटकांचा समावेश

अभ्यासक्रमात होतो. मानवी समाज व समाज रचनेची जाणीव होते. तसेच मानसशास्त्रीय अधिष्ठानामुळे अध्ययन व अध्यापन प्रक्रिया, स्वरूप यास दिशा मिळते. अध्ययन अनुभव कोणत्या प्रकारचे व किती प्रमाणात दिले जावेत याची जाणीव मिळते. अध्ययन कर्त्याच्या ज्ञानाचे स्वरूप व त्याची अध्ययन प्रक्रिया योग्य दिशेने होण्यासाठीचे मार्गदर्शन प्राप्त होते.

सरावासाठी प्रश्न

1. अभ्यासक्रमाची संकल्पना स्पष्ट करा आणि त्याची वैशिष्ट्ये लिहा.

2. अभ्यासक्रमाची गरज व महत्व स्पष्ट करा.

3. अभ्यासक्रम व पाठ्यक्रम यांतील फरक स्पष्ट करा.

4. अभ्यासक्रम आराखड्याची गरज स्पष्ट करा.

5. अभ्यासक्रमाशी बिगडित वर्ग स्तरावरील समस्या स्पष्ट करा.

6. अभ्यासक्रम स्वनेचा मुख्य तत्वांचे वर्णन करा.

7. शिक्षणाची ध्येये आणि अभ्यासक्रमांची ध्येये यांचा संबंध काय? उदाहरणांसह स्पष्टीकरण करा.

8. अभ्यासक्रम संकल्पना स्पष्ट करून शिक्षणात अभ्यासक्रमाची गरज का आहे चर्चा करा.

9. अभ्यासक्रम विकसनाचे प्रकार सांगून प्रत्येकाचे थोडक्यात स्पष्टीकरण द्या.

10. अभ्यासक्रम आराखड्याचे शालेय अभ्यासक्रमातील महत्व विशद करा.

11. अभ्यासक्रम विकसनात शिक्षकाची भूमिका स्पष्ट करा.

12. छुपा अभ्यासक्रम (Hidden Curriculum) ही संकल्पना स्पष्ट करा.

13. सर्पिक अभ्यासक्रम (spiral Curriculum) ही संकल्पना स्पष्ट करा

14. शालय ज्ञान ही अभ्यासक्रमाची संकल्पना स्पष्ट करा.

15. हिल्डा टाबा मॉडेल स्पष्ट करा.

16. सायकर आणि अलेक्झांडर प्रतिमान अभ्यासन विकसन प्रक्रीयेमध्ये कशी भूमिका बजावते ते स्पष्ट करा.

17. निकोलस आणि निकोलस तांत्रिक आणि वैज्ञानिक अध्यासक्रम विकसना मध्ये कसा

उपयोग होतो स्पष्ट करा.

18. अतांत्रिक अवैज्ञानिक अभ्यासक्रम विकसन प्रतिमाने उदाहरणांसह स्पष्ट करा.

19. अभ्यासक्रमामध्ये संदर्भ पुस्तकाचे महत्व स्पष्ट करा.

20. अभासक्रम विकसनामध्ये छापील व इलेक्ट्रॉनिक साहित्यांचा कसा उपयोग कराल ते उदाहरणांसह स्पष्ट करा.

प्रकरण - २

ज्ञान आणि जाणून घेणे

विश्व हे ज्ञानाचे भांडार आहे. या विश्वातील निसर्गातील घटना ज्या नियमानुसार घडतात, त्या नियमांचे शोधन करणे याला मूलभूत ज्ञान असे आपण म्हणतो. तर त्या मूलभूत ज्ञानाचा मानवी जीवनासाठी वापर करणे याला उपयोजित ज्ञान असे आपण म्हणतो. त्या मूलभूत ज्ञानाचा मानवी जीवनासाठी वापर करणे याला उपयोजित ज्ञान असे म्हणतो. ज्ञान हे निरपेक्ष व तटस्थ वृत्तीचे असते. ज्ञानाच्या वाढीला व विकासाला सतत वाव आहे. हे विश्व म्हणजे ज्ञानाचे भांडार आहे. त्यामुळेच नवीन नवीन शोध लागताना दिसतात. ज्ञान, स्थळ, काळ, परिस्थिती, आणि व्यक्तिनिरपेक्ष तसेच सर्व व्यापक असते.

२.१ - ज्ञान : अर्थ व संकल्पना

भारतीय अध्यात्मवादानुसार ज्ञान म्हणजे 'अध्यात्मज्ञान', आत्मविद्या किंवा ब्रम्हज्ञान अशी मांडणी विविध धर्म ग्रंथात केलेली आपणास दिसून येते.

गीतेत ज्ञानाचे स्पष्टीकरण करताना भगवान श्रीकृष्णाने म्हटले आहे की,

अध्यात्मज्ञाननित्यत्वं तत्त्वज्ञानार्थदर्शनम् ।

एनज्ज्ञानमिती प्रोक्तमज्ञान यदतो न्यथा ।

(अध्यात्मज्ञान हेच नित्य आहे, अशी जी बुद्धी, तत्त्वज्ञानाचा अर्थ येथे ब्रह्म, त्याचे जे दर्शन, त्या सर्वांना ज्ञान असे म्हणतात. याखेरीज सर्व अज्ञान होय.)

भौतिकवादी किंवा विज्ञानवादीच्या मतानुसार 'भौतिक व विज्ञानवादी हेच खरे ज्ञान आहे.' भौतिक किंवा वैज्ञानिक ज्ञान म्हणजे, 'भौतिक गरजांची पूर्तता करण्यासाठी उपयुक्त ठरणारे ज्ञान होय.' कार्यवादी विचारसरणीप्रमाणे, 'ज्ञान म्हणजे क्रिया कौशल्ये, अनुभव यांच्याद्वारे मिळणारे ज्ञान आणि समस्या कृती, विचार व अनुभव हेच ज्ञानप्राप्तीचे मार्ग आहेत.' कार्यवादी विचार सरणीचा पुरस्कर्ता जॉन ड्युईच्या मते - 'जे ज्ञान कृती व प्रत्यक्षनुभव यातून प्राप्त होईल तेच खरे ज्ञान होय.'

तार्किक प्रत्यक्षवादानुसार - 'अनुभवजन्य, प्रयोगजन्य, तर्कान्त किंवा बुद्धीला पटेल तेच ज्ञान खरे आहे.' "ज्ञान म्हणजे वास्तव घटनांचा अभ्यास व त्यानंतर त्यांचे स्मरण" असे - डॉ.

ब्लूम म्हणतात.

जोशी, बी. आर. यांच्या सामाजिक शास्त्रातील संज्ञा सिद्धान्त कोशातील शिक्षणशास्त्रानुसार "माहिती व घटना आणि आणखी काही गोष्टी ज्ञानात अंतर्भूत आहेत. ज्ञान मिळविण्यासाठी अनुभव व अभ्यास यांची आवश्यकता असते. अनुभव, श्रवण, वाचन यातून माहिती मिळते. परंतु केवळ माहिती म्हणजे ज्ञान नाही. माहितीकडून संबोध, संकल्पना, तत्त्वे, नियम, उपपत्ती इत्यादींकडे क्रमाणे जाणे ज्ञानासाठी आवश्यक असते. ज्ञानात मूर्तांकडून व अमूर्तांकडून मिळालेले ज्ञान असे दोन प्रकारही दिसतात."

"विद्यार्थ्यांच्या जीवनविषयक दृष्टीकोनावर काही संस्कार उमटवेल तसेच त्यांच्या आचारविचारात, व्यवहारात परिवर्तन घडवून आणेल तेच खरे जे ज्ञान" असेही म्हणता होते.

ग्रीक तत्त्ववेत्ता प्लेटो याने ज्ञान म्हणजे काय? हा प्रश्न प्रथम उपस्थित केला. प्लेटोच्या मते, "एखाद्या निवेदनाचा ज्ञान म्हणून स्वीकार करण्यासाठी त्यात तीन निकषांची पूर्तता हवी, ते म्हणजे, ज्ञानाच्या रूपात ते मान्य असेल. त्याची सत्यता आणि विश्वासपात्रता असेल."

जॉन कुक विरसन यांच्या मतानुसार, "ज्ञानाची संकल्पना मूलभूत असून तिची व्याख्या करता येत नाही."

थोडक्यात ज्ञान हे मानवी चिकित्सा व जिज्ञासा यातून निर्माण होत असते. मनुष्य त्याच्या आयुष्यामध्ये सत्याचा शोध घेतो, त्यातून ज्ञानाची निर्मिती होते. सत्याचा हा शोध विज्ञान व तत्त्वज्ञान ह्या दोहोंतून होतो असे म्हणतात. कारण विश्वाची निर्मिती कशी झाली? विश्वाचा शेवट कसा होणार? विश्वाची रचना कशी आहे? सजीव निर्मितीचे प्रयोजन काय? जीवनाचा नेमका अर्थ काय? असे कितीतरी प्रश्न विज्ञान व तत्त्वज्ञानात समाविष्ट आहेत.

तत्त्वज्ञान, तर्क आणि कल्पनाशक्ती यांचा विचार करून अमूर्त विचारांच्या चढत्या क्रमाने अंतिम सत्यापर्यंत जाण्याचा प्रयत्न करते. तर विज्ञान प्रयोग, निरीक्षण, मापन आणि पडताळा यांचा वापर करून टप्प्याटप्प्याने सत्याकडे वाटचाल करते. परिणामी तत्त्वज्ञानातील ज्ञानापेक्षा विज्ञानातील ज्ञानाला समजावून घेणे सर्वसामान्य माणसाच्या दृष्टीने अधिक सोपे असते. विश्व हे ज्ञानाचे भांडार आहे. या विश्वातील निसर्गातील घटना ज्या नियमानुसार घडतात, त्या नियमांचे शोधन करणे याला मूलभूत ज्ञान असे आपण म्हणतो. तर त्या मूलभूत ज्ञानाचा

मानवी जीवनासाठी वापर करणे याला उपयोजित ज्ञान असे आपण म्हणतो. त्या मूलभूत ज्ञानाचा मानवी जीवनासाठी वापर करणे याला उपयोजित ज्ञान असे म्हणतो. ज्ञान हे निरपेक्ष व तटस्थ वृत्तीचे असते. ज्ञानाच्या वाढीला व विकासाला सतत वाव आहे. हे विश्व म्हणजे ज्ञानाचे भांडार आहे. त्यामुळेच नवीन नवीन शोध लागताना दिसतात. ज्ञान, स्थळ, काळ, परिस्थिती, आणि व्यक्तिनिरपेक्ष तसेच सर्व व्यापक असते. ज्ञानाची जसजशी वाढ होते, तसतशा ज्ञानाच्या विविध शाखा निर्माण होतात. त्यांना आपण विविध विद्याशाखांच्या नावाने ओळखतो. परंतु विश्वातील एकूण ज्ञानाचे स्वरूप मात्र एकात्म व नित्य प्रवाही असते. त्यामुळेच ज्ञानाचे संदर्भ आणि संबंध सतत बदलत असतात. येथे ज्ञानाचा अर्थ केवळ शब्दज्ञान किंवा पुस्तकी पांडित्य अभिप्रेत नाही. हे वरील विवेचनावरून आपल्या लक्षात आले असेलच. आज आपण व्यापक अर्थाने शिक्षणालाच ज्ञान म्हणतो ते ही बरोबर नाही कारण केवळ लेखन, वाचन, संभाषण, माहिती इतक्या पुरतेच ज्ञानाची संकल्पना मर्यादित नाही. शिवाय चार भिंती व ठरावीक वर्गाचे कालखंड यात ज्ञानाला बंदिस्तही करता येत नाही. ज्ञानाची संकल्पना अतिशय व्यापक व विशाल आहे. ज्ञान हे एकत्त्वाने आपल्यापुढे येते.

व्यक्तिविकासाचा मुख्य पाया ज्ञानाला मानले जाते. ज्ञानाचे स्वरुप अत्यंत व्यापक असे आहे. आपण जेव्हा एखादे वाचन करतो, अनुभव घेतो अथवा सैद्धांतिक माहिती संकलित करतो हे सर्व प्राथमिक स्वरुपात असते. याच सैद्धांतिक माहितीचा अथवा अनुभवाचा उपयोग जेव्हा प्राप्त परिस्थितीत गरजेनुसार केला जातो. अर्थात माहितीचे उपयोजन परिस्थितीनुसार जेव्हा होते तेव्हा त्या माहितीचे रुपांतर ज्ञानात झालेले असते. अर्थातच माहिती ही अस्ताव्यस्त असते तर ज्ञान हे संघटित स्वरुपात असते.

ज्ञान हे प्रत्येक व्यक्तीच्या आकलनावर आधारित असते. प्रत्येकजण प्रत्येक परिस्थितीचा वेगवेगळा दृष्टिकोनातून अर्थ लावत असतो. उदा. एखाद्या व्यक्तीला एखादा अनुभव हा नकारात्मक आलेला असेल तर दुसऱ्या वेळी तो त्या अनुभवाचा आधार घेऊन प्रतिक्रिया देत असतो. मात्र एखाद्या व्यक्तीला तोच अनुभव सकारात्मक दृष्टिने आला असेल तर ती व्यक्ती त्या पद्धतीने प्रतिक्रिया देत असते.

सर्वसामान्यपणे निश्चित अशी ज्ञानाची व्याख्या कोणीही केलेली दिसून येत नाही. कारण ज्ञान निश्चित चौकटीत बसविता येत नाही तसेच परिस्थितीनुसार ज्ञानाचे संदर्भ बदलत असतात. ज्ञान ही एक विकसनशील प्रक्रिया आहे. तरीही बरेच तज्ज्ञ ज्ञानाविषयी आपली मते मांडताना दिसतात. प्लेटोच्या मते, ज्ञान हे एक श्रद्धा आहे. यामध्ये कल्पनांनुसार स्वीकार व विस्तार अवबोधाच्या पातळीवर प्रत्येक जण करीत असतो. त्याचबरोबर काहींच्या मते, ज्ञानाचा संबंध व्यक्तीच्या संवेदना आणि अवबोधाशी असतो. बुद्धिद्वारे माणूस ज्ञान प्राप्त करतो. त्यातून तंत्रज्ञानाची निर्मिती होते. माणसांसाठी उपयुक्त साधनांचे उत्पादन होते. त्यामुळे माणसाचे जीवन अधिकाधिक सुख-सुविधापूर्ण, सुकर आणि सुरक्षित होते. तसेच बुद्धीच्या सहाय्याने माणूस नवीन ज्ञान निर्माणसुद्धा करतो. जे समाजाच्या ऐहिक प्रगतीला उपयुक्त ठरते तेच खरे ज्ञान होय. इथे सर्वांगीण प्रगती विचारात घ्यायला हवी म्हणजे आर्थिक प्रगती, सांस्कृतिक प्रगती, सामाजिक प्रगती इ. मानवी ज्ञानाचे चार प्रमुख प्रकार सांगता येतील.

२.१.१ - ज्ञान आणि कौशल्यातील फरक

अ. क्र.	ज्ञान	कौशल्य
१.	ज्ञान हे एका व्यक्तीकडून दुसऱ्या व्यक्तीकडे देता येते. उदा. एखादा चांगला पोहणारा दुसऱ्याला चांगल्या पोहण्याचे सैद्धांतिक आणि कौशल्यात्मक ज्ञान पूर्णपणे देऊ शकेलच असे नाही.	तर कौशल्ये ही प्रत्येक वेळी दुसऱ्याला देता येतीलच असे नाही.
२.	ज्ञानामध्ये सैद्धांतिक बाजूला जास्त महत्त्व असते. यामध्ये विशेष क्रियात्मकतेला महत्त्व नसते.	ज्ञान घरी बसूनही विविध माध्यमांनी प्राप्त करता येते. मात्र कौशल्ये प्राप्त करण्यासाठी प्रत्यक्ष प्रात्यक्षिक करुन अथवा सराव करावा लागत असतो. त्यातूनच प्राविण्य मिळत असते.
३.	एखाद्या विषयाचे सखोल ज्ञान मिळवायचे असेल तर त्यासाठी विविध स्रोतांचा उदा. पुस्तके,	कौशल्ये प्राप्त करण्यासाठी विशेष ज्ञान प्राप्त करण्याची गरज नसते. यात शारीरिक क्षमता आणि मानसिक

	अनुभव, संदर्भग्रंथ, प्रसारमाध्यमे, शब्दकोश, विविध संस्था, विविध व्यक्ती इत्यादींचा शोध घेऊन त्याचे वाचन करावे लागते. तसेच संपर्क करावा लागतो.	संतुलन यांची विशेष गरज असते. बऱ्याच वेळा सैद्धांतिक बाजू मुख्य असतानाही सरावाच्या माध्यमाने एखादे कौशल्य प्राप्त करता येते.
४.	ज्ञानाचा संबंध विशेषकरुन सिद्धांताशी येतो. त्याचबरोबर माहितीशी येतो.	कौशल्याचा संबंध हा प्राप्त माहितीचे उपयोजन योग्य परिस्थितीत कसे करता येईल त्यावर अवलंबून असते.
५.	ज्ञानाला अनेक दृष्टिकोन व बाजू असतात. प्रत्येक व्यक्ती ज्ञानाचा विचार त्याच्या दृष्टिकोनातून करतो. यामुळे ज्ञानाचे निश्चित स्पष्टीकरण देता येत नाही.	मात्र कौशल्याचे असे नसते. कौशल्य प्रत्येकाच्या दृष्टिपथात येत असते. ते दाखविता येत असते. यामुळे कौशल्याला एक निश्चित बाजू व दृष्टिकोन असतो. कौशल्य सादर करता येते. त्याला पर्याय नसतो.
६.	शैक्षणिक दृष्टिकोनातून विविध पदव्या प्राप्त करणे म्हणजे ज्ञान मिळविणे असा मानला जातो. मात्र व्यवहारिक जगात या पदवीप्राप्त ज्ञानाला विशेष महत्त्व नसते.	तर प्रत्यक्ष उत्पादनक्षम कौशल्य सादर केल्यावरच तुमच्या उत्पादनक्षमतेनला वाव मिळत असतो. व त्या दृष्टिने व्यवसायात संधी मिळत असतात.
७.	ज्ञानाला अनुभवाची बाजू असते.	कौशल्य हे सरावावर आधारीत असते.
८.	मानवी आयुष्यात विशिष्ट बौद्धिक मर्यादेपर्यंत ज्ञानाच्या विविध घटकांचा अभ्यास करता येतो.	मात्र कौशल्य हे आयुष्यभर सरावाने प्राप्त करता येते. उदा. एकाच व्यक्तीला अनेक गोष्टींत नैपुण्य असते. उदा. पोहणे, सायकल चालविणे, धावणे, गिर्यारोहण, क्रिकेट इ.

२.१.२ - ज्ञानाचे प्रकार

१.	अर्जित ज्ञान (माणसाने निसर्गातून प्राप्त केलेले ज्ञान)

२.	निर्मित ज्ञान (माणसाने निर्माण केलेले उपयुक्त ज्ञान)

३.	भ्रमित ज्ञान (माणसाच्या चुकीच्या संकल्पनांमुळे निर्माण झालेले अज्ञान)

४.	भंपक विज्ञान (स्यूडो सायन्स)

१) अर्जित ज्ञान - मानवाने प्राप्त केलेल्या ज्ञानाला अर्जित ज्ञान असे म्हणतात. त्यामध्ये विशेषकरुन जिज्ञासा, निरीक्षणशक्ती, स्मरणशक्ती, कल्पनाशक्ती, तर्कशक्ती आणि अपोहन क्षमतांद्वारे हे ज्ञान प्राप्त होते. थोडक्यात म्हणजे निसर्गनियमांचे ज्ञान प्राप्त करणे म्हणजे अर्जित ज्ञान संपादन करणे होय. माणसाची जिज्ञासा आणि निरीक्षणशक्ती यामुळे त्याच्या डोक्यात अनेक प्रश्न उद्भवतात. या सर्व प्रश्नांची सत्य उत्तरे माणसाला यथाकाल सापडली. त्याला अनेक निसर्गनियमांचे ज्ञान प्राप्त झाले. हे नियम माणसाने निर्माण केलेले नाहीत. ते निसर्गात अस्तित्वात आहेत. त्या नियमांनुसार घटिते घडत असतात, असे निसर्गनियम अनेक आहेत.

२) निर्मित ज्ञान - निसर्गातील विविध घटकांच्या माध्यमाने मानवाने विविध प्रयोग करुन नवनवीन ज्ञानाचा शोध लावलेला आहे. त्याचबरोबर कल्पनाशक्ती आणि सर्जनशीलतेच्या माध्यमातून या ज्ञानाला अनेक दृष्टिकोन प्राप्त करुन दिले आहे. ज्ञानातून प्रायोगिक नवनिर्मिती होते हे सिद्ध झाले आहे. आंतरिक प्रेरणा आणि गरज या दृष्टिकोनातून विविध घटकांची निर्मिती झालेली आहे. मानवाची बुद्धी सतत क्रियाशील असते आणि काहीतरी नवीन ज्ञान शोधण्याचा प्रयत्न करीत असते. यादृष्टिने संयोगाने अथवा प्रयत्नाने नवीन ज्ञानाची निर्मिती होते. उदा. न्यूटनचा गुरुत्वाकर्षणाचा शोध हा योगायोग मानला जातो.

३) भ्रमित ज्ञान - बऱ्याच वेळा व्यक्ती ज्या ज्ञानाच्या शोधात असते ती संकल्पना बाजूला राहून एक नवीनच बाजू समोर येते. बऱ्याच वेळा तीच बाजू योग्य वाटते. आणि त्याला ज्ञान समजून व्यक्ती अपूर्ण ज्ञानाचा स्वीकार करीत असते. हे अपूर्ण ज्ञान हवेहवेसे वाटणारे आणि भ्रमित करणारे असते. प्रत्येक व्यक्तीच्या बौद्धिक कुवतीनुसार ज्ञानाच्या कक्षा ठरलेल्या आहेत. मात्र बौद्धिक क्षमतेच्या पलिकडे जावून जेव्हा व्यक्ती एखाद्या ज्ञानाचा शोध घेत असते तेव्हा व्यक्तीला बौद्धिक भ्रम निर्माण होतात आणि या भ्रमातून त्याची वैचारिक भूमिका निर्माण झाल्यावर तेच सत्य ज्ञान समजून व्यक्ती त्याचा प्रचार करीत असते. या ज्ञानालाच

भ्रमित ज्ञान असे म्हणतात. एकप्रकारे हे अज्ञान किंवा अपूर्ण ज्ञान असते. या ज्ञानाचा पाया चुकीचा आणि आधारहीन असतो. हे ज्ञान गृहीतकांवर आधारीत असते. भ्रमित ज्ञानाच्या निर्मितीचा मूळ हेतू सत्यान्वेषण हा असतो. पण चुकीच्या गृहीतकांमुळे तसेच अन्य काही कारणांमुळे मार्ग भटकतो आणि अज्ञान निर्माण होते. पुढे वैज्ञानिक शोधांमुळे हे सिद्ध झाल्यावर माणसाने भ्रमित ज्ञानाचा त्याग करायला हवा. ज्ञाननिर्मितीचा हेतू सत्यान्वेषण (सत्य शोधणे) हा असतो. पण चुकीच्या गृहीतकांमुळे तसेच अन्य काही कारणांनी अन्वेषणाचा मार्ग भरकटतो. आणि भ्रमित ज्ञान निर्माण होते, हे आपण पाहिले.

४) भंपक विज्ञान - भंपक विज्ञान म्हणजे अज्ञानच आहे. भ्रमित ज्ञान आणि भंपक विज्ञान ही दोन्ही मानवनिर्मित असली आणि दोघांचाही समावेश अंतत: अज्ञानात होत असला तरी आपल्या देशात त्यांच्या निर्मितीप्रक्रिया मूलतः भिन्न आहेत. म्हणून हे दोन वेगळे प्रकार मानले आहेत. भ्रमितज्ञान निर्मितीचा मूळ हेतू सत्यान्वेषण हा असतो हे वर सांगितलेच आहे. आपल्याकडे भंपकविज्ञानाचा मूळ हेतू श्रद्धाळूंना फसवून आर्थिक लाभ उठवणे हा असतो. तंत्रज्ञानामुळे माणसाला जीवनोपयोगी अशा अनेक सुखसुविधा निर्माण झाल्या. वैज्ञानिक तत्त्वांची सत्यता आणि विश्वासार्हता यांचा प्रत्यय प्रत्यही येऊ लागला. विज्ञानाची लोकप्रियता वाढली. तेव्हा भंपक विज्ञान पसरू लागले.

२.१.३ - कौशल्य

कौशल्य ही एक क्रियात्मक संकल्पना आहे. यामध्ये सैद्धांतिक ज्ञानाला महत्त्व नसून प्रत्यक्ष क्रिया करून एखाद्या ज्ञानाचे रुपांतर क्रियात्मक स्वरुपात करावे लागते. उदा. पोहण्याविषयी कितीही पुस्तके वाचली तरीही पोहणे शिकता येणार नाही. त्यासाठी प्रत्यक्ष पाण्यातच उतरुन सराव करावा लागेल. त्या सरावातूनच पोहणे शिकणे होईल. अर्थातच येथे कौशल्याला महत्त्व आहे. यामध्ये शारीरिक आणि मानसिक संपादणूकीला सर्वाधिक महत्त्व असते. जेवढे शारीरिक कौशल्य महत्त्वाचे असते तेवढेच मानसिक क्षमताही कौशल्यासाठी आवश्यक असतात. एखादी गोष्ट अचूकपणे शिकणे (सरावाच्या माध्यमाने) म्हणजेच कौशल्य प्राप्त करणे होय. कौशल्यामध्ये प्रशिक्षणाला महत्त्व असते. कौशल्य प्राप्त करण्यासाठी सर्जनशीलता, शारीरिक क्षमता, बौद्धिक क्षमता, मानसिक क्षमता या सर्वांचेच

संतुलन असावे लागते. त्याचबरोबर सराव महत्त्वाचा असतो.

२.१.४ - कौशल्याची वैशिष्ट्ये

कौशल्याला विशेष विद्या, विशेष गुण, विशेष प्रावीण्य असेसुद्धा म्हणतात. विशिष्ट स्थितीत ज्ञानाचा उपयोग करण्याची क्षमता म्हणजे कौशल्य. यात सरावाला अधिक महत्त्व असते. प्रयत्न व सरावाशिवाय विकास साधला जात नाही. यात क्रियात्मक घटकांना अनन्यसाधारण महत्त्व असते. आपल्या अध्यापनाचे सर्वसामान्य उद्दिष्ट हे कौशल्यात्मक वर्तनबदल होय. यात विद्यार्थी काही क्रिया कौशल्ये प्राप्त करतात. जसे- वर्णांचा, शब्दांचा योग्य उच्चार करणे, लिहिणे, कृती करणे, दिग्दर्शन करणे, प्रयोग करणे, खेळणे, हस्तकौशल्य इत्यादी. संतांनी म्हटलेच आहे की, "केल्याने होत आहे रे आधी केलेची पाहिजे." तसेच अल्बर्ट आईनस्टाईन यांनीसुद्धा कृती विषयी म्हटले आहे की, "कोणतीही मानसिक क्रिया ही शारीरिक क्रियेशिवाय पूर्ण होऊ शकत नाही." म्हणजेच कौशल्यात बुद्धीबरोबरच कृतींना अधिक महत्त्व असते. सध्याच्या युगात कौशल्याला अधिकच महत्त्व प्राप्त झालेले आहे. कारण कौशल्य प्राप्त व्यक्ती सहजपणे उपलब्ध होत नाही, त्यांना मानधनही अधिक द्यावे लागते. सध्याच्या युगात तर अनेक कौशल्ये प्राप्त करणे अपरिहार्य आहे. उदा. - IT कौशल्ये, सॉफ्ट स्किल्स इत्यादी.

कौशल्य: स्वरूप

डॉ. बेंजामिन ब्लुम व त्यांच्या सहकार्यांनी क्रियात्मक विकास क्षेत्र हे व्यक्तीच्या कौशल्य विकासाचे प्रमुख क्षेत्र मानले आहे. त्यांच्या उद्दिष्टांचा श्रेणीबद्ध आराखडा त्यांनी पुढीलप्रमाणे मांडला. त्यात क्रम खालून वरच्या दिशेने विकसित होत जातो.

क्रियात्मक विकास क्षेत्रातील प्रमुख उद्दिष्ट म्हणजे कौशल्य प्राप्ती होय. हे कौशल्य प्राप्त करताना होणारे वर्तन बदल पुढीलप्रमाणे सांगता येतील.

१. **अनुकरण (Imitation)** - अनुकरण ही कौशल्य शिकण्याची पहिली पायरी आहे. आपण जन्मापासूनच अनुकरणाने क्रिया करतो. पण यात सफाईदारपणा नसतो. निरीक्षणाच्या आधारे आपण ते शिकतो. यात व्यक्ती कौशल्य शिकण्याच्या पहिल्या पायरीवर असतो.

२.   **क्रिया कौशल्य (Manipulation)** - पहिल्या पायरीतील त्रुटीत सुधारणा करून त्या पुन्हा पुन्हा करून घेतल्या जातात.

३.   **अचुकता (Precision)** - पुन्हा पुन्हा सराव केल्याने त्यात अचूकता येते.

४.   **संधीकरण (Articulation)** - एका कौशल्यात विविध उपकौशल्ये असतात. उदा. सरावपाठात सज्जता प्रवर्तन, प्रश्न, स्पष्टीकरण, चेतकबदल इत्यादी आणि त्यातही विविध उपकौशल्यांचा समूह असतो. उदा. चेतकबदल कौशल्यात शिक्षकाची हालचाल, हावभाव, संवेदन लक्षातील बदल, विद्यार्थ्यांचा शाब्दिक सहभाग, विद्यार्थ्यांचा कृतियुक्त सहभाग इ. चा समावेश होतो. म्हणजेच आपल्याला एखादे कौशल्य प्राप्त करावयाचे असल्यास त्यातील विविध उपकौशल्यांचे संधीकरण करणे गरजेचे असते.

५.   **स्वाभाविकरण (Naturalization)** - जेव्हा व्यक्ती पूर्ण कौशल्य प्राप्त करते तेव्हा त्यांच्यात एक उत्तम प्रतीचा आत्मविश्वास निर्माण होऊन तो ती कौशल्य सहज वापरू लागतो. उदा. पियानो वादक किबोर्डवर आपली बोटे सफाईदारपणे फिरवीत असतो. टंकलेखन करणारा कीबोर्ड कडे न बघतासुद्धा सहजच टंकलेखन करतो. कौशल्यामध्ये सरावाने शारीरिक क्षमता, बौद्धिक क्षमता, मानसिक क्षमता तसेच सर्जनशीलता आणि नावीन्यता ह्या संतुलितपणे विकसित होतात.

कौशल्य: वैशिष्ट्ये: कौशल्यामध्ये पुढीलप्रमाणे वैशिष्ट्ये आढळून येतात.

१.   **विकसनशीलता** - एखादी व्यक्ती कौशल्य प्राप्त करून त्यात उच्चतम पातळी गाठतो. तरीसुद्धा कालानुरूप, परिस्थितीनुसार त्यात बदल तसेच विकास करणे अनिवार्य असते. उदा. आपण बरेच वर्षांपासून अध्यापन करीत आहोत. आपणाला चांगले शिकविता येते, ती कौशल्ये आपल्याला प्राप्त आहेत. तरिही सध्याच्या माहिती तंत्रज्ञानाच्या युगात आपल्याला नवनवीन अध्यापन कौशल्ये विकसित करावी लागतात.

२.   **निर्मितीक्षमता** - एकदा का आपण कौशल्ये प्राप्त केली आणि त्यातून निर्मिती करता आली तर ते अधिक उपयोगी ठरते. त्या कौशल्याचा आणि तंत्रज्ञानाचा वापर करून इतरांना उपयोगी पडेल असं विविध तांत्रिक साहित्य निर्माण केले तर त्यांचा उपयोग इतरांनाही होऊ शकतो. थोडक्यात ते आपल्या पुरतेच मर्यादित न ठेवता त्याला निर्मितीक्षम

बनवावे.

३.   **परिवर्तनशीलता** - एकदा कौशल्य प्राप्त झाले की, आपले कार्य संपत नाही तर त्यात जर आपणास परिवर्तनशीलता आणता आली नाही तर आपणास कौशल्ये पुन: प्राप्त करावी लागतात. उदा. आपल्याकडे मराठी संभाषण कौशल्य आहे आणि आता आपल्याला इंग्रजी संभाषण कौशल्य प्राप्त करायची आहेत तर ती आपण साध्य केली पाहिजेत. कारण परिवर्तन, बदल हा अनिवार्य आहे.

४.   **नावीन्यता** - आपल्याला अध्यापनाचा अनुभव असूनही तुम्ही य. म. मुक्त विद्यापीठाचा अभ्यासक्रम पूर्ण करता आहात, त्यात तुम्हाला तुमच्या पूर्वीच्या अध्यापनात नावीन्यता आणण्याचे जाणवेल. म्हणजेच कौशल्यात नावीन्यता आणणे हे अनिवार्य आहे.

५.   **उपयोगिता** - आपण एखादे कौशल्य अत्यंत प्रभावी, उच्चकोटीने प्राप्त केलेले आहे परंतु त्याचा व्यवहारात उपयोगाच केला नाही तर ते कुचकामी ठरू शकते. म्हणून त्याचा उपयोग आपल्या सोबत इतरांनासुद्धा व्हावा, त्यातून अपल्याला नोकरी, व्यवसाय करून अर्थार्जन करता आले तर ते वैशिष्ट्यपूर्ण ठरेल.

२.२ - ज्ञानाची उत्पत्ती: संवेदी अनुभव, तर्क, मौखिक आणि प्रायोगिक चौकशी

२.२.१ - ज्ञानाची उत्पत्ती

ज्ञान म्हणजे वस्तुस्थितीची जाणीव, व्यक्ती आणि परिस्थितीची ओळख किंवा व्यावहारिक कौशल्य होय. ज्ञानाची उत्पत्ती ही एक मूलभूत तात्विक प्रक्रिया आहे जी मानवी समज आणि अनुभूतीचे स्रोत यातून विकसित होत असते. संपूर्ण इतिहासात, तत्त्वज्ञ, शास्त्रज्ञ आणि विद्वानांनी ज्ञानाच्या उत्पत्तीवर वाद-विवाद केले आहेत. व्यक्ती त्याच्या सभोवतालच्या जगाची माहिती कशी मिळवतात, कसा अर्थ लावतात आणि लागू करतात हे समजून घेण्याचा प्रयत्न करतात. ज्ञानाच्या उत्पत्तीचे स्पष्टीकरण देण्यासाठी अनेक सिद्धांत आणि दृष्टीकोन उदयास आले आहेत. मानवी समज आणि वास्तविकतेची धारणा तयार करण्यासाठी संवेदी अनुभव, तर्क, मौखिक अभिव्यक्ती आणि प्रायोगिक अभिव्यक्तीची भूमिका महत्वपूर्ण मानली जाते.

१. संवेदी अनुभव: संवेदी अनुभव ज्ञानाचा प्राथमिक स्रोत मानला जातो. यामध्ये दृष्टी,

श्रवण, स्पर्श, चव आणि गंध यांसारख्या इंद्रियांद्वारे प्राप्त केलेल्या माहितीचा आधार घेतला जातो. जन्मापासून, व्यक्ती त्यांच्या इंद्रियांद्वारे जगाशी संवाद साधतात, त्यांच्या पर्यावरणाबद्दल आणि त्यातील वस्तू आणि घटनांबद्दल माहिती गोळा करतात. संवेदी अनुभव कच्ची माहिती प्रदान करतात जे धारणा, आकलन आणि शिक्षणाचा पाया म्हणून काम करतो, ज्यामुळे व्यक्तीला जगाची जाणीव होत असते आणि त्याच्या सभोवतालचे मानसिक प्रतिनिधित्व तयार होते. उदा., सूर्यास्ताचे रंग पाहणे, किनाऱ्यावर आदळणाऱ्या लाटांचा आवाज ऐकणे किंवा एखाद्याच्या त्वचेवर सूर्याची उष्णता जाणवणे या सर्व गोष्टी नैसर्गिक जगाविषयीच्या संवेदी ज्ञानाच्या संचयनास हातभार लावतात.

२. तर्क: तर्क किंवा तार्किक विचार आणि अनुमानाची प्रक्रिया ज्ञानाच्या उत्पत्तीचा आणखी एक आवश्यक पैलू आहे. संवेदनात्मक अनुभवावर आधारित, तर्कामध्ये तर्कशास्त्र, प्रेरण आणि अनुमान यासारख्या संज्ञानात्मक क्षमतांचा वापर, माहितीचे विश्लेषण, अर्थ लावणे आणि मूल्यांकन करणे, निष्कर्ष काढणे आणि निर्णय घेणे समाविष्ट आहे. तार्किक क्षमता व्यक्तींना इंद्रियांद्वारे प्रदान केलेल्या तात्काळ माहितीच्या पलीकडे जाण्याची आणि गंभीर विचार, समस्या सोडवणे आणि निर्णय घेणे यासारख्या उच्च संज्ञानात्मक प्रक्रियांमध्ये व्यस्त राहू देते. तर्काद्वारे व्यक्ती संवेदी माहितीचे सुसंगत मानसिक प्रतिमान आणि संकल्पनात्मक फ्रेमवर्कमध्ये संघटित, वर्गीकृत आणि समाकलित करू शकतात, ज्यामुळे त्यांना थेट संवेदी आकलनाच्या पलीकडे असलेल्या जटिल घटना समजण्यास सक्षम करते.

३. मौखिक अभिव्यक्ती: भाषा आणि संप्रेषणासह मौखिक अभिव्यक्ती, ज्ञानाची उत्पत्ती आणि विकासात महत्त्वपूर्ण भूमिका बजावते. भाषा हे माहिती, कल्पना, विश्वास आणि अनुभव व्यक्तींमध्ये आणि पिढ्यांमध्ये सामायिक करण्यासाठी एक शक्तिशाली साधन म्हणून काम करते. भाषेद्वारे, व्यक्ती त्यांचे विचार, भावना आणि धारणा व्यक्त करू शकतात, तसेच जटिल संकल्पना, अमूर्त कल्पना आणि प्रतीकात्मक प्रतिनिधित्व संवाद साधू शकतात. मौखिक अभिव्यक्ती संवाद, संप्रेषण, कथाकथन आणि लिखित संप्रेषणाद्वारे ज्ञानाची देवाणघेवाण सुलभ करते, तसेच संस्कृती, समाज आणि सभ्यतेमध्ये ज्ञानाचा संचय आणि प्रसार करण्यास सक्षम करते. शिवाय, भाषा व्यक्तींना त्यांच्या अनुभवांवर चिंतन करण्यास,

त्यांचे जागतिक दृष्टिकोन व्यक्त करण्यास आणि आत्म-चिंतन आणि आत्मनिरीक्षण यासारख्या प्रक्रियांमध्ये व्यस्त ठेवण्यास सक्षम करते, जे ज्ञानाची निर्मिती आणि परिष्कृत करण्यासाठी योगदान देतात.

४. प्रायोगिक चौकशी: प्रायोगिक चौकशीमध्ये पद्धतशीर निरीक्षण, तपासणी आणि प्रयोग यांचा समावेश आहे. हा ज्ञानाच्या उत्पत्तीचा आणखी एक महत्त्वाचा पैलू आहे. प्रयोगामध्ये विशेषतः नैसर्गिक आणि सामाजिक विज्ञानांमध्ये प्रयोगांद्वारे, शास्त्रज्ञ आणि संशोधक गृहीतकांची चाचणी करू शकतात, सिद्धांतांचे प्रमाणीकरण करू शकतात आणि नैसर्गिक जग आणि मानवी वर्तनाबद्दलच्या दाव्यांना समर्थन किंवा खंडन करण्यासाठी प्रायोगिक पुरावे तयार करू शकतात. प्रयोगाच्या निष्कर्षांची विश्वासार्हता, वैधता आणि पुनरुत्पादनक्षमता सुनिश्चित करण्यासाठी प्रायोगिक अभिव्यक्ती नियंत्रित परिस्थिती, प्रमाणित प्रक्रिया आणि कठोर पद्धतींवर अवलंबून असते. चलांमध्ये पद्धतशीरपणे फेरफार करून, माहिती संकलित करून आणि परिणामांचे विश्लेषण करून प्रायोगिक चौकशी व्यक्तींना कार्यकारण संबंध उघड करण्यास, नमुने ओळखण्यास आणि घटना नियंत्रित करणाऱ्या अंतर्निहित यंत्रणेची समज वाढविण्यास सक्षम करते. प्रायोगिक अभिव्यक्ती ज्ञानाच्या इतर स्रोतांना पूरक आहे, जसे की संवेदी अनुभव, तर्क आणि मौखिक अभिव्यक्ती होय. प्रायोगिक अभिव्यक्ती घटनांचा तपास करण्याचे पद्धतशीर आणि वस्तुनिष्ठ माध्यम प्रदान करून आणि वास्तविकतेच्या स्वरूपामध्ये नवीन अंतर्दृष्टी निर्माण करते.

ज्ञानाची उत्पत्ती ही एक बहुआयामी घटना आहे ज्यामध्ये संवेदी अनुभव, तर्क, मौखिक अभिव्यक्ती आणि प्रायोगिक चौकशी यांचा समावेश होतो. संवेदी अनुभव कच्ची माहिती प्रदान करतो जो आकलनाचा पाया म्हणून काम करतो, तर तर्क व्यक्तींना माहितीचे विश्लेषण, अर्थ लावणे आणि मूल्यमापन करण्यास, निष्कर्ष काढण्यास आणि निर्णय घेण्यास सक्षम करते. मौखिक अभिव्यक्ती भाषा आणि संप्रेषणाद्वारे ज्ञानाची देवाणघेवाण सुलभ करते, संस्कृती आणि समाजामध्ये माहितीचे संचय आणि प्रसार करण्यास सक्षम करते. प्रायोगिक अभिव्यक्तीमध्ये पद्धतशीर निरीक्षण, तपासणी आणि प्रयोग यांचा समावेश असतो, ज्यामुळे व्यक्तींना गृहीतकांची चाचणी घेता येते, सिद्धांत प्रमाणित करता येते आणि नैसर्गिक जग

आणि मानवी वर्तनाबद्दल अनुभवजन्य पुरावे शोधता येतात. एकत्रितपणे, ज्ञानाचे हे स्रोत मानवी समज आणि वास्तविकतेच्या आकलनाच्या निर्मिती, प्रसार आणि प्रगतीमध्ये योगदान देतात.

२.२.२ - भारतीय विचारवंतांनुसार ज्ञानाची संकल्पना

१. महात्मा गांधी २. रविंद्रनाथ टागोर ३. अरविंद घोष

१. महात्मा गांधींच्या विचारांनुसार ज्ञानाची संकल्पना

एखाद्या उद्योगामार्फत किंवा हस्त व्यवसायामार्फत मुलांना शिक्षण द्यावयाचे ही महात्माजींची अभिनव कल्पना, ती कल्पना कृतीद्वारा शिक्षण या संकल्पनेला धरूनच होती. कृती करताना मुलांची जिज्ञासा, कृतिशीलता, आत्मप्रवृत्ती ह्या सहजप्रवृत्तींचा उपयोग होत असल्यामुळे मुलांचे शिक्षण सहज प्रवृत्तींना धरून होते. तसेच कृतीत केवळ शरीराच्याच हालचाली न होता निरीक्षणशक्ती, कल्पनाशक्ती, विचारशक्ती या शक्तींचीही वाढ होते. म. गांधींनी म्हणून 'मूलोद्योगाला' शिक्षण प्रक्रियेत मध्यवर्ती स्थान दिले.

ज्ञान संकल्पना

या परिस्थितीत मूलोद्योगाचा संबंध मात्र जीवनाशी असावयास पाहिजे. मानवाच्या मूलभूत गरजा, अन्न, वस्त्र, निवारा यांच्याशी संबंधित म्हणजेच अन्नासाठी शेती व्यवसाय, वस्त्रासाठी सूतकताई, विणकाम, निवान्यासाठी लाकूडकाम, लोहारकाम, मातकाम अशा रचनात्मक उद्योगांची निवड करावी असे गांधींचे मत होते. शेती, वस्त्रविद्या, रचनात्मक उद्योग यापैकी एक मूलोद्योग निवडल्यावर त्या मूलोद्योगाच्या विविध कृतीतून भाषा, अंकगणित, समाज जीवनशास्त्र, सामान्यज्ञान या विषयांच्या ज्ञानाची गुंफण करणे गांधींना अपेक्षित होते. मूलोद्योगाद्वारे केवळ बौद्धिक ज्ञानच न देता मूलोद्योगाचा संबंध समाज जीवनाशी आणून मुलांना नागरिकशास्त्राचे धडे द्यावेत असे त्यांचे मत होते. तसेच मूलोद्योगाचा संबंध नैसर्गिक परिस्थितीशी आणून मुलांना निरीक्षण व अनुभव यांच्या साहाय्याने सामान्यज्ञानाची ओळख करून द्यावी. अशा प्रकारे मूलोद्योगाची शिक्षणक्षमता समवाय पद्धतीने साध्य करावी असे ते म्हणत. मूलोद्योग म्हणजे औद्योगिक शिक्षण नसून मुलांच्या सहजप्रवृत्तींचा योग्य विकास करून जीवनकलहात आपले जीवन यशस्वीरितीने जगण्यास त्यांना लायक बनविणे महात्मा

गांधींना अपेक्षित होते.

म. गांधींनी मूलोद्योग शिक्षण पद्धतीतही ज्ञान हे एकजिनसी किंवा सलग किंवा एकसंघ आहे असे मानले आहे.

महात्मा गांधींच्या मते, 'विविध ज्ञानशास्त्रांचा मध्यबिंदू मानव. त्याच्या विविध कृतीतून निरनिराळ्या प्रकारचे ज्ञान उदयाला आले व संवर्धित झाले असे मानावे.' ज्ञानाचा, 'मानव' हा केंद्रबिंदू मानला तर मग ज्ञानाच्या कृत्रिम मर्यादा म्हणजेच शालेय स्तरावर असलेले विषय हे वेगळे किंवा विभक्त वाटणार नाहीत.

गांधीजी म्हणतात, "माणसाच्या शारीरिक, मानसिक व आध्यात्मिक अंगांमधील उत्कृष्टतेचा विकास व अभिव्यक्ती म्हणजे शिक्षण."

ते म्हणतात, "साक्षरता म्हणजे शिक्षण नव्हे. शिक्षणाचा प्रारंभदेखील नव्हे. आत्मा व मन यांचा परिपूर्ण विकास करून व्यक्तींमधील सर्वोत्कृष्ट गुणांची अभिव्यक्ती करणे हे शिक्षणाचे खरे ध्येय." शिक्षणात महात्मा गांधींनी व्यक्तिमत्त्वाच्या सर्व घटकांचा अंतर्भाव केला आहे. 3H HEAD, HEART AND HAND ही कल्पना मांडून या सर्व अंगांच्या विकासावर भर देणारे ज्ञान द्यावे व ज्ञाननिर्मिती कौशल्य आत्मसात व्हावीत तसे वर्ग वातावरण असावे असे त्यांनी सुचविले आहे.

महात्मा गांधींच्या मते, ज्ञान मिळविण्याची पद्धती म्हणजे 'अनुभवांती शिक्षण' होय. प्रत्यक्ष जीवन प्रसंगातून ज्ञानसाधना करावी. मूलोद्योगातून ज्ञानकण व कौशल्य संपादन करावे. निसर्गपरिचयातून निरीक्षणशक्ती, विचारशक्ती यांचा विकास करावा अशा प्रकारे मूलोद्योग, निसर्ग, समाज यांच्या माध्यमातून अनुभवक्षेत्र वाढवून मुलांना ज्ञानलाभ करून द्यावा. अशा अनेक स्रोतांतून ज्ञाननिर्मिती व ज्ञानप्राप्ती व्हावी असे त्यांचे मत होते. ज्ञान मिळविण्यासाठी अभ्यासक्रमात हस्तव्यवसाय

उदा. - हातमाग व हातसूत, सुतारकाम, शेती, फळे व भाजीपाला, उत्पादन, चामड्याचे काम, स्थानिक उत्पादनक्षम व्यवसाय याचा विचार करावा.

विषय: मातृभाषा, गणित, इतिहास, भूगोल, नागरिकशास्त्र, कार्यानुभव, चित्रकला, संगीत, मुलींना घरकाम व गृहशास्त्र अशा स्वतंत्र विषयातून ज्ञान मिळावे.

अध्यापन पद्धती: गांधींच्या मते, प्रत्यक्ष अनुभव देणे हीच अध्यापन पद्धती होय. सर्व ज्ञान कृतीद्वारे मिळावे. अध्यापनात समवाय तत्त्व महत्त्वाचे कृती कौशल्याला वाव देणारे वर्ग वातावरण असावे असे त्यांचे मत होते.

२. रवींद्रनाथ टागोरांच्या विचारानुसार ज्ञानाची संकल्पना

नोबेल पारितोषिक विजेते रवींद्रनाथ टागोरांनी साहित्य, चित्रकला, शिल्पकला या सर्वच क्षेत्रात उत्तुंग कार्य केले. त्यांना पारंपरिक शिक्षणपद्धती कधीच रूचली नाही. त्यांना शहरी भागातील लोकांत ग्रामीण लोकांविषयी उदासिनता दिसून आली. ग्रामीण जनता कमीपणाच्या भावनेने ग्रासलेली, दैववादी, अंधश्रद्धाळू, परंपरागत मूल्यांना मानणारी, अशिक्षित होती. त्यामुळे दोन्ही आघाड्यांवर परिवर्तन आवश्यक आहे असे त्यांना वाटले. म्हणून ते शिक्षणाचे, ज्ञान मिळविण्याचे उद्दिष्ट मांडताना म्हणतात, "जीवनाचे अंतिम ध्येय संपूर्ण विकास व मुक्ती." शिक्षणाचे ध्येय हे जीवनाच्या अंतिम ध्येयापेक्षा कोणत्याही प्रकारे कमी नाही. ज्या योगे व्यक्ती पार्थिव बंधनापासून मुक्त होते, भौतिक समृद्धीऐवजी आध्यात्मिक प्रकाशाने जीवन उजळून जाते, आणि सामर्थ्यापेक्षा प्रेमभावनेने ओसंडून वाहू लागते. अशा सत्याचा शोध घेण्याची, ते सत्य आत्मसात करण्याची व आपल्या आचारविचारांतून त्याची अभिव्यक्ती करण्याची पात्रता निर्माण करणे हे ज्ञानाचे किंवा शिक्षणाचे उद्दिष्ट होय.

टागोरांच्या मते, 'खरे शिक्षण तेच की जे केवळ माहिती देत नाही, तर आपल्या जीवनाचा संपूर्ण जीवनाशी संबंध प्रस्थापित करते.' उदा. भूगोल शिकविताना केवळ पुस्तकातून माहिती देण्याऐवजी प्रत्यक्ष निसर्गात जाऊन भौगोलिक परिस्थितीचे ज्ञान देणे महत्त्वाचे आहे. म्हणून शिक्षणाचां प्रत्यक्ष जीवनाशी, जीवनानुभवांशी संबंध जोडला पाहिजे व त्यासाठी शिक्षण प्रत्यक्ष जीवनातूनच दिले पाहिजे. चार भिंतींच्या आत शिक्षण देणे म्हणजे पोपटपंची असे टागोरांना वाटते. मुलांना स्वतंत्र वातावरणात ठेवले तरच ज्ञान प्राप्त होऊ शकते असे ते मानतात.

त्यांच्या मते, 'शिक्षण म्हणजे आत्मविष्कार' सर्जनशीलता व नवनिर्मितीची इच्छा ही मुलांची नैसर्गिक प्रवृत्ती असते. म्हणून निरनिराळे हस्तव्यवसाय व कला यांचा शिक्षणात

अंतर्भाव करून मुलांच्या मुक्त आत्माविष्काराला भरपूर संधी दिली पाहिजे असे त्यांचे मत होते.

निसर्ग सानिध्य वर्ग वातावरण: खरे ज्ञान, शिक्षण नैसर्गिक वातावरणातून मिळते. झाड ज्याप्रमाणे जमिनीतून अन्नपाणी शोषून घेते, त्याप्रमाणे मुले आपल्या विकासाला आवश्यक असे घटक वातावरणातूनच प्राप्त करून घेतात. ते म्हणतात, "निसर्गातील सर्व वस्तू, सर्व घटना, निसर्गाचे बदलते रूप व रंग मुलांना पाहू द्या. अनुभवू द्या", यातूनच मुलांच्या संवेदनक्षमतेचा विकास होईल.

त्यांच्या मते, 'आध्यात्मिक प्रेरणा जागृत करण्याचा उत्कृष्ट मार्ग म्हणजे निसर्गाच्या सहवासात व चिंतनात स्वतःला झोकून देणे होय. निसर्ग हा माणसाचा खरा मित्र, गुरू आहे.' म्हणून मुलांच्या ज्ञानग्रहणात, शिक्षणात, सर्वांगीण विकासात ते निसर्गाला महत्त्व देतात.

ते म्हणतात, "श्रेष्ठ शिक्षण तेच की, जे केवळ माहिती देत नाही, तर आपल्या जीवनाचा संपूर्ण विश्वाशी मेळ घालते. व्यक्ती व विश्व यांत सुसंवाद प्रस्थापित करते. हेच एकरूपतेचे, एकात्मतेचे शिक्षण."

शिक्षकाने विद्यार्थ्यांना केवळ विषयाचे ज्ञान देणे एवढेच आपले कर्तव्य न मानता त्यांना प्रेम द्यावे. प्रेमाच्या माध्यमातून खरे शिक्षण देता येते असे ते मानत. प्रेमाअभावी ज्ञानामध्ये शुष्कता येते, ते निर्जीव बनते. डोक्यात माहितीचा पसारा वाढला तरी ज्ञान अंत:करणात पोहचत नाही, रूजत नाही. म्हणून मुलांना ज्ञान देताना अपार सहानुभूती, सखोल जाणीव व विशाल कल्पनाशक्तीची आवश्यकता असते. शिक्षकाने मुलांमध्ये मूल होऊन त्यांच्या आवडीनिवडीचा, अडचणींचा विचार करून ज्ञान द्यावे असे ते म्हणत. शिक्षकाची अध्ययनशीलता संपली की. शिक्षकाचा ज्ञानाच्या गतिमान प्रवाहाशी असलेला संबंध तुटतो व केवळ पोपटपंची उरते. म्हणून ज्ञान किंवा सत्य तेच की, जे विद्यार्थ्यांना प्रेरणा, स्फूर्ती देऊ शकते. जिज्ञासावृत्ती, अभ्यासूवृत्ती, ज्ञानलालसा असलेले शिक्षक विद्यार्थ्यांचा ज्ञानदानाद्वारे शैक्षणिक विकास घडवू शकतात.

अभ्यासविषयक: विज्ञान व सृष्टी याचे प्रयोगशाळेद्वारे शिक्षण द्यावे. उदा. भूगोल- सृष्टीनिरीक्षणातून, इतिहास कथा व गाणी यातून शिकवावे. संगीत, नृत्य व चित्र इत्यादी

कलांना अभ्यासक्रमात महत्त्वाचे स्थान असावे. नाट्यीकरण व नाट्यलेखनातून, आत्माविष्काराची संधी मुलांना मिळते व कलात्मक अभिरूचीचा विकास होतो. हस्तव्यवसाय उदारहणार्थ बागकाम, विणकाम, शिवणकाम, सुतारकाम, चर्मकला, पुस्तक बांधणी, खेळणी तयार करणे अशा प्रकारचे व्यवसाय शिक्षण मुलांना द्यावे. त्यामुळे पुस्तकी शिक्षणावरचा भर कमी होवून क्रियाशीलतेला वाव मिळून निर्माणक्षमतेचा विकास होतो. अभ्यासपूरक कार्यक्रमातून ज्ञानग्रहण केले जाते. मुलांनी स्वयंशिस्तीने ज्ञानग्रहण करावे असे त्यांचे मत होते.

तासिकांचे बंधन नाही, वृक्ष-वेली, गवताची हिरवळ यांच्या निसर्गसानिध्यात शिक्षक विद्यार्थ्यांना चर्चा करून ज्ञान ग्रहण करण्याचे स्वातंत्र्य होते. स्वावलंबन, श्रमप्रतिष्ठा, समता या मूल्यांची शिकवण अशा प्रकारच्या शिक्षणातून आपोआप बिंबवावे अशी त्यांची अपेक्षा आहे.

अध्यापन पद्धती : निसर्ग निरीक्षण, चर्चा, स्वानुभव यातून ज्ञानग्रहण करावे असे टागोरांचे मत होते.

थोडक्यात रवींद्रनाथ टागोरांना निसर्ग, अनुभव, व्यवसाय, कला यातून ज्ञान घेऊन विद्यार्थ्यांनी कृतिशील व्हावे हे अपेक्षित होते. तसेच जागतिक कीर्तीचे लेखक, चित्रकार, संगीततज्ज्ञ, वैज्ञानिक, विद्वान या संस्थांतून निर्माण व्हावे अशी त्यांची अपेक्षा असे.

३. अरविंद घोषांच्या विचारांनुसार ज्ञानाची संकल्पना

मानवी जीवन म्हणजे योग असे मानणारे, मातृभूमीचे परमभक्त, पाश्चात्य संस्कृतीचा पूर्ण परिचय असूनही त्यापासून अलिप्त राहून भारतीय तत्त्वज्ञान व संस्कृतीत रमणारे योगी अरविंद केवळ आध्यात्मिक क्षेत्रातच अधिकारी व्यक्ती होते असे नव्हे तर त्यांचे शिक्षणविषयक विचारही महनीय आहेत. योगी अरविंदांच्या मते ज्ञानप्राप्तीत (मेंदूचे) चार स्तर साहाय्यभूत ठरतात.

स्मृतीकोश : यामध्ये भूतकालातील मानसिक संस्कारांचा समावेश होतो.

वास्तविक मन वा अंत:करण : पाच ज्ञानेंद्रिये त्वचा, नाक, जीभ, दृष्टी, कान यांचा समावेश होतो.

बुद्धी : बुद्धीच्या मदतीने मनुष्य विचार करू शकतो व मिळालेल्या ज्ञानास व्यवस्थित स्वरूप देऊ इच्छितो.

सत्य : यामध्ये अंतदृष्टीचा समावेश होतो. त्यामुळे ज्ञानाच्या खऱ्या स्वरूपाची ओळख होते.

अरविंदांच्या मते, ज्ञान म्हणजे केवळ माहिती मिळविणे नव्हे. ज्ञान व प्रज्ञान किंवा शहाणपण यातील फरक जाणता येणे होय. ज्ञान याचा अर्थ परमेश्वर व स्वतःला ओळखणे. सत्त्वगुणांच्याद्वारे खरी ज्ञानप्राप्ती होते. खरे ज्ञान म्हणजे आध्यात्मिक ज्ञान होय. हे ज्ञान मनाच्या चौथ्या स्तरामुळे/सत्यामुळे प्राप्त होते. त्यासाठी योगसाधना आवश्यक आहे.

महर्षी अरविंदांच्या मते, शिक्षण म्हणजे, 'मानवी मन व चैतन्य यातील शक्ती वृद्धिंगत करणे होय. शिक्षण म्हणजे ज्ञान, चारित्र्य व संस्कृती यांचे संवर्धन करणे होय.'

ज्ञानग्रहणासाठी अध्ययन-अध्यापन पद्धती: योगी अरविंद स्वयंशोधन व स्वयंअध्ययनावर भर देतात. स्व- कुवतीनुसार स्व-विकास करावा. स्वयंअध्ययनासाठी निरीक्षण, तुलना या मानसिक शक्तींचा विकास साधावा. शिक्षक केवळ मार्गदर्शक हवा.

अभ्यासक्रम : शास्त्र, कला, हस्तकला विद्यार्थी विकासाला आवश्यक सर्व विषयांचा समावेश असावा. विद्यार्थ्यांनी स्वयंशिस्तीत ज्ञानग्रहण करावे.

थोडक्यात ज्ञान आणि ज्ञान निर्मितीचा विचार करता महात्मा गांधी, रवींद्रनाथ टागोर, योगी अरविंद घोष यांच्या विचारांनुसार ज्ञान संकल्पनेच्या अभ्यासातून काही बाबतीत साम्य आढळते. या सर्वांनी आध्यात्मिक ज्ञान, नैतिक, स्वयंशिस्त, कलाकौशल्य, व्यवसाय शिक्षण, अनुभवातून ज्ञानग्रहण या बाबींचा पुरस्कार केला आहे. विद्यार्थी केंद्री विषय, अध्यापन पद्धतींचा विचार मांडला आहे. ज्ञानाचे स्रोत हे अनुभव व्हावे आणि विद्यार्थ्यांचा सर्वांगीण विकास ज्ञानग्रहणातून व्हावा अशी अपेक्षा केली.

२.२.३ - पाश्च्यात्य विचारवंतांनुसार ज्ञानाची संकल्पना

तत्त्वज्ञानाच्या क्षेत्रात, सॉक्रेटिस, प्लेटो आणि जॉन लॉक सारख्या विचारवंतांनी ज्ञानाचे स्वरूप, संपादन आणि महत्त्व याबद्दल विशेष योगदान दिले आहे. यातील प्रत्येक विचारवंताने ज्ञानावर विशिष्ट दृष्टीकोन मांडलेले आहेत. या विचारवंतांनी तात्विक चौकट,

ऐतिहासिक संदर्भ आणि बौद्धिक योगदानांद्वारे ज्ञान विषयक विस्तृत माहिती देतात.

१. प्लेटो

२. जॉन ड्युई

३. पावलो फ्रेअरी

४. सॉक्रेटिस

५. जॉन लॉक

१. प्लेटोच्या विचारानुसार ज्ञानाची संकल्पना

'ज्ञान' या संकल्पने संदर्भात प्लेटो या विचारवंताची काय संकल्पना होती हे पाहण्यापूर्वी ज्ञान (Knowledge) म्हणजे काय आणि त्याच्या वस्तुस्थितीचा तपशील (Facts) 'माहिती' (Information) आणि शहाणपण किंवा बुद्धी किंवा अक्कल (Wisdom) यांचा संबंध समजावून घेणे आवश्यक आहे वस्तुस्थितीच्या तपशिलाची सुयोग्य मांडणी म्हणजे माहिती. उदा. नाशिक शहराबद्दलची माहिती. नोटप्रेस, आर्टिलरी सेंटर, वाईनची निर्मिती, एच. ए. एल, गंगापूर धरण इ. तपशिलाचा भाग. पण नाशिकमध्ये फिरल्यावर, तिथे राहिल्यावर, अनुभव घेतल्यावर नाशिकबद्दल बरेच काही चांगले वाईट कळून येते. हे कळणे, किंवा नाशिक शहराबद्दल समज येणे हे निव्वळ माहिती पेक्षा जास्त असते त्याला माहितीचा आधार असतो. अशी समज येणे म्हणजे ज्ञान. नाशिकमध्ये तुम्ही जेवढे जास्त फिराल, तिथल्या रहिवाश्यांची, दुकानदारांशी, भाजी विकणाऱ्यांशी, रिक्षा वाल्यांशी, विद्यार्थ्यांशी, नागरिकांशी, राजकारण मंडळीशी तुमचा जो संबंध येईल. त्याबाबत तुम्हाला जो अनुभव येईल त्याने नाशिक शहराच्यां तुमच्या ज्ञानात भर पडत राहील. नाशिकबद्दल तुम्ही माहिती मिळवून ती सांगू शकाल पण नाशिकबद्दल एखाद्याचे ज्ञान किती याचा अंदाज घेणेदेखील तुम्हाला सोपे वाटेल असे नाही. जिथे वस्तुस्थिती (Facts) माहिती, (Information) आणि ज्ञान (Knowledge) यांची परिपक्वता वाढते त्यानंतर अक्कलहुशारी, शहाणपण किंवा बुद्धीचातुर्य येऊ लागते. उदा. तुमच्या मित्राकडे एक दिवस आहे आणि त्याला नाशिक पाहायचे आहे, तर नाशिककर म्हणून तुम्ही त्याला काय मार्गदर्शन करणार याला अक्कल लागते आणि तुमच्या शहाणपणाची परीक्षा होते. एखादी गोष्ट कमी वेळात, कमी श्रमात, कमी

पैशात जास्तीतजास्त परिणामकारक करणे याला केवळ माहिती किंवा ज्ञान पुरेसे नसते त्याला अक्कल लागते. म्हणूनच समृद्ध जीवन जगायला शहाणपणाची गरज असते. अर्थात माहिती आणि ज्ञान हा अक्कलेचा, बुद्धीचा, शहाणपणाचा पाया असतो यात शंका नाही.

प्लेटो हा ग्रीक तत्त्वज्ञ होता. तज्ज्ञांचा अभ्यास करताना प्लेटोच्या तात्त्विक विचारांना लक्षात घ्यावेच लागते. इ. स. पूर्वी 5 व्या शतकात होऊन गेला असला तरी आजही त्यांचे एखाद्या गोष्टीबद्दलचे चिंतन आपल्याला विचार करायला लावते. 'प्लेटॉनिक लव्ह' - म्हणजे शरीरापलिकडे अधिभौतिक किंवा अध्यात्मिक प्रेम ही प्लेटोचीच कल्पना! प्लेटो म्हणतो, 'ज्ञान हे आपल्याला उपजतच असते.' याचा अर्थ जे उपजत जन्मजात आहे ते मिळवण्याचा प्रश्न नसतो. पण मग "एखाद्या गोष्टीबद्दल ज्ञान मिळविणे" म्हणजे काय? निरिक्षणातून, परीक्षणातून, प्रयत्नातून किंवा आपण जे टक्केटोणपे खातो त्या अनुभवनातून आपण जे शिकतो ते आपल्या अंतर्मनात किंवा अतर्म्यात सुप्तावस्थेत असलेल्या ज्ञानाचे प्रकटीकरण असते! तुम्ही तुमच्या ज्ञानलालसे पोटी, उत्सुकता, जिज्ञासा, चौकसबुद्धी, उत्कंठेपोटी जे काही 'ज्ञान' मिळवाल ते तुमच्यातील अतर्ज्ञानाचीच उकल असेल. जेवढा अनुभव जास्त, तेवढी समज जास्त, तेवढा आपल्यातील निसर्गदत्त ज्ञानाचा विस्तार होत राहणार. प्लेटो पुढे असे म्हणतो, 'शिकणे म्हणजे दुसरे तिसरे काही नसून आपल्यातील सुप्तज्ञानाला जागृक करणे होय.'

अर्थात यामुळे तुमचा असा गैरसमज होऊ शकतो की, आपल्याकडे जन्मतःच ज्ञान असते, निसर्गतःच ते आपल्याला मिळते. तर मग ज्ञान मिळविण्याचे कष्ट करण्याची काय गरज? शिकण्याला तर काही अर्थच उरत नाही असे तुम्हाला वाटेल. पण हा तुमचा समज चुकीचा आहे. शिकल्याशिवाय तुमचे सुप्तज्ञान जागृत/प्रकट/व्यक्त होणार नाही. ते सुप्त/अप्रकटच राहील. निसर्गाने ज्ञान सर्वांनाच दिलेले आहे पण ते तुम्ही किती जागृक ठेवता, प्रत्यक्षात ते किती प्रकट करता त्यावर त्याची उपयोगिता आणि 'ज्ञानी' माणसाचे श्रेष्ठत्व अवलंबून असते.'

२. जॉन इ्यूईच्या विचारानुसार ज्ञानाची संकल्पना

जॉन इ्यूई (1859-1952) हा 21 व्या शतकातील अंत्यंत प्रभावशाली अमेरिकन तत्त्ववेत्ता, मनोवैज्ञानिक आणि शिक्षणशास्त्रज्ञ होता. आजच्या सामाजिक व शैक्षणिक

सुधारणा होण्यात जॉन ड्यूईच्या विचारांचा मोठा सहभाग दिसून येतो. त्याने समाज, लोकशाही, संस्कृती तत्त्वज्ञान यावर अनेक पुस्तके लिहिली. शिक्षणावरील चिंतन, जगातील पद्धती, शाळा, बुद्धिमत्ता इ. वर त्यांनी मोठ्या प्रमाणावर लिखाण केले. त्यातील काही निवडक ग्रंथ पुढीलप्रमाणे:

1. Democracy and Education: An introduction to the philosophy of education (1916), 2. Experience and Education (1934), 3. Dewey on Education (1959), 4. My Pedagoic creed (1922), 5. Dictionary of Education (1959), 6. Interest and Effort in Education (2011), 7. Moral Principles in Education (1909), 8. Schools of Tol Morrow (1888), 9. The school and Society (1956), 10. The school and society (1899)

पुस्तकांच्या या शीर्षकांवरून जॉन ड्यूईने शिक्षणाच्या विविध पैलूंवर किती विचारमंथन केलेले आहे हे लक्षात येऊ शकते. वरील पुस्तकांपैकी 'Experience and Education' हे पुस्तक जगभर गाजले. कारण त्यातील विचार, ज्ञान आणि शिक्षक यांच्याबद्दलच्या परंपरागत विचारांना धक्का देणारे होते.

ज्ञान म्हणजे नेमके काय, ते आपल्याला कसं मिळतं, एखाद्या गोष्टीचे आपल्याला ज्ञान होतं म्हणजे काय होत यासंबंधीचे ड्यूई यांचे विचार आपण समजावून घेऊ या.

त्याअगोदर ज्ञान आणि ज्ञान मिळविण्याचा परंपरागत विचार (Traditional Epistemology) समजावून घेऊ तो असा:

1. आपल्या परिसराचं, परिस्थितीचं आपण निरीक्षण करतो, आणि आपल्या ज्ञानेंद्रियांच्या साह्याने ते आपल्याला ज्ञात होते. यात निरीक्षण क्षमता आणि संवेदनशीलता यांना महत्त्व असते. अनेक उदाहरणांवरून यात सर्वसामान्य नियम (Inductive Thinking) शोधण्याचा प्रयत्न असतो.

2. दुसऱ्या विचारपद्धतीत निरीक्षण करण्यापेक्षा किंवा एखाद्या गोष्टीकडे, प्रसंगाकडे किती बारकाईने पाहिले जाते या पेक्षा त्या वास्तविकतेकडे (Reality) कसे पाहिले जाते, कुठल्या दृष्टीकोनातून पाहिले जाते हे महत्त्वाचे असते. यात पाहण्याच्या

अनुभवापेक्षा त्या गोष्टीचा विचार करून त्याबद्दल मत बनविणे किंवा निर्णय घेणे, कारणमीमांसा युक्तिवाद यांना महत्त्व असते. एखाद्या गोष्टीचे निरीक्षण केल्यावर अनुमान काढणे, अंदाज बांधणे, तर्क करणे या प्रक्रियेचे (Deductive Thinking) महत्त्वाचे घटक असतात. ज्ञात होण्याच्या किंवा मिळविण्याच्या या दोन्ही पद्धतींचे समर्थन करणारे विचारवंत होते आणि आहेत. ज्ञात मिळविण्याच्या म्हणजेच शिकण्याचे फायदे निश्चितच आहेत. त्यामुळे अमुक एक पद्धतच महत्त्वाची असे म्हणता येणार नाही, पारंपरिक मानवी आकलन पद्धती (Epistemology) जॉन ड्यूईला मान्य नव्हत्या.

ड्युई म्हणतो की, माणसाने (human organism) परिस्थितीला (environment) दिलेल्या सक्रिय प्रतिसादा (Active adaptation) मुळे त्याला ज्ञान होते.

या संदर्भात ड्युईचे एक प्रसिद्ध वचन आहे.

"जेव्हा समस्या समोर उभ्या राहतात किंवा प्रश्न निर्माण होतात तेव्हाच माणुस विचार करू लागतो."

याचा अर्थ काय? आयुष्य म्हणजे सुखासाठीचा कधीही न संपणारा शोध. सुखाचा शोध घ्यायचा म्हणजे दुःखांचे, अडचणींचे डोंगर पार करणे आले. म्हणजे पावलोपावली, प्रत्येक क्षणी अडचण, आणि अडचणींना तोंड दिल्या शिवाय समस्येची सोडवणूक केल्याशिवाय सुखाचे दर्शन नाही. समस्या सोडवायची म्हणजे प्रतिसाद देणे आले. त्यातून आपण शिकतो. त्यातून आपल्याला त्याबद्दल माहिती होते. आपल्या ज्ञानात भर पडते. यासाठी एक उदाहरण घ्या. तुम्हाला वडापाव खायचा आहे. भूक लागली आहे. वडापावचे दोन घास पोटात गेले तर समाधान वाटणार आहे. समाधानाच्या शोधात अडचणी असू शकतात. पुरेसे पैसे, वेळ, सहनशीलता. चांगला वडापाव कोठे मिळतो याची माहिती, तिथवर जाण्याची सोय किंवा आपण तेथे पोचण्याची खात्री हवी (Ability), वडापाव खाण्याच्या एका सोप्या प्रश्नाला तोंड देताना आपल्याला केवढा विचार करावा लागतो! परिस्थितीला हा जो प्रतिसाद आपण देतो तो ज्ञान निर्मितीला कारणीभूत होतो.

ड्यूई पुढे असं म्हणतो की, माणसाने परिस्थितीला दिलेल्या प्रतिसादाचा मूळ हेतू त्या

परिस्थितीची पुनर्रचना करणे हा असतो. कारण या पुनर्रचनेमुळे परिस्थिती किती गुंतागुंतीची आहे याचा आपल्याला उलगडा होत जातो आणि आपल्या डोक्यात ज्ञानाचा प्रकाश पडू लागतो. तुमच्या हातातला काचेचा ग्लास निसटला, खाली पडला आणि फुटला. समस्या, प्रश्न, प्रतिसाद काय ? पुनर्रचना त्याच घटनेची. कसा निसटला ग्लास? लक्ष कुठं होतं? खाली कसा पडला? आता समोरचे काय म्हणतील? काचा गोळा कराव्या लागतील वगैरे वगैरे. या पुनर्रचनेमुळे मूळ परिस्थिती (Original Situation) समजायला मदत होईल. अशी परिस्थिती टाळण्यासाठी, किंवा पुन्हा निर्माण न होण्यासाठी काय करायला हवे याचेही ज्ञान होईल.

या संदर्भात ड्युई आणखी तीन महत्त्वाच्या गोष्टी सांगतो.

1. परिस्थितीला प्रतिसाद दिल्याशिवाय ज्ञान प्रक्रिया सुरू होऊ शकत नाही. परिस्थितीसमोर माणूस थंड असेल, प्रतिसादात्मक हालचाल नसेल तर ज्ञान प्रवाह निर्माण होऊ शकत नाही.

2. संबंधित व्यक्तीचा पूर्वानुभव हा तो परिस्थितीला देत असलेल्या प्रतिसादाचा पाया असतो. म्हणजेच माणसाचा परिस्थितीतला प्रतिसाद हा त्याच्या पूर्वानुभवानुसार आकार घेतो किंवा व्यक्त होतो.

3. तिसरी अत्यंत महत्त्वाची गोष्ट म्हणजे ज्ञानाला स्वतंत्र अस्तित्व नाही. परिस्थितीचा संदर्भ हा ज्ञानाचा आत्मा असतो. परिस्थितीला प्रतिसाद देताच ज्ञानाची किरणे दिसू लागतात. ज्ञान आणि परिस्थिती वेगळे नसतात. म्हणूनच परिस्थितीच्या संदर्भातच ज्ञानार्जन होऊ शकते.

ज्ञान ग्रहण करण्याची ही सर्व प्रक्रिया नैसर्गिक आहे असे ड्युई म्हणतो कारण प्रत्येकजण निसर्गाचाच भाग आहे. त्यामुळे 'निसर्गवादी दृष्टीकोन' हा ड्युईच्या ज्ञानप्रक्रिया सिद्धांताचा मूलाधार आहे यात शंका नाही.

ज्ञान निर्मिती अवस्था

ड्युई ज्ञान निर्मितीच्या तीन अवस्था (Stages) सांगतो.

अ) ज्ञान प्रक्रियेची सुरुवात समस्याप्रधान परिस्थितीने होते. आपली गरज पूर्ण होण्यासाठी

किंवा एखादी गोष्ट साध्य करण्यासाठी आपला प्रयत्न असतो त्यात अडथळा येतो व आपण जी संबंधित कृती करीत असतो ती थांबते. याचे कारण म्हणजे संबंधित परिस्थितीला आवश्यक तो नैसर्गिक (Instinctive) किंवा नेहमीचा (Habitual) प्रतिसाद द्यायला आपण कमी पडतो.

ब) आहे ही समस्याप्रधान परिस्थिती का व कशी निर्माण झाली यासाठी तिची पुनर्रचना करण्यासाठी त्या परिस्थितीचा तपशील (Data) समजून घेणे.

क) खोलवर विचार करण्याची किंवा चिंतनशील (reflective) अवस्था. आपल्या कल्पना, गृहीत गोष्टी किंवा सिद्धांत यांच्या रूपाने आपल्यातील आकलनात्मक शक्ती (Cognitive abilities) जागृक होतात व ही परिस्थिती का निर्माण झाली. यांचा अंदाज बांधायला (hypothetical Solution) सुरुवात होते. समस्या सोडविण्याच्या दृष्टीने वेगवेगळ्या पर्यायांचा विचार केला जातो. त्यातील ज्या उपायाची अंमलबजावणी (application) केल्यावर परिस्थिती मूळ पदावर येईल (a reconstruction) असे वाटते ते त्या प्रश्राचे उत्तर (Solution) समजायचे.

या तीन अवस्था किंवा पायऱ्या आणखी स्पष्ट करण्यासाठी एक उदाहरण घेऊ यात..

अ) समस्याप्रधान परिस्थिती (Problematic Situation) तुम्ही शिकवीत असलेल्या विषयात मोठ्या प्रमाणात (50 टक्के पेक्षा जास्त) विद्यार्थी नापास झाले.

नोकरी, शिकवणं, दैनंदिन जीवन, शाळा सर्व काही व्यवस्थित चालतं होतं त्याला खीळ बसली. समस्या निर्माण झाली.

अडचणीची परिस्थिती ही ज्ञात प्रक्रियेची पहिली पायरी.

ब) परिस्थितीच्या तपशिलाची शोधाशोध (Data enquiry) विद्यार्थ्यांशी चर्चा, प्रश्रपत्रिकेचे स्वरूप, विषय कसा शिकवला गेला? मुलांना तो समजला का? विद्यार्थी परीक्षेत कोठे कमी पडले? अभ्यासाला पुरेसा वेळ मिळाला नाही का? इत्यादी,

क) समोरच्या परिस्थितीचा सर्व बाजूंनी विचार व त्यातून मार्ग काढण्याचा प्रयत्न,

- निम्म्यापेक्षा जास्त विद्यार्थी नापास म्हणजे एवढी सगळी मुले अचानक निर्बुद्ध कशी ठरतील?

- मी आशय खरोखरी शिकवला का? मग तो मुलांना का कळला नाही? शिकवण्याच्या पद्धतीत (Teaching Technique) काही गडबड झाली का?

- अध्यापनासाठी वापरलेले शैक्षणिक साहित्य (Teaching Materials) योग्य होते का?

- शाळेचा मेमो, चौकशी, पालकांच्या तक्रारी, मुलांचा गोंधळ या सर्वांना तोंड द्यावे लागेल.

हे सर्व झाल्यावर एक अंदाज केला जाईल की, ही अनपेक्षित परिस्थिती का उद्भवली आणि ती तशी पुन्हा उद्भवू नये यासाठी काय काम करता येईल याबद्दलचा विचार.

या प्रक्रियेत परिस्थिती, घडलेला प्रसंग, आलेला अनुभव आपल्याला बरेच काही शिकवून जातो. आपल्या ज्ञानात भर पडते.

आलेल्या परिस्थितीशी (Interaction) होणाऱ्या आंतरक्रिया आणि मिळणारे अनुभव यातूनच शिकतो हे म्ह आपल्याला पटते.

जॉन ड्यूई यांच्या या शैक्षणिक चिंतनातून शिक्षक व विद्यार्थी, तसेच अध्यापन आणि अध्ययन यातून अनेक गोष्टी सूचित होतात. उदा.

➢ 'शिकणे' ही प्रक्रिया अनुभव आधारित (Experiential) असली पाहिजे. विद्यार्थी अनुभवातून शिकतो. अनुभवाचा संदर्भ नसलेले शिक्षण निरर्थक असते.

➢ शिक्षकाची भूमिका महत्त्वाची शिकण्याला योग्य त्या अनुभवांची शिदोरी देऊन त्याला शिकण्यासाठी उत्तेजन दिले पाहिजे.

➢ अनुभव केंद्रित अध्यापनात विद्यार्थ्याचे पूर्वानुभव किंवा पूर्वज्ञान लक्षात घेणे अत्यावश्यक कारण अध्ययन म्हणजे जे माहिती आहे तेथून जे माहिती नाही तेथपर्यंतचा प्रवास होय. (It's journey from known to unknown)

➢ विद्यार्थ्यांना आकलनशक्ती आणि त्याची शिकण्याची कुवत असते. तो स्वतः शिकू शकतो यावर विश्वास हवा.

➢ अध्ययनाबाबतची स्वायत्तता (autonomy) मान्य करायला हवी. कारण आपल्या ज्ञानेंद्रियांद्वारे घेतलेल्या अनुभवावर मानसिक प्रक्रिया करून तो स्वतः ज्ञानाची

रचना/निर्मिती करू शकतो.

➤ अध्ययन-अनुभव अप्रिय, किंवा मानसिक ताण-तणाव निर्माण करणारा नसावा. अध्ययन आनंददायी क्रिया असली पाहिजे.

➤ शिक्षकाने विद्यार्थ्यांना शिकविण्यापेक्षा शिकायला, निरीक्षण करायला, विचार करायला, प्रश्न विचारायला, एखादी गोष्ट शोधायला, प्रश्नाची सोडवणूक करण्याला शिकविले पाहिजे त्यासाठी पुरेसा वेळ द्यायला हवा.

३. पावलो फ्रेअरीच्या विचारानुसार ज्ञानाची संकल्पना

ब्राझील हा 21 कोटी लोकसंख्येचा देश दक्षिण अमेरिकेन जगातील सगळ्यात लांब उत्तर-दक्षिण 2,800 मैल असा प्रसरलेला आहे. तो जगातील उत्कृष्ट कॉफीचा सगळ्यात मोठा निर्यातदार देश आहे. नव्या जगातले जे 7 वे आश्चर्य मानले जाते तो येशू ख्रिस्ताचा 635 टन वजनाचा आणि 38 मीटर उंचीचा पुतळा ब्राझीलच्या रिओ दी जेतेरिओ या शहरात आहे. जगातली सगळ्यात मोठ्या व नाईल नदीनंतर दुसऱ्या क्रमांकाची लांब ऑमेझॉन नदी (6,992 किमी) याच ब्राझीलमधून वाहत जाते आणि दर सेकंदाला 209 क्युबिक मीटर पाणी अटलांटिक महासागरात सोडते. जगातील एकूण नदीच्या पाण्यातील 20 टक्के पाणी एकटी ऑमेझॉन पृथ्वीला पुरवते. ब्राझीलचा 60 टक्के प्रदेश ऑमेझॉनच्या रेन फॉरस्टने व्यापला आहे. या जंगलातील किमान 70 जंगली टोळ्यांशी अजून कुणाचाही संपर्क झालेला नाही. पावसाळ्यात तर ऑमेझॉन नदीचे पात्र 30 मैलापर्यंत रुंद होते. त्यामुळे संपूर्ण नदीवर कोठेही पूल नाही. जगातील 16 वा सगळ्यात मोठा 8,491 कि.मी समुद्र किनारा ब्राझीलला लाभला आहे. दरवर्षी 40 दिवस साजरा केला जाणारा 'ब्राझीलीयन कार्निव्हल' हा जगातील सगळ्यात मोठा उत्सव समजला जातो. दरवर्षी लाखो प्रवासी ब्राझीलला भेट देतात. ब्राझीलला फूटबॉलचे प्रचंड वेड आहे. जगातला अद्वितीय फुटबॉल खेळाडू 'पेले' ब्राझीलचाच त्यानंतरचा 'रोनाल्डिनो' आणि आता 'नेमार' हे सगळे सांगण्याचं कारण असं की, जगात सगळीकडे आणि विशेषतः आशिया, आफ्रिका आणि लॅटिन अमेरिकेमधील शिक्षण पद्धती आणि अध्यापन अध्ययन यावर प्रचंड प्रभाव पाडणारा विचारवंत व तत्त्वज्ञ पावलो फ्रेअरी (1921-1997) याच आगळ्या वेगळ्या देशात होऊन गेला.

फ्रेअरीने अनेक ग्रंथ लिहिले. त्यातील काही पुढीलप्रमाणे, 1) Pedagogy of the oppressed, 2) Education for critical consaiousness, 3) A pedagogy of Liberation 4) Pedagogy of Freedom as cltural workers, 5) Pedagogy of the heart, 6) The polities of Education, 7) Cultural action for freedom.

यातील pedagogyo of oppressed हे पुस्तक जगभर गाजले. फ्रेअरीचे शिक्षणविषयक मूळगामी विचार या पुस्तकात आपल्याला मिळतात.

फ्रेअरीच्या दृष्टीने ज्ञान म्हणजे काय, ते ग्रहण करण्याची प्रक्रिया कोणती आणि शिक्षण व्यवस्थेत शिक्षक आणि विद्यार्थी यांच्यामध्ये नवीन गोष्टी शिकण्याची अनुभव घेण्याची, ज्ञान निर्मितीची प्रक्रिया काय आहे हे सर्व समजावून घेण्यासाठी आपण प्रथम फ्रेअरीच्या काही महत्त्वाच्या संकल्पना समजावून घेऊ यात.

'शिक्षणाचे बॅंकिंग मॉडेल' (The banking model of education) ही संकल्पना फ्रेअरीने प्रथम आपल्या 'pedagogy of the oppressed' ह्या ग्रंथात मांडली. या संकल्पनेच्या साहाय्याने तो पारंपरिक शिक्षण पद्धतीच्य समाचार घेतो. तो म्हणतो पारंपरिक शिक्षण पद्धती बॅंकेसारखी आहे. पैसे भरणारा (शिक्षक) बॅंकेत पैसा भरतो आणि तिथला कर्मचारी किंवा सेवक (विद्यार्थी) तो पैसा शांतपणे स्वीकारतो, संबंधित कागदपत्रे फाईल करतो आणि शाळेची अनामत रक्कम काळजीपूर्वक ठेवून देतो. बॅंक कर्मचाऱ्याचा पैशाशी प्रत्यक्ष-अप्रत्यक्ष काहीही संबंध असण्याचे कारण नाही. त्याचे काम एकच आलेली रक्कम स्वीकारणे आणि ती जपून ठेवणे. या व्यतिरिक्त तो कुठलीही भूमिका करू शकत नाही. या पद्धतीचे वैशिष्ट्य पुढीलप्रमाणे सांगता येते.

अ) आपल्याकडे ज्ञानाचा साठा आहे असे ज्यांना वाटते ते शिक्षक, ज्यांच्याकडे ज्ञानाचा साठा नाही असे जे समजतात. (विद्यार्थी) त्यांना आपल्याकडचे ज्ञान बहाल करून टाकतात.

आ) या प्रक्रियेत विद्यार्थी नावाच्या रिकाम्या भांड्यात ज्ञान टाकणारा शिक्षक खचीतच असतो. विद्यार्थी मात्र पूर्ण निष्क्रिय असतो.

इ) यात शिक्षण 'देणारा' तर विद्यार्थी 'घेणारा' असतो. देणारा 'ज्ञानी' असतो अशी समज

असल्याने देणाऱ्याला घेणाऱ्याच्या पूर्वज्ञानाशी, पूर्वानुभवाशी काहीही देणेघेणे नसते.

ई) देणाऱ्यात उपकाराची भावना असल्यामुळे आणि त्याला घेणाऱ्या बद्दल प्रेम, आस्था, आदर, (love, affection, respect) असण्याचे काही कारण नसल्याने सदर ज्ञान प्रक्रिया हा घेणाऱ्याचा चक्क अपमान असतो. (a feeling of being oppressed)

उ) याचा अर्थ शिक्षक 'मोठा' ज्ञानी असल्याने व विद्यार्थी अज्ञानी समजल्याने दोघांमध्ये समानतेचा धागा नसतो. ज्ञानप्रक्रियेत ही विषमता हानिकारक असते.

ऊ) ज्ञानाचा अधिकारी (authority) शिक्षक असल्याने त्याच्याकडून जे मिळेल ते निमूटपणे घेणे, जपून ठेवणे, (परीक्षेसाठी) पाठ करणे, लक्षात ठेवणे समजणे न समजणे महत्त्वाचे नाही.

ए) या ज्ञान प्रक्रियेत विचार करणे, निरीक्षण करणे, अनुमान काढणे या आकलन शक्तींना (cognitive abilities) काहीही स्थान नाही.

1) शिक्षणाची प्रक्षेपण पद्धती (The transmission model of education)

यात शिक्षण हा एक ज्ञानाचा साठा आहे. असे गृहीत असते. आणि हा ज्ञानसाठा शिक्षकाकडून विद्यार्थ्यांप्रती संक्रमित केला जातो. या पद्धतीत स्पंजाप्रमाणे विद्यार्थ्याने संक्रमित होणारे ज्ञान शोपून घ्यायचे असते. या पद्धतीची वैशिष्ट्ये पुढीलप्रमाणे सांगता येतील.

अ) शिक्षक हा ज्ञानाची टाकी (Tank) आहे. आणि त्या साठ्यातून विद्यार्थ्यांकडे ज्ञानाचे वहन होत असते. विद्यार्थ्याने ते अमृत म्हणून भक्ती भावनेने स्वीकारायचे असते आणि धन्य व्हायचे असते.

ब) या पद्धतीत शिक्षक केंद्रस्थानी असतो. तोच अध्ययन पद्धतीचा आधारस्तंभ असतो.

क) प्रक्षेपित होणारे ज्ञान स्वीकारणे (abserb) एवढेच विद्यार्थी करू शकतो.

ड) त्यामुळे या प्रक्रियेत विद्यार्थी पूर्णपणे निष्क्रिय असतो.

इ) प्रश्न उपस्थित करणे, शंका विचारणे, विचारांची देवाण घेवाण करणे, चर्चा करणे, विचारांची तर्कसंगत मांडणी करणे, एखादी गोष्ट नीट समजून घेणे किंवा समजून

सांगणे, एखाद्या गोष्टींचे निरीक्षण करणे, एखादा प्रश्न सोडवणे इत्यादिना आजिबात थारा नसतो.

'लेक्चर मेथड' हे पारंपरिक शिक्षण पद्धतीचे खास वैशिष्ट्ये सांगता येईल.

ज्यांच्यासाठी आपण लेक्चर देतो आहोत त्यांच्या पर्यंत ते ऐकू जाते की नाही, त्यांना ते कळते की नाही, ते चुकीच्या नोटस् तर घेत नाहीत ना या गोष्टींना फारसे महत्त्व नसते. या पद्धतीत अनेक शिक्षक स्वतः च्या ज्ञानाने आणि वाक्चातुर्याने स्वतःच प्रभावित होऊन समाधान पावतात. विद्यार्थ्यांचे काम झाले याचे भान त्यांना राहत नाही.

पावलो फ्रेअरी म्हणतो की, ज्ञाननिर्मिती 'बँकिंग' किंवा 'प्रक्षेपण' अशा शिक्षककेंद्री आणि संवेदना शून्य पद्धतीतून होत नसते. ज्ञाननिर्मिती किंवा ज्ञानार्जन प्रक्रिया ही मानवाच्या सृजनशीलतेतून उगम पावते.

ज्ञान म्हणजे काय ते कसे निर्माण होते, विद्यार्थी आणि शिक्षक यांच्या एकत्रित प्रयत्नातून ज्ञान कसे वाढीला लागते यासाठी फ्रेअरी पुढील उपाय सुचवतो.

2) समस्येचा मार्ग शोधण्याच्या अनुभवातून शिक्षण - (Problem based learning model)

किंवा जिज्ञासेतून (जाणून घेण्याच्या इच्छेतून) (Curiosity) ज्ञान मिळविण्याची पद्धती (enquiry-based learning model)

या पद्धतीत अध्यापनाच्या भागासंबंधी किंवा विषयासंबंधी (Teaching materials) प्रश्न मांडले जातात. समस्या मांडणीचे काम शिक्षक करतो. दिलेल्या समस्येसंबंधी विचार करायला विद्यार्थ्याला संधी दिली जाते. विविध मार्गांनी विविध पर्याय शोधण्यासाठी विद्यार्थ्याला शिक्षक मदत करतात. विद्यार्थी हा ' मातीचा गोळा' नसून त्याच्याकडे पूर्वानुभव असतो असे गृहीत धरलेले असते. पूर्वानुभवाच्या आधारे (On the basis of his prior knowledge) विद्यार्थी नवीन ज्ञान समजून घेण्याचा प्रयत्न करतो. या प्रक्रियेत विद्यार्थ्याचा विचार करण्याची कौशल्ये विकसित होत जातात.

ड्यूईनेदेखील अशाच अनुभवजन्य शिक्षण पद्धतीचा (experiential Learning pedagogy ie learning through experiences) पुरस्कार केलेला आहे. येथे 'शोधक

अध्ययन' (discovery learning) गृहीत धरलेले आहे.

माहिती मिळविणे, तिचा अर्थ शोधणे आणि वैयक्तिक आणि सामाजिक अनुभवाच्या आधारे ज्ञानाची रचना करणे याला ज्ञानरचनावाद (Constructivism) म्हणतात. फ्रेअरीपूर्वी या संकल्पनेचा विचार जीन पिअँजे (Jean piaget : 9896- 1980) लहान मुलांच्या अध्ययन पद्धतीवर संशोधन करणारे स्विस मानसशास्त्रज्ञ, जॉज ड्युई व तसेच लेव्ह व्हिगॉडस्की (Lev Vygodsky : 1896-1934) या रशियन शिक्षण तंज्ज्ञांनी मांडलेले होते.

जिज्ञासा किंवा पृच्छा या शिक्षण पद्धतीचे फ्रेअरी तीन महत्त्वाचे घटक सांगतो. पहिला प्रश्न विचारणे, दुसरा संशोधन करणे आणि तिसरा एकमेकांच्या सहयोगाने ज्ञानाचा शोध घेणे.

वरील घटक लक्षात घेऊन जिज्ञासा अध्ययन पद्धतीच्या कृतीचा क्रम (enquiry-based learning) फ्रेअरी पुढीलप्रमाणे सांगतो.

अ) प्रश्न विचारणे, प्रश्न मांडणे, प्रश्न निर्माण करणे.

ब) निर्माण झालेल्या किंवा केलेल्या प्रश्राच्या सर्व बाजू, नीट समजून घेणे, प्रश्रांच्या संदर्भाचा अभ्यास करणे. संदर्भानुसार प्रश्राची तपासणी करणे.

क) प्रश्रासंबंधीच्या बारीकसारीक तपशीलचे विश्लेषण करणे.

ड) समस्या सोडविण्यासाठी पूरक माहिती गोळा करणे तत्पूर्वी अशी माहिती गोळा करण्याचे शास्त्रशुद्ध (Scientific) आणि खात्रीशीर (reliable) तंत्र विकसित करणे.

इ) गोळा केलेल्या माहितीच्या आधारे प्रश्राला प्रतिसाद (to address the question) देण्यासाठी युक्तिवाद तयार करणे.

ई) प्रश्राच्या उत्तरासाठी अनुमान बांधणे, एकापेक्षा अधिक शक्यतांची पडताळणी (Possibilitics) करणे.

उ) निश्चित निर्णयापर्यंत पोहचणे, ज्ञानाची रचना करणे.

या प्रक्रियेतून जे काही हाती लागते ते बरोबर की चूक हा मुद्दा महत्त्वाचा नसतो. संशोधकाने आपल्या संशोधनाचे मूल्यमापन स्वतःच करायचे असते.

फ्रेअरीच्या दृष्टीकोनातून भेदाभेद असमानता किंवा विषमता असलेल्या परिस्थितीत

(Oppressive Situation) ज्ञान निर्मिती होऊ शकत नाही. शिकण्यासाठी ज्ञानरचना करण्यासाठी स्वातंत्र्य, समता व एकमेकांबद्दल आदर (Mutual respect) असलेले वातावरण हवे. शिक्षण (अध्ययन आणि ज्ञाननिर्मितीची प्रक्रिया) ही एकमेकांच्या सहकार्याने घडणारी गोष्ट आहे (Co-operative activity) असे फ्रेअरी आग्रहाने सांगतो आणि त्यासाठी लोकशाही शिक्षणाचा (Democratic Teaching-learning) पुरस्कार करतो.

विद्यार्थ्यांचा दृष्टीकोन घडविणाऱ्या आर्थिक, सामाजिक, सांस्कृतिक व मानसिक परिस्थितीचे शिक्षकाने निरीक्षण केले तर, विद्यार्थी कसा विचार करू शकेल? कसे ज्ञान मिळवू शकेल? किंवा त्याला ज्ञाननिर्मिती, ज्ञानार्जनचा अनुभव कसा देता येईल? याचा अंदाज करता येणे शक्य होईल.

४. सॉक्रेटिसच्या विचारानुसार ज्ञानाची संकल्पना

सॉक्रेटिस एक प्राचीन ग्रीक तत्त्वज्ञानी आहेत. ते चौकशीच्या पद्धतीसाठी प्रसिद्ध आहेत ज्याला सॉक्रेटिक पद्धत म्हणून ओळखले जाते. या पद्धतीमध्ये संभाषणकर्त्यांकडून सखोल अंतर्दृष्टी आणि विषय समजून घेण्यासाठी प्रश्न विचारणे समाविष्ट होते. अर्थात प्रश्नोत्तर पद्धतीचे जनक सॉक्रेटिसला मानले जाते. सॉक्रेटिससाठी ज्ञान हे निश्चित विश्वास किंवा सिद्धांतांचा संच धारण करण्याबद्दल नव्हते तर सत्य उघड करण्यासाठी गंभीर प्रतिबिंब आणि आत्म-परीक्षणाशि संबंधित आहे. ज्ञानाच्या शोधात नम्रता, बौद्धिक प्रामाणिकपणा आणि खुल्या मनाच्या महत्त्वावर जोर देऊन "तुम्हाला काहीही माहित नाही हे जाणून घेणे हेच खरे शहाणपण आहे" असे त्यांनी प्रसिद्धपणे घोषित केले. सॉक्रेटिसचा असा विश्वास होता की खरे ज्ञान (episteme) केवळ द्वंद्वात्मक चौकशी आणि आत्मजागरूकतेद्वारे प्राप्त केले जाऊ शकते, ज्यामुळे स्वतःला स्वताचे आणि जगाचे सखोल आकलन होते. सहकारी अथेनियन लोकांशी संवाद साधून सॉक्रेटिसने पारंपरिक शहाणपणाला आव्हान देण्याचा, अज्ञान उघड करण्याचा आणि बौद्धिक वाढीस चालना देण्याचा प्रयत्न केला. त्यांनी पाश्चात्य तत्त्वज्ञानाच्या विकासासाठी मजबूत आधारशीला प्रदान केली.

५. जॉन लॉकच्या विचारानुसार ज्ञानाची संकल्पना

जॉन लॉक 17 व्या शतकातील इंग्लिश तत्त्वज्ञानी आणि अनुभववादी यांनी ज्ञानावर

पूर्णपणे भिन्न दृष्टीकोन व्यक्त केला. त्यांनी मानवी आकलनाला आकार देण्यासाठी संवेदी अनुभव आणि अनुभवजन्य निरीक्षणाच्या भूमिकेवर जोर दिला. लॉक यांनी त्यांच्या प्रभावशाली कार्यात "मानवी आकलनासंबंधीचा निबंध" मध्ये असे सुचवले आहे की जन्माच्या वेळी मन हे जन्मजात कल्पना किंवा ज्ञान नसलेली कोरी पाटी असते. त्यांनी असा युक्तिवाद केला की सर्व ज्ञान संवेदनात्मक धारणा, प्रतिबिंब आणि अनुभवातून प्राप्त होते, कारण व्यक्ती त्यांच्या इंद्रियांद्वारे जगाशी संवाद साधतात आणि त्यांच्या निरीक्षणे आणि प्रतिबिंबांवर आधारित कल्पना विकसित करतात. लॉकच्या मते, ज्ञानाचे दोन प्रकार आहेत. अंतर्ज्ञानी ज्ञान, जे स्वयंस्पष्ट आहे आणि ताबडतोब पकडले जाते आणि प्रात्यक्षिक ज्ञान, जे तर्क आणि अनुमानाद्वारे प्राप्त केले जाते. लॉकच्या अनुभववादी ज्ञानशास्त्राने जन्मजात कल्पना आणि जन्मजात ज्ञानाच्या प्रचलित कल्पनांना आव्हान दिले आणि आधुनिक अनुभववाद आणि वैज्ञानिक पद्धतीचा पाया घातला. त्यांचा असा विश्वास होता की शिक्षण हे प्रायोगिक चौकशी, गंभीर विचार आणि अनुभवजन्य पुराव्यावर आधारित असले पाहिजे, ज्यामुळे व्यक्तींना अधिकार किंवा परंपरेवर अवलंबून न राहता प्रत्यक्ष अनुभव आणि निरीक्षणाद्वारे ज्ञान प्राप्त करता येते.

सॉक्रेटिस, प्लेटो आणि जॉन लॉक सारख्या विचारवंतांनी आपल्या ज्ञानाबद्दल आणि मानवी जीवनातील त्याचे महत्त्व समजून घेण्यासाठी अतुलनीय योगदान दिले आहे. सॉक्रेटिसच्या गंभीर चौकशीवर आणि आत्म-जागरूकतेवर भर देण्यापासून ते प्लेटोच्या स्वरूपाच्या सिद्धांतापर्यंत आणि जॉन लॉकच्या अनुभववादी ज्ञानशास्त्रापर्यंत, प्रत्येक तत्त्वज्ञ ज्ञानाचे स्वरूप, संपादन आणि औचित्य याबद्दल मौल्यवान अंतर्दृष्टी प्रदान करतो.

२.३ - जीन पियाजे, जेरोम ब्रुनर, लेव्ह वायगोत्स्की सारख्या विचारवंतांनी दिलेल्या ज्ञान निर्मितीच्या प्रक्रिया

जीन पियाजे, जेरोम ब्रुनर आणि लेव्ह वायगोत्स्की यांसारख्या प्रमुख विचारवंतांनी स्पष्ट केलेल्या ज्ञान निर्मितीच्या प्रक्रिया व्यक्तींच्या संज्ञानात्मक विकास आणि शिकण्याच्या प्रक्रियेबद्दल अमूल्य अंतर्दृष्टी प्रदान करतात. यापैकी प्रत्येक सिद्धांतकार पर्यावरण, सामाजिक परस्परसंवाद आणि संज्ञानात्मक विकासासह परस्परसंवादाद्वारे ज्ञान कसे तयार केले जाते,

प्राप्त केले जाते आणि आंतरिक कसे केले जाते यावर प्रकाश टाकतात. त्यांच्या सिद्धांतांचे आणि योगदानांचे परीक्षण करून ज्ञान निर्मितीमधील गुंतागुंतीच्या प्रक्रिया आणि त्यांचे शिक्षण, मानसशास्त्र आणि मानवी विकासावरील परिणामांची सखोल माहिती मिळविता येते.

१. जीन पियाजे यांच्यानुसार ज्ञान निर्मितीची प्रक्रिया

जीन पिआजेंचे प्रमुख योगदान म्हणजे बोधात्मक विकास उपपत्तीतील चार अवस्थांमधील तपशील व स्पष्टीकरण, कोणत्याही व्यक्तीच्या बोधात्मक विकासात वेदनात्मक कारक, क्रियापूर्व मूर्त सांकेतिक आणि औपचारिक संकेतावस्था अशा चार अवस्था असतात, प्रत्येक अवस्थेमधील विकासाचे स्वरूप निश्चित असते त्या स्वरूपाचे मत पिआर्जेनी नमूद केले. विसाव्या शतकातील वैकासिक मानसशास्त्राच्या क्षेत्रातील ते एक प्रभावशाली संशोधक होते. व्यक्तीच्या ज्ञानग्रहणावर पडणारे जीवशास्त्रीय प्रभाव या विषयात आणि ज्ञानग्रहणाच्या प्रक्रियेतील विकासाव्यवस्था या क्षेत्रात त्यांना विशेष अभिरुची होती.

बौद्धिक विकासात मुलाची, बालकाची सक्रिय भूमिका असते आणि प्रत्यक्ष कृतीतून ते शिकते अशी पिआजेंची धारणा होती. प्रत्येक बालक तत्त्वज्ञ असतो आणि त्याला जसे अनुभव येतील त्या स्वरूपाचे जगाबाबतचे अवबोधन त्याला होते. यावर त्यांचा विश्वास होता. म्हणून बोधात्मक आणि बौद्धिक विकास प्रक्रियेतील प्रत्येक अवस्थेसाठी त्यांनी आपल्या तीन मुलांचे निरीक्षण करून अध्ययन केले.

बोधात्मक विकासाच्या उपपत्तीत अवबोधन, स्मरण, समजुती, विमर्षणा अशा मानसिक प्रक्रियांवर भर देण्यात येतो. त्यापैकी विमर्षणा ही मानसिक प्रक्रिया बुद्धिमत्तेत अत्यंतिक महत्त्वपूर्ण असते. व्यक्ती ज्ञानग्रहण कशा प्रकारे करते याचा शोध घेण्यासाठी पिआजेंनी विमर्षी अभ्यास केला. बोधात्मक विकास ही संकलित स्वरूपाची, टप्प्याटप्प्याने घडणारी प्रक्रिया असते. म्हणजेच पूर्वीच्या अध्ययन अनुभवातून नवीन अनुभव विकसित होतात असे त्यांचे मत होते. पिआजे हे प्रभावशाली संशोधक, मानसशास्त्रज्ञ, बोधात्मक विकास उपपत्तीचे प्रणेते होते. त्यामुळे त्यांनी ज्ञानरचनावाद ही संज्ञा त्यांच्या लिखाणात वापरली नसेल पण ते ज्ञानरचनावादी विचारवंत असल्याचे मत व्यक्त केले जाते. ज्ञानाचे आत्मसातीकरण व्हावे असे व्यक्तीला वाटत असल्यास व्यक्तीने सक्रिय व्हावे, ज्ञानाचा शोध घ्यावा, ज्ञान रचना

करावी आणि व्यामिश्र माहितीचे रूपांतरण करावे या ज्ञानरचनावादी मुलतत्त्वांशी त्यांचे विचार सुसंगत आहेत.

जीन पिआजेंच्या म्हणण्यानुसार प्रत्येक ज्ञानात एक रचनात्मक संघटन असते, आणि त्यांच्या मतानुसार रचनात्मक संघटनेचा संबंध दिग्दर्शित क्रियेशी असतो.

अर्थात सर्वच ज्ञानाचा संबंध कृती अथवा कार्याशी असतो. एखाद्या वस्तूचे अथवा घटनेचे ज्ञान असणे म्हणजे ती वस्तू वा घटना कृतीच्या बोधात्मक रूपबंधात संमिलित करून त्या वस्तूचा अथवा घटनेचा वापर करणे होय. बोधात्मक विकासाच्या सर्वाधिक प्राथमिक अवस्थेत म्हणजे वेदनात्मक कारक अवस्थेत ते सत्य असते आणि पुढील सर्वोच्च स्तरावरील तार्किक गणितीय क्रियांमध्ये ते सत्य ठरते.

या विचारातून पिआजेंचा ज्ञानमीमासात्मक दृष्टिकोन स्पष्ट होतो. त्यांच्या ज्ञान रचना उपपत्तीत कृतीचे बोधात्मक रूपबंध संमीलन, आणि अनुकूलन या संकल्पनांना अनन्यसाधारण महत्त्व आहे. त्या तीन संकल्पना अपारिहार्य वाटत असल्या तरी त्या पैकी कृतीचे बोधात्मक रूपबंध या संकल्पनेतून गैरसमजूती असल्याचे जाणवते. पिआजेंनी कृतीचे बोधात्मक रूपबंध ही संकल्पना प्रतिक्षिप्त क्रिया किंवा कृतीचे स्थिर आकृतिबंध यावरून घेतली. त्यामुळे कृतीचे बोधात्मक रूपबंध म्हणजे चेतकांना प्रतिसाद देण्याची यंत्रणा अशी समजूत दृढ झाली. परिणामतः पिआजेंची उपपत्ती ही आंतरक्रियात्मक असून ती फारशी क्रांतीकारक नाही असेही मत निर्माण झाले. तरीही यातून आकलन स्तरावर ज्ञानरचनावाद या संकल्पनेला पुष्टी मिळते. ती म्हणजे आंतरक्रिया, बुद्धिमान सजीवाला ज्ञानाचा पुरवठा करतात आणि पुढील अनेक आंतरक्रियांमधून ते प्राप्त ज्ञान अधिकाधिक अचूक व स्पष्ट होते. आंतरक्रियांतून ज्ञान प्राप्ती असा विचार मान्य केला तर असे म्हणता येते की केवळ प्रत्यक्ष विसंगतीतून ज्ञान प्राप्तीची प्रक्रिया खंडीत होऊ शकते. पुढे पिआजेंनी असे वारंवार नमूद केले आहे की, ज्ञान म्हणजे वास्तवाचे चित्र किंवा नक्कल असा विचार करू नये.

ज्ञान रचनेच्या उपपत्तीमध्ये पिआजे अनेकदा अनुकूलन या संकल्पनेचा उल्लेख करतात, संदर्भ देतात. अर्थात त्यांच्या मते ते अनुकूलन म्हणजे बोधात्मक अनुकूलन असते. बुद्धिमत्ता मूलतः एक अनुकूलन प्रक्रिया असते. या सिद्धांताचा ते अनेकदा पुनरूच्चार करतात.

निसर्गातील सजीव अनुकूलन प्रक्रियेद्वारे पर्यावरणाशी जुळते घेण्याचा प्रयत्न करतात हे सर्वज्ञात/सत्य आहे, त्यासंदर्भात काही प्राणी संरक्षक रंगसंगतीचा वापर करतात हे प्रभावी उदाहरण दिले जाते. बोधात्मक अनुकूलन म्हणजे ज्ञानाची निर्मिती करण्याची प्रक्रिया अशी पिआजेंची धारणा होती, त्या प्रक्रियेतून प्राप्त होणारे ज्ञान बाह्य जगताशी अधिकाधिक सुसंगत ठेवण्याचा प्रयत्न सजीव करतात. परंतु पिआजेंच्या मते ज्ञानाचा संबंध कृतीशी अथवा कार्याशी असतो आणि पर्यावरणाचे वर्णन करणे किंवा प्रतिमात्मक पद्धतीने पर्यावरणाची प्रतिकृती तयार करणे हे ज्ञानाचे कार्य असू शकत नाही वास्तवाशी तसेच वास्तव परिस्थितीशी ज्ञानाचे कितपत जुळते यावरून त्या अनुकूलतेचे मूल्यमापन होऊ नये. अशा स्वरूपाची तुलना करणे शक्य नाही याची पिआजेंना कल्पना होती. म्हणून जैविक व बोधात्मक अनुकूलनाचा त्यांचा निकष म्हणजे, यश अथवा यशस्विता म्हणजे स्वतःचे अस्तित्व टिकून ठेवणे किंवा आकलनातील यशस्विता होय.

पिआजेंच्या म्हणण्यानुसार वस्तू अथवा वास्तव सदासर्वदा व्यक्तींच्या अधिन नसते. जेव्हा वस्तू अथवा वास्तव व्यक्तींच्या आधिन होत नाही त्या वेळी व्यक्तीने सुयोग्य क्रिया अथवा कार्य केलेले नाही किंवा त्याच्या स्पष्टीकरणार्थ योग्य उपपत्तीचा आधार घेतलेला नाही असे त्याचे अर्थ होतात. बुद्धिमान सजीव प्राणी त्यांच्या अनुभवातून स्थिर वस्तू व वास्तवाबाबतचे ज्ञान कसे विकसित करतो आणि अवकाश, काळ व कार्यकारण भाव असलेल्या चौकटीमध्ये कसे समाविष्ट करतो याचे वर्णन पिआजेंनी केले आहे. अर्थात अवकाश, काळ व कार्यकारणभाव असलेली संदर्भ चौकटही अनुभवांच्या समन्वयातूनच विकसित झालेली असते. पूर्वी झालेल्या आकलनामुळे ही मर्यादा पडण्याची शक्यता असते.

पिआजे यांनी संरचना आणि विषय याबाबतही स्पष्टीकरण केले आहे. प्रथमतः एखादी व्यक्ती आणि ज्ञानात्मक विषय अथवा समान स्तरावरील सर्वच विषयांमधील समान बोधात्मक गाभा यातील भेद समजणे आवश्यक आहे. त्यानंतर त्या विषयाच्या संरचनेचे आकलन, आणि एखादी व्यक्ती तिच्या बौद्धिक स्तरावर केलेल्या कार्याचे फलित जाणते. पण त्याची यांत्रिक रचना त्यांना माहिती नसते तरी ते कार्य करण्यात यशस्वी ठरते. यातही फरक करायला हवा. आपल्या कार्याच्या सर्वसाधारण समन्वयातून व्यक्ती विमर्षी सारांशाद्वारे व

सत्त्वप्राप्तीद्वारे जे कार्य करते. ती कार्ये व्यक्तीने वापरलेल्या संरचनामधील अंगभूत घटक असतात. अशा स्वरूपाच्या प्रक्रियेतून व्यक्तिनिरपेक्ष व सर्वसाधारण ज्ञानाची रचना घडण्यासाठी व्यक्तीला बाद करणे म्हणजे बोधात्मक क्षेत्रात आणि नैतिक व सौंदर्यात्मक मूल्यांच्या क्षेत्रातही व्यक्तीच्या कार्यात सातत्याने बदल घडतात याचे विस्मरण होय. अशा स्वरूपाच्या संदर्भातील बदलामूळ ज्ञान हे नैसर्गिक व बौद्धिक अहंकेंद्रित पैलूपासून मुक्त होते. प्रक्रिया सातत्याने निर्माण किंवा पुनर्निर्माण केल्या जाणाऱ्या संरचनांच्या विकसनासाठी साहाय्यभूत ठरतात. त्या अमूर्त अथवा सामान्य किंवा व्यापक रचना व निर्मिती असलेल्या संरचना असू शकतात.

२. जेरोम ब्रुनर यांच्यानुसार ज्ञान निर्मितीची प्रक्रिया

जेरोम एस. ब्रुनर (Jcrom Brunner) यांचा जन्म 1915 मध्ये न्यूयॉर्क शहरात झाला. 1937 मध्ये ड्यूक विद्यापीठातून त्यांनी पदवी घेतली आणि इ. स. 1941 मध्ये हार्वर्ड विद्यापीठातून त्यांनी पीएच. डी. पदवी संपादन केली. इ. स. 1952 मध्ये हार्वर्ड विद्यापीठात ते मानसशास्त्राचे प्राध्यापक झाले व इ. स. 1960 मध्ये बोधात्मक क्षेत्रातील अभ्यासासाठी हार्वर्ड विद्यापीठात एक संशोधन केंद्र उघडण्यास त्यांनी सहकार्य केले. बरीच वर्षे या केंद्राचे संचालक म्हणून त्यांनी काम पाहिले. ब्रुनरच्या संशोधनावर आणि त्यांच्या विचारांवर स्विस मानसशास्त्रज्ञ जीन पियाजे यांच्या कार्याचा मोठा प्रभाव पडलेला दिसून येतो. इ. स. 1960 साली प्रकाशित झालेल्या The Process of Education या ग्रंथांत आणि इ. स. 1966 साली प्रकाशित झालेल्या Towards a Theory of Instruction या ग्रंथात त्यांनी आपले विचार व्यक्त केले. इ. स. 1973 साली प्रकाशित झालेल्या The Relevance of Education या ग्रंथातूनही त्यांचे विचार आपल्याला कळतात.

ब्रुनरने प्रामुख्याने आपले विचार ज्ञानाच्या रचनेविषयी प्रकट केले आहेत. अध्ययन करते वेळी अध्ययनकर्ता माहितीची निवड करतो. ती माहिती स्मरणात ठेवतो व त्या माहितीचे रूपांतर करतो.

ब्रुनरच्या मते माहितीवर प्रक्रिया करणे, त्या माहितीचे व्यवस्थापन करणे, त्यापासून एक संरचना तयार करणे म्हणजे अध्ययन होय. प्रत्येक व्यक्ती ही प्रक्रिया, व्यवस्थापन व संरचना

आपापल्या पद्धतीने व क्षमतेने करीत असते.

अनेक अवबोधनानंतर एक नवे रेखाचित्र विद्यार्थ्यांच्या बोधात्मक स्तरावर तयार होते. जुन्या अनुभवांशी या नव्या रेखाचित्राची किंवा संरचनेची तुलना होते. त्यातून काही माहिती स्वीकारली जाते तर काही माहिती अनावश्यक म्हणून नाकारली जाते. पण नव्या-जुन्या अनुभवांची एक नवी संरचना तयार होते आणि याचा उपयोग व्यक्ती काही संबोधननिर्मिती करते, तर काही वेळा जुन्या संबोधनांचा विकास करते. ब्रुनरच्या मते, संबोध विकास व संबोधन संपादन यात फरक आहे. वस्तू किंवा वस्तुस्थितीच्या प्राथमिक निरीक्षणा आधारे आपण वर्गीकरण वा विश्लेषण करून शब्दात तो संबोध व्यक्त करतो. त्याला संबोधनिर्मिती म्हणतात. संबोधाची जी अनेकविध वैशिष्ट्ये ठरविली जातात ती संबोध संपादनामध्ये येतात. म्हणजे प्रथम संबोधन-निर्मिती व नंतर संबोध संपादन, असा क्रम साधारणपणे असतो.

ब्रुनरच्या मते अध्ययन म्हणजे समान वैशिष्ट्ये असलेल्या वस्तूंच्या अनुभवांचा संबंध जोडणे व त्याचबरोबर बोधात्मक रचनेमध्ये त्याचे स्थान निश्चित करणे, जेणेकरून त्या अनुभवांना महत्त्व प्राप्त होईल. आठवणे म्हणजे केवळ निर्जीव गतानुभवांमध्ये व्यक्तीने केलेले पाठांतर नव्हे तर पुननिर्मिती करण्याचे प्रावीण्य होय. अवबोधन, संबोध साध्यता दृढ केलेल्या आणि अनुमान यांत व्यक्ती निष्क्रिय असतात, या कल्पनेला ब्रुनरचा विरोध आहे. ज्ञानप्राप्ती ही क्रियाशील प्रक्रियेवर - अवलंबून असते असे ब्रुनर म्हणतो. विचार म्हणजे सर्वश्रेष्ठ अध्ययन आहे. असे तो मानतो. कारण विचार करणे ही अशी एक प्रक्रिया आहे की त्यात व्यक्ती संबोध तयार करणे अथवा गट तयार करणे या प्रक्रियेद्वारा अवबोधन झालेल्या परंतु असंगत असलेल्या वस्तुस्थितीपासून बोध घेऊ लागतो.

३. लेव्ह वायगोत्स्की यांच्यानुसार ज्ञान निर्मितीची प्रक्रिया

मानसशास्त्रातील एक प्रभावशाली विचारवंत आणि उपपत्तीकार म्हणून लेब यांचे योगदान अत्यंत लक्षणीय व महत्त्वपूर्ण आहे. रशियन साम्राज्याच्या ओशा (बेलारूस) या गावी 17 नोव्हेंबर 1896 रोजी त्यांचा जन्म झाला. सन 1971 मध्ये मॉस्को विद्यापीठातून पदवी प्राप्त केल्यावर मॉस्को, लेनिनग्राद, खारकोव्ह येथील शैक्षणिक संस्थातून आणि संशोधन संस्थेतून त्यांनी कार्य केले. विशेषतः बोधात्मक विकास आणि ज्ञानाचे संक्रमण या विषयांवर त्यांचे

विस्तृत संशोधन आहे.

वायगोत्स्कींचे प्रमुख कार्य म्हणजे त्यांनी मांडलेली बोधात्मक विकसनाची उपपत्नी त्या उपपत्तीनुसार विकास म्हणजे श्रेष्ठतर बदलांची एक श्रेणीबद्ध मालिका असते. त्यासाठी व्यक्ती आपल्या बुद्धिमत्तेचा वापर करून स्वतःचा विकास करते आणि विकसित होत जाते.

वायगोत्स्कींची सामाजिक - सांस्कृतिक उपपत्ती

वर्तनवादी मानसशास्त्रामध्ये मानवी वर्तनाला पूर्णतः दडपून टाकणाऱ्या पर्यावरणाच्या नियंत्रणाला महत्त्व आहे. या मुद्द्यांबाबत वायगोत्स्की फारसे समाधानी नव्हते. प्रतिसाद आणि अभिसंधित प्रतिक्रियांच्या आधारे मानवी व्यक्ती व प्राण्यांना एकच मानण्याचा प्रवृत्तीलाही त्यांचा विरोध होता. वायगोत्स्कींनी मानवी मनोरचनेतील उच्च स्तरीय मानसिक कार्यांची जाणीव ठेवली. विशेषतः आकलनाला खरा अर्थ देण्याच्या वैशिष्ट्यपूर्ण मानसिक प्रक्रियेचे महत्त्व त्यांनी जाणले. या वैशिष्ट्यपूर्ण मानसिक प्रक्रियेद्वारेच अस्थिर चेतकांच्या अर्थाचे आकलन व्यक्तीला होत असते. तसेच सामाजिक, ऐतिहासिक संदर्भांमुळे मानवी अध्ययनाला निश्चित स्वरूप प्राप्त होते. एकंदरीत मानवाची मानसिक प्रक्रिया आणि सामाजिक ऐतिहासिक संदर्भ या दोहोचा पर्यावरणाशी व त्यातील मानवी घटकांशी झालेल्या आंतरक्रियेमुळे अध्ययन घडते. मानवी विकास होतो. अशी वायगोत्स्कींची धारणा होती.

- वायगोत्स्कींच्या उपपत्तीतील सैद्धांतिक चौकटीमधील तीन गाभाभूत मुद्दे म्हणजे
- वर्धिष्णु आणि विकसित होत जाणाऱ्या पद्धतीवर विश्वास व अवलंबित्व
- व्यक्तीमधील उच्च स्तरीय मानसिक प्रक्रियांचे उत्पत्तिस्थान सामाजिक प्रक्रियांमध्ये असते असा दावा आणि समन्वय व तडजोड प्रक्रिया.

वर्धिष्णु आणि विकसित होत जाणाऱ्या पद्धतीवर विश्वास आणि अवलंबित्व

मानवाच्या कृतीत प्रत्येक स्तरावर दोन मूलभूत प्रक्रिया सातत्याने कार्य करीत असतात असे वायगोत्स्कींनी प्रतिपादन केले. त्या दोन प्रक्रिया म्हणजे आत्मसातीकरण आणि उपयोजन. प्रत्येक मानसिक कार्य प्रथमतः व्यक्तींच्या मनःपटलावर होते नंतर व्यक्तीच्या उपयोजनाचा भाग बनते. म्हणजेच त्यात आत्मसातीकरण ते उपयोजन असे संक्रमण होते. त्या आत्मसातीकरणात अनेक गुणात्मक बदल होतात. त्या परिवर्तनात दोन बाबींचा समावेश

असतो. एक म्हणजे विचार प्रक्रियेसाठी वापरलेल्या बाह्य साधनांवर प्रभुत्व असणे आणि दुसरे म्हणजे स्वतःच्या विचारांचे नियंत्रण व नियमन करण्यासाठी चिन्हे व संकेतांचा योग्य वापर करण्याचे कौशल्य प्राप्त करणे.

व्यक्तीमधील उच्च स्तरीय मानसिक प्रक्रियांचे उत्पत्तिस्थान सामाजिक प्रक्रियांमध्ये असते असा दावा

'निकटवर्ती विकासचे क्षेत्र' या संकल्पनेत 'अध्ययन म्हणजे सद्यःस्थितीतील बौद्धिक स्तराकडून अधिक उच्च बौद्धिक स्तराकडे होणारी वाटचाल असा दृष्टिकोन वायगोत्स्कींनी स्वीकारला. समवयस्कांसमवेतचे केलेले कार्य आणि मार्गदर्शन संभवनीय विकासाचा स्तर उंचावतो. कारण व्यक्तीने केलेले मानसिक कार्य म्हणजे सामाजिक अनुभवांची विशिष्टबाब असते असा वायगोत्स्कींचा विश्वास होता. यावरून सामाजिक अनुभवांच्या यंत्रणेचे आकलन झाल्यास मानवी विचार प्रक्रियेचे आकलन करणे सुलभ होते आणि सामाजिक आंतरक्रियातून बोधात्मक प्रक्रियेला लाभलेली चालना महत्त्वपूर्ण ठरते.'

समन्वय आणि तडजोड प्रक्रिया

साधने, चिन्हे व प्रतिके यामुळे मानसिक प्रक्रियांमध्ये समन्वय निर्माण होतो. तडजोड होते. अशा साधनांचे, चिन्हांचे व प्रतिकांचे आकलन झाल्यास व्यक्तीच्या मानसिक प्रक्रियांचेही आकलन करवून घेणे शक्य होते, असा दावा वायगोत्स्कींनी केला. चेतक पुरविणाऱ्या परिस्थितीला प्रतिसाद देण्याच्या प्रक्रियेत त्या चेतक पुरविणाऱ्या मूळ परिस्थितीतच बदल केल्यास समन्वय करणे अथवा तडजोड करणे शक्य होते. उदाहरणार्थ, समोरील व्यक्तींच्या प्रक्रियेत शिवाय प्रतिक म्हणून अंगुली निर्देश करण्याचा हावभाव प्रस्थापित झाला नसता. याचाच अर्थ असा की, कोणत्याही स्वरूपाचे मानसिक कार्य त्याच्या विकासावस्थेत बाह्य टप्प्यातून अपरिहार्यपणे प्रगट होत जाते. कारण ते मानसिक कार्य मूलतःच आणि प्रारंभिकरित्या एक सामाजिक कार्यच असते.

वायगोत्स्कींच्या सैद्धांतिक योगदानाची वैशिष्ट्ये

वायगोत्स्कींनी बोधात्मक विकास उपपत्ती आणि ज्ञानरचनावादाच्या संदर्भात केलेल्या योगदानाची वैशिष्ट्ये पुढील मुद्द्यांच्या आधारे स्पष्ट करता येतात.

- अध्ययनकर्त्यांची बौद्धिक क्रियाशीलता
- बोधात्मक विकासात सामाजिक पर्यावरणाचे महत्त्व
- तज्ज्ञ व्यक्तींची भूमिका
- निकटती विकासाचे क्षेत्र
- विविध स्तरीय आधार व साहाय्य आणि
- बोधात्मक विकासातील टप्पे

पियाजे, बृनर आणि वायगोत्स्की यांनी वर्णन केलेल्या ज्ञान निर्मितीच्या प्रक्रिया शिकण्याच्या आणि संज्ञानात्मक विकासाच्या सक्रिय, गतिमान आणि संदर्भ-आश्रित स्वरूपाला स्पष्ट करतात. सिद्धांतवादी सक्रिय प्रतिबद्धता, सामाजिक परस्परसंवाद आणि सांस्कृतिक मध्यस्थीचे महत्त्व अधोरेखित करतात ज्यात व्यक्तींची जगाची समज आणि समस्या सोडवण्याची, गंभीरपणे विचार करण्याची आणि नवीन परिस्थितींशी जुळवून घेण्याची क्षमता विकसित होते. या सिद्धांतांमधील अंतर्दृष्टी शैक्षणिक पद्धती आणि अध्यापनशास्त्रीय दृष्टिकोनांमध्ये एकत्रित करून, शिक्षक सक्रिय शिक्षण, सहयोगी चौकशी आणि विषयाशी अर्थपूर्ण सहभागास प्रोत्साहन देणारे समृद्ध शिक्षण वातावरण तयार करू शकतात. ज्ञान निर्मितीच्या प्रक्रिया समजून घेतल्याने विद्यार्थ्यांच्या संज्ञानात्मक विकासास समर्थन देणाऱ्या अभ्यासक्रम, सूचना आणि मूल्यांकन पद्धती तयार करण्याच्या प्रयत्नांची माहिती मिळू शकते. यामुळे व्यक्तीची सर्जनशीलता आणि जिज्ञासा वाढीस लागते आणि त्यांना आजीवन शिक्षण आणि गंभीर व चिकित्सक विचारधारा प्राप्त होण्यास मदत होते.

२.४ - बौद्ध तत्त्वज्ञान, जैन तत्त्वज्ञान आणि इस्लामिक तत्त्वज्ञानानुसार ज्ञान

२.४.१ - बौद्ध तत्त्वज्ञानानुसार ज्ञान

बौद्ध तत्त्वज्ञानात ज्ञान हे ज्ञानाच्या संकल्पनेशी आणि दुःखापासून मुक्त होण्याच्या मार्गाशी (दुःख) सुसंगत आहे. बौद्ध शिकवणीचे केंद्रस्थान म्हणजे अवलंबित उत्पत्तीची कल्पना आहे (प्रतित्यसमुत्पाद) जी असे मानते की सर्व घटना या कारणे आणि परिस्थितींवर अवलंबून असतात. अर्थात प्रत्येक घटनेला कारण असते आणि प्रत्येक घटनेला परिणाम असतात. अर्थात कार्यकारणभाव महत्त्वपूर्ण असतो. या दृष्टीकोनातून, ज्ञान हे स्थिर किंवा निरपेक्ष नसते

परंतु ते संवेदी धारणा, मानसिक अभिसंधान आणि नैतिक आचरण यासह विविध घटकांच्या परस्पर आंतरक्रियांवर अवलंबून असते. बौद्ध ज्ञानशास्त्र ज्ञान प्राप्त करण्यासाठी आणि वास्तविकतेचे स्वरूप समजून घेण्यासाठी प्रत्यक्ष अनुभव आणि अंतर्दृष्टीच्या (विपश्यना) महत्त्वावर जोर देते. ध्यान आणि माइंडफुलनेस यासारख्या सरावांद्वारे व्यक्ती अस्तित्त्वाच्या शाश्वत, परस्परसंबंधित स्वरूपाची सखोल जाणीव विकसित करू शकतात. तसेच स्वतःच्या आणि अहंकाराच्या पारंपारिक कल्पनेच्या पलीकडे जाऊ शकतात. बौद्ध तत्त्वज्ञानातील ज्ञान हे त्याच्या अनुभवात्मक आणि परिवर्तनशील गुणांद्वारे वैशिष्ट्यीकृत आहे, ज्यामुळे अधिक स्पष्टता, करुणा, जन्म आणि मृत्यू (संसार) च्या चक्रातून मुक्ती मिळते.

२.४.२ - जैन तत्त्वज्ञानानुसार ज्ञान

जैन तत्त्वज्ञानात, ज्ञान ही आध्यात्मिक मुक्ती (मोक्ष) आणि शुद्ध, अमर आत्मा (जीव) म्हणून खऱ्या स्वरूपाची प्राप्ती ही मूलभूत बाब मानली जाते. जैन बहुविध दृष्टिकोन (अनेकान्तवाद) आणि सत्याच्या सापेक्षतेच्या अस्तित्वावर विश्वास ठेवतात. त्यांच्या मते ज्ञान बहुआयामी आणि संदर्भ आधारित आहे. जैन शिकवणींनुसार ज्ञान प्रत्यक्ष बोध, अनुमान, आणि शास्त्रीय अधिकार यांच्या संयोगाने तसेच अहिंसा आणि सत्य यांसारख्या नैतिक गुणांच्या जोपासनेद्वारे प्राप्त केले जाते. सत्य आणि करुणा, अज्ञान आणि भ्रम यांच्या पलीकडे जाण्याचे साधन म्हणून जैन सम्यक ज्ञानावर जोर देतात. त्यंच्या मते अशा ज्ञानामुळे आध्यात्मिक जागृती आणि कर्म आणि पुनर्जन्म (संसार) च्या चक्रातून मुक्ती मिळते. अशा प्रकारे जैन तत्त्वज्ञानातील ज्ञानाला एक परिवर्तनकारी शक्ती म्हणून पाहिले जाते जे व्यक्तींना भौतिक जगाच्या मर्यादा ओलांडण्यास सक्षम करते आणि आध्यात्मिक ज्ञान आणि मुक्तीची त्यांची जन्मजात क्षमता ओळखते.

२.४.३ - इस्लामिक तत्त्वज्ञानानुसार ज्ञान

इस्लामिक तत्त्वज्ञानात, ज्ञान (इल्म) हे इस्लामिक जागतिक दृष्टिकोनामध्ये मध्यवर्ती स्थानावर आहे. त्यांच्या मते दैवी आदेश (तौहीद) समजून घेण्याचे आणि जीवनातील एखाद्याचा उद्देश पूर्ण करण्याचे साधन म्हणून ज्ञान काम करते. इस्लामिक ज्ञानविषयक तत्त्वज्ञान लैंगिक भेद किंवा सामाजिक स्थितीची पर्वा न करता सर्व विश्वास करणाऱ्यांवर एक

धार्मिक कर्तव्य (फरद अल-अयिन) म्हणून ज्ञान संपादन करण्यावर जास्त भर देते. इस्लामिक ज्ञानशास्त्र विविध प्रकारच्या ज्ञानामध्ये फरक करते, ज्यामध्ये प्रकट ज्ञान (इल्म अल-नाशर), अधिग्रहित ज्ञान (इल्म अल-हुसुली), आणि व्यावहारिक ज्ञान (इल्म अल-अमाली) समाविष्ट आहे. प्रकट ज्ञानाचा संदर्भ कुराण आणि प्रेषित मुहम्मद यांच्या सुन्नत (परंपरा) च्या शिकवणीचा आहे, जे मुस्लिमांसाठी मार्गदर्शन आणि अधिकाराचे प्राथमिक स्रोत आहेत. अधिग्रहित ज्ञानामध्ये विज्ञान, कला आणि मानवता यांचा समावेश होतो, ज्याचा पाठपुरावा करण्यासाठी मुस्लिमांना नैसर्गिक जगाशी संबंधित त्यांची समज वाढवण्यासाठी आणि मानवी स्थिती सुधारण्यासाठी प्रोत्साहित केले जाते. व्यावहारिक ज्ञानामध्ये कौशल्ये आणि तंत्रे समाविष्ट असतात जी व्यक्तींना त्यांच्या धार्मिक जबाबदाऱ्या पूर्ण करण्यास आणि त्यांच्या समुदायाची प्रभावीपणे सेवा करण्यास सक्षम करतात.

इस्लामिक तत्त्वज्ञानात, ज्ञान हे सद्गुण (इहसान) विकसित करण्याचे आणि सामाजिक न्याय वाढविण्याचे साधन म्हणून पाहिले जाते, ज्यामुळे ईश्वरी इच्छेनुसार व्यक्ती आणि समाजाची भरभराट होते. बौद्ध, जैन आणि इस्लामिक तत्त्वज्ञानातील ज्ञान हे त्याच्या परिवर्तनकारी, मुक्ती आणि नैतिक परिमाणांद्वारे वैशिष्ट्यीकृत आहे, जे प्रत्यक्ष अनुभव, अध्यात्मिक अंतर्दृष्टी आणि ज्ञान आणि आत्मज्ञानाच्या शोधात नैतिक आचरणाच्या महत्त्वावर जोर देते. प्रत्येक परंपरा ज्ञानाच्या स्वरूपावर आणि संपादनाबद्दल अद्वितीय दृष्टीकोन देते, परंतु मानवी उत्कर्ष आणि आध्यात्मिक परिपूर्तीसाठी आवश्यक पैलू म्हणून ते शहाणपण, करुणा आणि नैतिक अखंडतेसाठी एक समान वचनबद्धता सामायिक करतात.

२.५ - ज्ञान आणि माहिती यातील फरक

२.५.१ - माहिती (Information)

'माहिती' या शब्दाला 'Information' हा इंग्रजी शब्द पर्याय म्हणून वापरला जातो. एखादी वस्तू, घडामोडी व वस्तुस्थिती याविषयीचा वृत्तांत म्हणजे माहिती होय. 'माहिती' या शब्दाला 'ज्ञात असणे' असेही म्हटले जाते. माहितीच्या काही अभ्यासकांनी पुढीलप्रमाणे व्याख्या केलेल्या आहेत.

- "Data means individual facts or unprocessed information. Data is raw material, that can be it into useful information. Data consists of Text, Numbers, Sounds, Video Images, Text and Numbered are called Complex Data."

- उपलब्ध झालेल्या सामग्रीचे संक्षिप्त रुप करणे म्हणजे माहिती होय.

- Data are raw facts and information is obtained after manuculating the Raw Facts.

- सामग्रीचे सारांशीकरण करणे म्हणजे माहिती होय.

- माहिती ही अर्थपूर्ण असते. तसेच ती विश्वसनियही असते. कच्च्या सामुग्रीवर सुयोग्य प्रक्रिया केल्यामुळे ती अचूकदेखील असते. कच्च्या सामुग्रीवर वेगवेगळया प्रक्रिया करुन तिचे आपल्याला माहितीत रुपांतर करता येते.

अध्ययन अध्यापन प्रक्रियेमध्ये शिक्षक विद्यार्थ्यांना जे विपूल प्रमाणात शिकवितात ते सर्व अध्यापन हे माहिती प्रकारात मोडते. शिक्षक विद्यार्थ्यांना विविध माहिती पूरवितात. कारण या अध्यापन आशयावर कोणतीही विशेष प्रक्रिया झालेली नसते. एखादी वस्तू, व्यक्ती, घटना, संकल्पना यांच्याविषयक सविस्तर वर्णन केले जाते.

शिक्षणाचे महत्त्वाचे उद्दिष्ट हे अभ्यासक्रमातील विविध जीवनावश्यक विषयांचे ज्ञान देणे आणि या ज्ञानाच्या आधारे विविध समस्याग्रस्त परिस्थितीत समस्या निराकरणासाठीच्या विधि क्षमता विकसित करणे असे आहे. अर्थातच प्रथमतः हे सर्व शिक्षणातील उपयोगी ज्ञान एकत्रित गोळा केलेल्या माहितीच्या स्वरूपात असते.

विभिन्न क्षेत्रांमध्ये विकासाचा विचार करतांना आणि समृध्दीचा विचार करतांना त्या क्षेत्राची संपूर्ण माहिती असणे जास्त महत्त्वपूर्ण मानले जाते. कारण विविध आकडेवारी संख्या या विविध धोरणे व योजना राबविण्यासाठी महत्त्वपूर्ण भूमिका बजावत असतात.

२.५.२ - ज्ञान आणि माहिती यातील फरक

१) विविध घटकांची एकत्रित गोळाबेरीज म्हणजे ज्ञान होय, तर माहिती म्हणजे विभिन्न घटक जे वेगवेगळया भागात विविध स्वरूपात विखूरलेले असतात. ते प्राप्त होतानांच वेगवेगळे प्राप्त होतात.

२) ज्ञानाचा संबंध सरळ एखादा सिध्दांत, तत्त्व किंवा वास्तव स्थितीच्या पडताळयाशी असते तर माहिती ही तुटक स्वरूपात असते. त्या माहितीत सत्यता असेलच असे नाही.

३) माहितीचे मुख्य स्रोत हे प्राधान्यता दूय्यम स्वरूपाच असतात तर ज्ञान हे भक्कम वस्तूस्थितीवर व पूरेशा पूराव्यांच्या आधारे मांडण्याचा प्रयत्न केलेला असतो.

४) माहिती पूरेशी विश्वसनिय नसते तर ज्ञान हे विश्वसनीय मानले जाते.

५) ज्ञान हे माहितीचे संघटित व प्रक्रियात्मक रूप आहे तर माहिती ही विनाप्रक्रिया व ऐकून व वाचून प्राप्त केले जाते.

६) माहितीवर इतर घटकांचा प्रत्यक्ष व अप्रत्यक्ष परिणाम होत असतो. त्यामुळे माहितीत सातत्यपूर्ण परिवर्तन होण्याची शक्यता असते. उदा. एखादी संकल्पना मांडतांना प्रत्येकजण आपल्या पध्दतीने त्यात भर टाकतो. ज्ञान मात्र निश्चित असते कारण हे अंतिम निर्णीत तत्त्व अथवा सिध्दांत असते. उदा. परिस्थितीनूसार ज्ञानाचा उपयोग समस्या निराकरणासाठी केला जातो.

७) ज्ञान हे सार्वजनिक असते तर माहितीची काल मर्यादा असते. काळानूसार माहितीत बदल होतो.

८) ज्ञान हे चिरंतन असते तर माहिती कालमर्यादित असते.

९) माहितीमुळे ज्ञानात भर पडत असते. त्यामुळे मात्र ज्ञान हे माहितीचे संकलन असते.

१०) माहिती स्पष्ट करता येते, सांगता येते व विशिष्ट परिस्थितीतच माहितीचा वापर करता येतो.

मात्र ज्ञानामुळे व्यक्तीच्या वैचारीक प्रक्रीया वाढते. मानसिक क्षमता वाढतात व व्यक्ती कोणत्याही परिस्थिती ज्ञानाच्या आधारे रस्ता शोधण्याचा प्रयत्न करतो.

२.६ - विवेकबुध्दी आणि विश्वास

२.६.१ - विवेक बुध्दी

मनुष्याचा मूळ स्वभाव हा अतिशय शंकेखोर व जिज्ञासा असलेला आहे. जिज्ञासा ही माणसाची स्थायी वृत्ती आहे. त्यामुळे व्यक्ती निसर्गीत अथवा मानवी आयुष्यात घडणाऱ्या

प्रत्येक गोष्टीरच्या मागील कारण शोधण्याचा प्रयत्न करित असतो. जर व्यक्तीला या कारणांचा पूर्ण शोध लागला नाही तर मग तर्काच्या आधारे विविध कारणांचा अंदाज लावण्याचा प्रयत्न केला जातो. अर्थातच विवेक बुध्दी आणि तर्कबुध्दी या वेगवेगळ्या वाटत असल्या तरी त्या एकत्र आहेत.

आपण अनेक तत्त्वज्ञानी, शास्त्रज्ञ, शोधकर्ते यांचे सिध्दांत, तत्त्वे, नियम ऐकतो हे सर्व तत्त्वज्ञ जेव्हा एखादे कथन करतात किंवा प्रयोग करतात तेव्हा ते सिध्द करण्यासाठी त्या तत्त्वाच्या अनेक बाजू मांडत असतात. या सर्व बाजू व विचार त्यांची तर्कबुध्दी व विवेकक्षमता दर्शवित असतात. अर्थातच एखादा सिध्दांत कधीच पूर्ण सत्य नसतो. मात्र त्यांच्या सार्थतेसाठी अनेक विचार मांडले जातात. उदा. डार्विनचा उत्क्रांती वादाचा सिध्दांत डार्विनने हा सिध्दांत मांडतांना अनेक उदाहरणे व तत्त्व सांगितलेली आहेत. मात्र आजही पूर्णपणे हा सिध्दांत सत्य मानला जात नाही. आजही अनेक शास्त्रज्ञ डार्विनच्या सिध्दांतावर भाष्य व प्रयोग करतांना दिसतात. याचाच अर्थ विवेक बुध्दीने मांडलेले विचार तर्क म्हणून मान्य केले जातात व विशिष्ट अभ्यास करण्यासाठी त्या तर्कबुध्दीचा वापरही केला जातो.

विवेकबुध्दी अथवा तर्कबुध्दी ही एक मानसिक व बौध्दिक क्षमता आहे. तर्कबुध्दीला ज्ञानाला एक महत्त्वपूर्ण स्रोत मानले जाते. कारण पूर्वज्ञानाच्या आधारावरच तर्कबुध्दी काय करत असते. ज्ञानाच्या बाबतीत ज्या विविध समस्या निर्माण होतात त्या समस्या वैचारीक पातळीवर दूर करण्यासाठी तर्कबुध्दीचा अथवा विवेकबुध्दीचा आधार घेतला जातो. शैक्षणिक दृष्टीकोनातून विचार करता विद्यार्थ्यांच्या ज्ञानाच्या कक्षा रूंदावण्याचा प्रयत्न केला जातो, विद्यार्थ्यांच्या विविध क्षमतांचा विकास करण्याबरोबर त्यांच्या बौध्दिक क्षमता, आकलन पातळी, विषय समजून घेण्याची क्षमता इ. विकसित करण्याचा प्रयत्न करण्याला प्राधान्य दिले जाते. कारण कोणत्याही मानवी समस्येचे निराकरण हे मानवी विचारतूनच होत असते. शिक्षण हे अत्यंत व्यापक आहे. फक्त अभ्यासक्रम शिकविणे हे त्याचे उद्दिष्ट नाही तर त्याबरोबर त्यांचे जीवनही सुकर बनावे हा प्रयत्न असतो.

विद्यार्थ्यांची विवेकबुध्दी चांगली असेल तर ते विविध प्रकारच्या समस्यांचे निराकरण करू शकतील. एखाद्या घटनेचे आवश्यक तेवढे विश्लेषण करून ते त्याचे विविध अंग व पैलू मांडू

शकतील. यासाठी विद्यार्थ्यांच्या तर्कबुध्दी व विवेकबुध्दीला चालना मिळेल असे शैक्षणिक वातावरण निर्माण केले गेले पाहिजे. यासाठी विविध बौध्दिक खेळ, समस्याग्रस्त परिस्थितीची निर्मिती, विविध विषयावर वाद-विवाद, चर्चासत्र, शाकित खेळ, नेतृत्व व वक्तृत्व प्रशिक्षण उपक्रम राबविले गेले पाहिजेत.

२.६.२ - विश्वास

विश्वासालाच तत्त्वज्ञानाच्या भाषेत श्रध्दा असेही म्हटले जाते. प्रत्येक व्यक्तीच्या ठायी श्रध्दा असतेच. फक्त श्रध्दास्थाने वेगवेगळी असू शकतात. विश्वास ही सूध्दा एक मानवी वैचारीक क्षमता आहे. विशिष्ट जाणीव अथवा जिज्ञासेला आधारभूत विश्वासच असतो. एखाद्या बाबींविषयी बोलणे अथवा एखाद्या गोष्टीचा शोध होण्याचा प्रयत्न विश्वासाच्या आधारावर केला जातो. मूळात मानवी आयुष्याचे जीवंतपणा टिकविण्याचे काम विश्वासच करतो. पूढील काळात काहितरी चांगले घडेल व व्यक्ती जीवनाला सकारात्मक चालन मिळेल हा विश्वासच मानवी समाजाचे अस्तित्व टिकवून आहे. विश्वास ही एक शक्ती आहे.

मानवी जीवनात अशा अनेक गोष्टी आहेत ज्या प्रत्यक्षात अस्तित्वात आहेत की नाहीत यावर तर्कशुध्द पध्दतीने काही स्पष्ट करता येत नाही मात्र तरीही त्या गोष्टी निसर्गात अप्रत्यक्ष रूपात अस्तित्वात आहेत असे मानून मनुष्य चालत असतो. उदा. देव आहे असा विश्वास प्रत्येकाला आहे मात्र देव कोणीही पाहिलेला नाही. मात्र देव आहे असे सर्व मानतात. एवढेच नव्हे तर समस्येसमयी देव कोणत्याही रूपाने धावून येतो. हा प्रचंड आत्मविश्वास प्रत्येकाला असतो. ही देवावरची श्रध्दा कुचकामी अथवा निरर्थक म्हणता येणार नाही.

प्रत्येक धर्म, पंथ, जाती यांचे प्रत्येकाचे वेगवेगळे विश्वास व श्रध्दा आहेत त्या कोणालाही नाकारता येत नाहीत. उदा. एखादी व्यक्ती अंधारात चालतांना राम, राम असे देवाचे नाव घेत चालते. अर्थात यामूळे त्या अंधारात चालायची त्याची मानसिकत व शारीरिक क्षमता वाढते व नूसत्या त्या नाव घेण्याने त्याची भीती दूर होते हा विश्वास महत्त्वाचा आहे.

शिक्षणाविषयी विचार करता प्रत्येकाला असे वाटते की शिक्षणातून व्यक्तीचा सर्वांगीण विकास होतो आणि या शिक्षणाविषयक विश्वचासमूळेच प्रत्येकजण शिक्षणाचा आदर करतो. त्याचबरोबर सुशिक्षित व्यक्तींना समाजाचा सर्वाधिक मान मिळतो. त्याचे कारण हेत आहे की

शिक्षित व्यक्ती समाज विकासाचे कार्य काहीच असतात असा विश्वास व श्रध्दा समाजाची आहे. विविध शालेय अभ्यासक्रमात मूल्य शिक्षण, सामाजिक आदर्शवाद, थोर चरित्रांचे वर्णन, निसर्ग विषयक भूमिका, समाजाच्या स्थिरतेचे महत्त्व, मानवी जीवनाचे महत्त्व इ. विषयक सखोल ज्ञान शिक्षणातून दिले जाते याचे कारणच मूळात व्यक्ती जीवनातील विश्वास व श्रध्दा टिकविण्यासाठी हे केले जाते.

२.६.३ - विवेकबुध्दी व विश्वास यातील फरक

अ. क्र.	विवेकबुध्दी	विश्वास
१.	विवेकबुध्दी ही विचार करण्याची एक बौध्दिक क्षमता आहे.	विश्वास ही एक श्राध्दिक मानसिक क्षमता आहे.
२.	विवेकबुध्दीमध्ये व्यक्ती एखाद्या घटनेचा कार्यकारण संबंध स्पष्ट करण्यावर भर देते.	विश्वासात ज्या गोष्टी नजरेस दिसत नसल्या तरी त्या अस्तित्वात आहेत असे अशी आशा असणे म्हणजे विश्वास.
३.	विवेकबुध्दी मध्ये एखादे तत्त्व मांडतांना अथवा सिध्दांत मांडतांना त्याची अनेक कारणे अथवा पैलू मांडले जातात. यात अनेक तर्क केले जातात.	विश्वासात मात्र कोणताही बौध्दिक तर्क नसतो ती मनापासून मानलेली गोष्ट असते ती प्रयत्न करूनही मनातून काढता येत नाही.
४.	विवेकबुध्दीचे तर्क खोडून काढता येतात अथवा तसा प्रयत्न करता येतो.	मात्र विश्वास किंवा श्रध्दा अतूट असते. तिला पर्याय नसतो.
५.	विवेकबुध्दी मध्ये खरे व खोटे किंवा सत्य व असत्य यातील भेद स्पष्ट करता येतो.	मात्र विश्वासात भेद स्पष्ट करण्याचा प्रयत्नपच नसतो किंवा तसा प्रश्नही उद्भवत नाही.
६.	विवेकबुध्दीच्या तर्कांना भावनिकतेला	मात्र विश्वासाचा मुख्य आधारच

	थारा नसतो.	भावना असतात.
७.	तर्कबुध्दी ही एक वैचारीक प्रक्रिया आहे. यात ज्ञानाला अनन्यसाधारण महत्त्व आहे.	तर विश्वास ही एक मानसिक व भावनिक प्रक्रिया आहे. यात ज्ञान असणे किंवा नसणे याला विशेष महत्त्व नसते.
८.	विवेकबुध्दीमध्ये तर्क मांडतांना निरीक्षण व तपासणीला वाव असतो. या सत्य असत्याचा पडताळा घ्यावा लागतो.	मात्र विश्वासात असे नसते. कारण अस्तित्वात नसलेली गोष्ट आहे असे मानले जाते. त्यामुळे येथे फक्त शाब्दीकचा मान्य करावे लागते. पडताळा घेता येत नाही.
९.	तर्कबुध्दि अथवा विवेकबुध्दी मानवी विचारावर अवलंबून असते.	विश्वास हा मानवी मनावर अवलंबून असतो.
१०.	तर्कबुध्दी ही एक जन्मजात मानवाला लाभलेली क्षमता आहे.	विश्वास हे मानवी समाजातील एकंदरीत वातावरणाची व विचारांची फलनिष्पत्ती आहे.

सरावासाठी प्रश्न

1. ज्ञान म्हणजे काय सांगून ज्ञान ही संकल्पना स्पष्ट करा.

2. ज्ञान आणि कौशल यांतील फरक स्पष्ट करा.

3. ज्ञान प्रक्रियेतील ज्ञानाची भूमिका स्पष्ट करा.

4. ज्ञान म्हणजे काय? ज्ञानाचे प्रकार स्पष्ट करा.

5. कौशल्ये ही संकल्पना स्पष्ट करून कौशल्याची वैशिष्ट्ये थोडक्यात विशद करा.

6. ज्ञान उत्पती होणारे स्रोत स्पष्ट करा.

7. "ज्ञानाची रचना ही ज्ञान प्रक्रीयेसाठी आवश्यक आहे" स्पष्ट करा.

8. जीन पियाजे या विचारवंताने सांगितलेली ज्ञान निर्मितीची प्रक्रीया स्पष्ट करा.

9. जेरॉम ब्रुनर या विचारवंताने सांगितलेली ज्ञान निर्मितीची प्रक्रीया स्पष्ट करा.

10. वायगोस्की या विचारवंताने सांगितलेली ज्ञान निर्मितीची प्रकिया स्पष्ट करा.

11. बौद्ध विचारवंतानुसार ज्ञान ही संकल्पना स्पष्ट करा.

12. जैन विचारवंतानी ज्ञान ही संकल्पना कशी स्पष्ट केली आहे थोडक्यात सांगा.

13. इस्लामिक तत्वज्ञानाने ज्ञान या संकल्पनेविषयी मांडलेले विचार स्पष्ट करा.

14. ज्ञान प्रकिया म्हणजे काय? ''ज्ञान प्रक्रीयेसाठी ज्ञानाची रचना महत्त्वपूर्ण ठरते'' विशद करा.

15. ज्ञान संक्रमण व रचनेमध्ये ज्ञात्याची (Knower) भूमिका स्पष्ट करा.

16. ज्ञान आणि माहिती या संकल्पना स्पष्ट करून ज्ञान आणि माहिती यांतील फरक स्पष्ट करा.

17. विवेकबुद्धी आणि विश्वास या संकपना स्पष्ट करून विवेकबुद्धी आणि विश्वास यांतील फरक स्पष्ट करा.

18. ज्ञानप्राप्तीचे विविध मार्ग सांगून ''शिक्षण प्रक्रीया ही एक सामाजिक प्रकिया आहे'' चर्चा करा.

19. जेरॉम ब्रुनरची ज्ञानरचनावादी उपपत्ती स्पष्ट करा.

20. ज्ञानमिमांसा ही संकल्पना स्पष्ट करा. शिक्षण ही नैसर्गिक व सामाजिक प्रक्रिया आहे त्यांची चर्चा करा.

प्रकरण - ३

ज्ञानाचे स्त्रोत, प्रकार आणि पैलू

ज्ञान दोन प्रकारचे असते. आपल्या विश्वातील निसर्गातील घटना ज्या नियमांनुसार घडतात. त्या नियमांचे शोधन हे मुलभूत ज्ञान असते. ते मुळातच विश्वाच्या अंगभूत असते. आपण फक्त ते शोधून काढण्याचा आणि नेमकेपणाने मांडण्याचा प्रयत्न करत असतो. पण मुलभूत नियम आणि तत्त्वे यांचा उपयोग करून मानवी कल्याणासाठी सुख-समृद्धीसाठी, मानवाच्या फायद्यासाठी ज्ञानाच्या मदतीने अशी काही नवी कल्पना काढली जाते, साधन तयार केले जाते की, ज्या योगे मानवाचे जीवन समृद्ध होण्यास मदत होते. अशा ज्ञानाला उपयोजित ज्ञान असे म्हणतात.

३.१ - ज्ञानाचे पैलू: स्थानिक आणि सार्वत्रिक, सैद्धांतिक आणि व्यावहारिक, शालेय आणि शालाबाह्य

साधारणतः शिक्षण प्रक्रियेत दाता, झेय आणि ज्ञाता हे तीन प्रमुख घटक असतात. दाता म्हणजे ज्ञान देणारा, झेय म्हणजे द्यावयाचे ज्ञान किंवा संदेश आणि ज्ञाता म्हणजे ज्ञान घेणारा. तेव्हा दात्यापासून ज्ञात्यापर्यंत ज्ञानाचे संक्रमण होत असते. भौतिक परिसर आणि मानसिक विश्व यासंबंधी मानववंशाच्या प्रारंभापासून माणसाने त्या त्या गोष्टी जाणून घेतल्या, 'अवता ब्रह्म जिज्ञासा' या जिज्ञासू वृत्तीमुळे परिसरातील घटना, वैश्विक घटना आणि मानसिक घटना यांविषयी मानवाला कुतूहल वाटले, त्याची उत्सुकता जागृत झाली. त्यांच्या स्मरणार्थ मानवाने उदगामी- अवगामी, तर्क आणि अन्य विचारपद्धतींचा वापर करून ज्ञानकण प्राप्त करून त्यांचा संग्रह केला. प्रत्येक पिढीने त्यामध्ये काहीतरी भर टाकण्याचा जाणीवपूर्वक प्रयत्न केला आणि त्यातून ज्ञानाचा संग्रह अफाट वाढत राहिला. पीटर ड्रकर यांसारखा व्यवस्थापन तज्ज्ञ तर असे म्हणतो की 'आधुनिक जगात ज्ञानाचा विस्फोट झाला.' असे म्हटले जाते की, दर 35 वर्षांनी लोकसंख्या दुप्पट होते तर जान मात्र दर 10 वर्षांतच दुप्पट होते. आता हा वेग दर 5 वर्षांपर्यंत खाली आलेला आहे. परिणामी या जगातील ज्ञानाचे संदर्भ आणि संबंध सतत बदलत जातात.

३.१.१ - ज्ञान निर्मिती

प्रत्येक ज्ञानाला देश, काल, परिस्थिती आणि संबंधित व्यक्ती यांची संदर्भ चौकट असली तरी बरेचसे ज्ञान कालातील आणि व्यक्तिनिरपेक्ष आहे. त्यामुळे असे संग्रहित झालेले जे ज्ञान आहे ते एका व्यक्तीला संपूर्ण आयुष्य खर्च केले तरी जात करून घेता येत नाही. तसेच त्यावर प्रभुत्वही मिळविता येत नाही. निदान त्याच्या काही भागावर तरी प्रभुत्व प्राप्त करता यावे ह्या दृष्टीने साधारणतः 500 वर्षांपासून या ज्ञानांचे निरनिराळे कप्पे तयार करता येतील का? ज्ञान वर्गीकृत करून त्याचे कोप तयार करता येतील का असा विचार विचारवंत आणि तत्त्वज्ञांनी मांडला. अशा प्रकारे वर्गीकृत केलेले ज्ञान मोजके, दुसऱ्यापासून वेगळे आणि संदर्भयुक्त असल्यामुळे त्याचा अभ्यास करणे आणि त्यावर प्रभुत्व मिळवणे हे कोणत्याही व्यक्तीला त्याच्या जीवन काळात सहज शक्य होते. एवढेच नाही तर त्यामध्ये काही आनुषंगिक भर घालण्याचा प्रयत्नही ती व्यक्ती आपले विचार, प्रयोग, निरीक्षण, मापन आणि अनुमान यांच्याद्वारे करू शकते.

त्या दृष्टीकोनातूनच ज्ञानाची विभागणी विद्या किंवा विद्याशाखा यांमध्ये करण्यात आली आहे. उदा. मानवाविषयीचे ज्ञान ती मानव्यविद्या, समाजाविषयाचे ज्ञान ती समाजविद्या इ. प्रत्येक विद्या त्या ज्ञानाची शिस्त असते. तीच्या ज्ञानात एकसूत्रीपणा अंतर्गत शिस्त आणि परस्पर संबंध असतो. या विचारांची बैठक सोडून विद्याशाखेचा विचार करता येत नाही. म्हणूनच साधारणतः 3000 वर्षांपासून तत्त्वज्ञान, व्याकरण, राजनीती इ. विद्याशाखांचा वेगळा आणि सांगोपांग विचार सुरू झाल्याचे दिसते. ज्ञान हे मानवी जिज्ञासेतून निर्माण होते. आयुष्यामध्ये मनुष्य सत्याचा जो शोध घेतो त्यातून ज्ञानाची निर्मिती होते. हा सत्याचा शोध विज्ञान व तत्त्वज्ञान ह्या दोहोंतून होतो असे म्हटले जाते. विश्वाची निर्मिती कशी झाली? विश्वाचा शेवट कसा होणार आहे? सजीव निर्मितीचे प्रयोजन काय? सजीवांच्या स्थित्यंतराची कारणे कोणती? विश्वामध्ये कोणते मूलभूत नियम आहेत? विश्वाची रचना नेमकी काय आहे? जीवनाचा नेमका अर्थ काय? असे कितीतरी प्रश्न तत्त्वज्ञान आणि विज्ञान यांमध्ये समान आहेत. फक्त तत्त्वज्ञान हे तर्क आणि कल्पनाशक्ती यांचा विचार करून आणि अमूर्त विचारांच्या एकावर एक चढत्या श्रेणीने अंतिम सत्यापर्यंत जाण्याचा प्रयत्न करते; तर प्रयोग,

निरीक्षण, मापन आणि पडताळा या चतुःसूत्रीचा वापर करून विज्ञान टप्प्याटप्प्याने सत्याकडे वाटचाल करते. अंतिम सत्य नेमके कोठे व कसे आहे आणि किती टप्प्यांपर्यंत आपण आलो आहोत याची दोघांनाही नेमकी कल्पना आलेली नाही. पण तत्त्वज्ञानाचा मार्ग हा अमूर्त आणि काही प्रमाणात पारलौकिक असला तरी विज्ञानाचा मार्ग मात्र मूर्त आणि व्यावहारिक आहे. परिणामी तत्त्वज्ञानातील ज्ञानापेक्षा विज्ञानातील ज्ञानाला समजावून घेणे सर्वसामान्य माणसाच्या दृष्टीने अधिक सोपे असते. तसेच विज्ञानामध्ये ज्ञाननिर्मितीचे आणि ज्ञानसंग्रहाचे तीन मूलभूत नियम आहेत, ते म्हणजे

1. विज्ञान हे सत्याच्या अंतिमतेवर विश्वास ठेवत नाही तर सत्यावर विश्वास ठेवते.

2. विज्ञानात सत्य हे सिद्धच असले पाहिजे असा आग्रह असतो.

3. सत्य हे सार्वत्रिक असले पाहिजे असा विज्ञानाचा दंडक असतो.

त्यामुळे तत्त्वज्ञानाच्या अंतिम सत्यापेक्षा विज्ञान हे नेहमी नजीकचे किंवा लगतचे सत्य शोधून काढते. परिणामी विज्ञानातील ज्ञानसंग्रह वेगाने वाढत असतो. प्रगतीचा वेग प्रचंड असतो. विज्ञानात सत्यासंबंधी जे ज्ञान एकत्रित होते त्याला देश, काल, परिस्थिती आणि व्यक्तीची कुवत यांची संदर्भ चौकट असते. त्यामुळे एके काळी सापडलेले ज्ञान, पुढच्या काळातही जसेच्या तसे असेलच असे सांगता येत नाही.

गॉलिलिओच्या गल्लीतील (सूर्यमाला) गुरुत्वाकर्षण आईनस्टाईनच्या गावात (विश्वातील आकाशगंगा व तारकासमूह) गेले आणि तेथून ते नारळीकरांच्या प्रतिविश्वातसुद्धा पसरलेले आहे. म्हणजे जसजसा काळ गेला, परिस्थिती बदलली, आणि व्यक्तीचा विचार प्रगल्भ झाला तसतशा ज्ञानाच्या कक्षा रूंदावत गेल्या. पण म्हणून सुरुवातीचा विचार ज्यांनी मांडला त्यांचे मूल्य आणि महत्त्व कमी होत नाही.

खरे सांगायचे तर ज्ञान दोन प्रकारचे असते. आपल्या विश्वातील निसर्गातील घटना ज्या नियमांनुसार घडतात. त्या नियमांचे शोधन हे मुलभूत ज्ञान असते. ते मुळातच विश्वाच्या अंगभूत असते. आपण फक्त ते शोधून काढण्याचा आणि नेमकेपणाने मांडण्याचा प्रयत्न करत असतो. पण मुलभूत नियम आणि तत्त्वे यांचा उपयोग करून मानवी कल्याणासाठी सुख-समृद्धीसाठी, मानवाच्या फायद्यासाठी ज्ञानाच्या मदतीने अशी काही नवी कल्पना काढली

जाते, साधन तयार केले जाते की, ज्या योगे मानवाचे जीवन समृद्ध होण्यास मदत होते. अशा ज्ञानाला उपयोजित ज्ञान असे म्हणतात.

उपयोजित ज्ञान हे जरी मानवी फायद्याच्या हेतूने निर्माण केले जात असले तरी त्याच्या पाठीमागे मानवातील सर्जनशीलतेचा आनंदही कार्यरत असतो. 1907 साली अमेरिकेत लागलेल्या नवीन शोधाची तसेच नव्याने निर्माण केलेल्या साधनांची सरकार दरवर्षी नोंद करून पेटेंट घ्या असे सांगून पेटेंट ब्युरो सुरू केले. तेव्हापासून अमेरिकेत 25 लाख माणसे केवळ शोध लावण्याचेच काम करतात आणि दररोज दहा हजार नव्या शोधांची पेटंटस् मागितली जातात. याचाच अर्थ ज्ञानाचा विकास अखंडितपणे चालणारी प्रक्रिया आहे.

ज्यांनी सुरुवातीला ज्ञान शोधले, ज्ञान निर्माण केले, त्यांनी हे भौतिकशास्त्रातले आणि हे भाषा विषयातले ज्ञान असा भेदात्मक विचार कधीच केला नाही. ज्ञान हे स्वभावतःच सर्वव्यापक असते ही त्यांची धारणा होती. ज्ञानाची वाढ जसजशी होत गेली तसतसा ज्ञानरूपी वृक्षाचा विकास होत गेला. त्याचे रूपांतर प्रचंड वटवृक्षात झाले. या वटवृक्षाला अनेक ठिकाणी पारंब्या फुटून जमिनीकडे वळल्या. त्या पारंब्यांनी जमिनीत नवे मूळ धरल्यामुळे अनेकदा असा भास होतो की, हा एकच वृक्ष नसून परस्परांना जोडलेल्या अनेक वृक्षांचा समूह आहे आणि पारंब्यांमुळे तयार झालेले छोटेछोटे वृक्ष म्हणजे या ज्ञानवृक्षाच्या निरनिराळ्या विद्याशाखा आहेत.

३.१.२ - ज्ञाननिर्मितीचे विविध मार्ग

ज्ञाननिर्मितीचे विविध मार्ग म्हणजे वेगवेगळ्या विषयांतील संशोधनाच्या किंवा सर्जनशीलतेच्या पद्धती होय.

समस्या निराकरण - एखादी समस्या असेल तर ती कशामुळे निर्माण झाली, त्या समस्येतील घटक कोणते? ती कशी सोडवता येईल? त्याला पर्याय कोणते? याचा चांगला परिणाम कोणता? याचा शास्त्रशुद्ध विचार म्हणजे समस्या निराकरण होय.

उद्गामी - उद्गामी म्हणजे विशेषाकडून सर्वसामान्यांकडे जाणे, मूर्ताकडून अमूर्ताकडे किंवा उदाहरणाकडून नियमाकडे जाणे होय.

अवगामी - अवगामी म्हणजे सर्वसामान्याकडून विशेषाकडे जाणे, अवगामी पद्धतीने तर्क

वा विचार करतात.

प्रयोगात्मक पद्धती - एखाद्या विशिष्ट गोष्टीचा नेमका काय परिणाम होतो ते प्रयोग करून तपासून पाहणे म्हणजे प्रयोगात्मक पद्धती होय.

वैज्ञानिक शोध - काही गृहीतके, परिकल्पना यांच्या आधारे एखाद्या गोष्टीचा शोध लावणे म्हणजे वैज्ञानिक शोध होय.

निरीक्षण - एखादी गोष्ट घडताना ती का व कशी घडते, तिचा परिणाम सांगून ती विशिष्ट पद्धतीने मांडणे.

शोध घेणे - विशिष्ट घटना का घडली त्याचा विविध अंगांनी आढावा घेतला जातो किंवा परिणामकारकता तपासली जाते.

कागदपत्रांचा अभ्यास - प्रशासकीय कार्यालयातून किंवा इतर प्राथमिक स्रोतातून एखाद्या घटनेसंदर्भात प्राप्त कागदपत्रांचे विश्लेषण आणि तर्कसंगत विचार करून अर्थ लावणे व त्यातून एकत्रितपणे प्राप्त माहिती मांडणे होय.

मुलाखती - विशिष्ट हेतू साध्यतेसाठी त्या क्षेत्राची माहिती असलेल्या किंवा त्यात प्रत्यक्ष सहभागी व्यक्तीला काही प्रश्न विचारून माहिती प्राप्त करणे होय.

सामाजिक व राजकीय घडामोडींचा अभ्यास - समाजात घडणाऱ्या विशिष्ट घटना का व कशा घडल्या या संदर्भातील अभ्यास.

मानवी वर्तन निरीक्षण - एखादे मानवी वर्तन केव्हा, का व कसे घडले यांचे वेगवेगळ्या परिस्थितीत निरीक्षण केल्यास त्याची मांडणी करता येते व एखाद्या विशिष्ट परिस्थितीत विशिष्ट स्वभावाची व्यक्ती कशी वागेल याचा अंदाज घेता येतो.

वर्णनात्मक निरीक्षण - यात एखादी घटना कशी घडली किंवा एखाद्या गोष्टीची निर्मिती कशी झाली, इत्यादींचे केलेले निरीक्षण वर्णन स्वरूपात मांडले जाते.

माहितीचे वर्गीकरण - प्राप्त माहिती विखुरलेली असते. तिचे विशिष्ट नमुन्यामध्ये विशिष्ट मुद्द्यांअंतर्गत एकत्रीकरण करून वर्गीकरण केले जाते.

माहितीचे अर्थनिर्वचन - एखादी घटना घडते तेव्हा तिच्या खुणा किंवा संकेत वेगवेगळ्या स्वरूपात प्राप्त होतात किंवा प्राप्त माहितीचा तर्कसंगत विचार करून अर्थ लावला

जातो.

पुरावा - घडलेल्या घटनेसंदर्भात प्रत्यक्ष पुरावे प्राप्त केले जातात. त्यांचा उपयोग करून काही साधार गोष्टी मांडण्यात येतात. ह्यात प्राचीन वस्तू, अवशेष, लेणी, शिलालेख, स्तूप, दस्तऐवज इत्यादींचा समावेश होतो.

अनुभव - प्रत्यक्ष पाहणाऱ्या साक्षी असणाऱ्या व्यक्तींचे अनुभव लेखन, कथन हे ज्ञाननिर्मितीस उपयुक्त ठरते. ते संघटित होऊन पिढ्यान्पिढ्या संक्रमित होते.

सर्वेक्षण - वर्तमानकाळातील एखादी घटना कशी पडली. तिचा संबंधित घटकांवर काय परिणाम झाला याचा पडताळा घेण्यासाठी त्याविषयी व्यापक माहिती मिळविण्याचे कार्य सर्वेक्षणात केले जाते.

विषय अभ्यास - एखाद्या विशिष्ट विषयाच्या विशिष्ट प्रश्नांना अनुसरून सखोल वाचनातून नवे ज्ञान प्राप्त होऊ शकते.

प्रवासवर्णन - एखादा प्रवास मग तो कोणत्याही मार्गाने केला असेल आणि त्यातून प्राप्त होणाऱ्या ज्ञानाची, माहितीची नोंद केली असेल तर ते उपयुक्त साधन ठरेल.

प्रादेशिक अभ्यास - जगात नैसर्गिक बदलांमुळे प्रादेशिक बदल झालेले दिसतात, तेथील हवामान, ऋतू यांच्या अभ्यासातून, निरीक्षणातून नवे ज्ञान निर्माण होते.

३.१.३ - ज्ञानाचे पैलू

ज्ञानाच्या पैलूंमध्ये परिमाणांचे विस्तृत पैलू समाविष्ट आहेत जे व्यक्ती विविध संदर्भांमध्ये ज्ञान कसे समजून घेतात, प्राप्त करतात आणि कसे लागू करतात यावर प्रभाव पाडतात. विद्यार्थ्यांच्या विविध गरजा आणि पार्श्वभूमी पूर्ण करणाऱ्या प्रभावी अभ्यासक्रम आणि शिकवण्याच्या धोरणांची रचना करण्यासाठी शिक्षकांसाठी हे पैलू समजून घेणे महत्त्वाचे आहे.

१. ज्ञानाचा स्थानिक आणि सार्वत्रिक पैलू

ज्ञानाच्या मूलभूत पैलूंपैकी एक म्हणजे स्थानिक आणि सार्वत्रिक संदर्भांमधील फरक आहे. स्थानिक ज्ञान म्हणजे विशिष्ट भौगोलिक, सांस्कृतिक किंवा ऐतिहासिक संदर्भांसाठी विशिष्ट असलेली माहिती, पद्धती आणि विश्वास होय. या प्रकारचे ज्ञान समुदायांमध्ये खोलवर

रुजलेले असते आणि अनेकदा त्यांचे अद्वितीय अनुभव, परंपरा आणि मूल्ये प्रतिबिंबित करते. उदाहरणार्थ, स्थानिक ज्ञानामध्ये ग्रामीण समुदायांमध्ये पिढ्यानपिढ्या पारंपारिक कृषी तंत्रे किंवा विशिष्ट सांस्कृतिक विश्वासांमध्ये मूळ असलेल्या स्थानिक उपचार पद्धतींचा समावेश असू शकतो. याउलट, सार्वत्रिक ज्ञान स्थानिक सीमांच्या पलीकडे जाते आणि विविध संदर्भ किंवा समाजांमध्ये लागू होते. यात तत्त्वे, सिद्धांत किंवा संकल्पना समाविष्ट आहेत जी सांस्कृतिक किंवा भौगोलिक फरकांची पर्वा न करता संबंधित आहेत. वैज्ञानिक नियम, गणितीय प्रमेये आणि तात्विक तत्त्वे ही वैश्विक ज्ञानाची उदाहरणे आहेत जी विविध सांस्कृतिक आणि सामाजिक व्यवस्थेमध्ये प्रभावी आहेत. स्थानिक आणि सार्वत्रिक ज्ञानातील फरक ओळखणे शिक्षकांना अभ्यासक्रमात विविध दृष्टीकोनांचा समावेश करण्यास सक्षम करते आणि तसेच संकल्पना आणि तत्त्वांवर जोर देते ज्यांची व्यापक लागूता आणि प्रासंगिकता आहे.

२. ज्ञानाचा सैद्धांतिक आणि व्यावहारिक पैलू

ज्ञानाचा आणखी एक पैलू त्याच्या सैद्धांतिक आणि व्यावहारिक परिमाणांशी संबंधित आहे. सैद्धांतिक ज्ञान म्हणजे अमूर्त संकल्पना, तत्त्वे किंवा कल्पना ज्या पद्धतशीरपणे आयोजित केल्या जातात आणि संकल्पना केल्या जातात. हे गणित, विज्ञान किंवा तत्त्वज्ञान यासारख्या शैक्षणिक विषयांमधील सैद्धांतिक संरचना, प्रतिमाने आणि प्रतिमानांचे आकलन समाविष्ट करते. सैद्धांतिक ज्ञान व्यक्तींना संकल्पनात्मक साधने आणि घटनांचे स्पष्टीकरण देण्यासाठी, गृहीतके निर्माण करण्यासाठी आणि युक्तिवाद तयार करण्यासाठी प्रदान करते. व्यावहारिक ज्ञानामध्ये समस्यांचे निराकरण करण्यासाठी, ध्येय साध्य करण्यासाठी किंवा गरजा पूर्ण करण्यासाठी वास्तविक जगातील व्यवस्थेमध्ये सैद्धांतिक ज्ञानाचा वापर समाविष्ट असतो. यामध्ये कौशल्ये, तंत्रे आणि रणनीती समाविष्ट आहेत ज्यांचा वापर व्यक्ती त्यांच्या दैनंदिन जीवनात व्यावहारिक आव्हाने आणि कार्ये निर्देशित करण्यासाठी करतात. व्यावहारिक ज्ञान हे सहसा औपचारिक सूचना किंवा सैद्धांतिक अभ्यासाऐवजी प्रत्यक्ष अनुभव, काम करतांना चुकणे आणि त्यातून शिकणे अशा प्रकारे प्राप्त केले जाते. ज्ञानाचे सैद्धांतिक आणि व्यावहारिक परिमाण अभ्यासक्रमात समाकलित करून, शिक्षक विद्यार्थ्यांना

वैचारिक समज आणि व्यावहारिक कौशल्ये विकसित करण्याच्या संधी उपलब्ध करून देऊ शकतात, ज्यामुळे त्यांना विविध संदर्भांमध्ये त्यांचे ज्ञान प्रभावीपणे लागू करण्यास सक्षम केले जाते. शिवाय, ज्ञानाचे औपचारिक शैक्षणिक संस्था किंवा अनौपचारिक शिक्षण वातावरणाशी असलेल्या संबंधांवर आधारित वर्गीकरण केले जाऊ शकते.

३. ज्ञानाचा शालेय आणि शालाबाह्य पैलू

शालेय ज्ञान हे संरचित, औपचारिक ज्ञानाचा संदर्भ देते जे शाळा, महाविद्यालये किंवा विद्यापीठे यांसारख्या शैक्षणिक संस्थांमध्ये शिकवले जाते आणि शिकले जाते. यात शैक्षणिक अधिकाऱ्यांनी विहित केलेले आणि शिक्षकांद्वारे विद्यार्थ्यांना शिकवले जाणारे अभ्यासक्रम आणि विषयांचा समावेश आहे. शालेय ज्ञान सहसा गणित, विज्ञान, साहित्य किंवा इतिहास यासारख्या विशिष्ट विषयांमध्ये अंतर्निहित केले जाते आणि परीक्षा किंवा स्वाध्याय यांसारख्या औपचारिक मूल्यमापनाद्वारे त्याचे मूल्यांकन केले जाते. शालाबाह्य ज्ञानामध्ये औपचारिक शिक्षण प्रणालीच्या बाहेर प्राप्त केलेले अनौपचारिक, अनुभवात्मक ज्ञान समाविष्ट असते. त्यामध्ये व्यक्तींनी रोजच्या अनुभवातून, कुटुंबाशी, समवयस्कांशी आणि समुदायातील सदस्यांशी संवाद साधून, तसेच अभ्यासेतर क्रियाकलाप किंवा समुदाय-आधारित संस्थांमध्ये सहभाग घेऊन प्राप्त केलेले ज्ञान, कौशल्ये आणि मूल्ये यांचा समावेश होतो. शालाबाह्य ज्ञान हे सहसा संदर्भ-विशिष्ट असते आणि विशिष्ट सामाजिक किंवा सांस्कृतिक संदर्भांमध्ये स्थित असते, जे व्यक्तींचे जीवन अनुभव आणि व्यावहारिक कौशल्य प्रतिबिंबित करते. शालेय आणि शालाबाह्य ज्ञान यातील फरक ओळखून, शिक्षक औपचारिक आणि अनौपचारिक शिक्षण अनुभवांना एकत्रित करणारे अभ्यासक्रम आणि शिक्षण पद्धती संरचित करू शकतात.

३.२ - ज्ञाननिर्मिती करण्यात सामाजिक घटकांचा विचार, लोकशाही, बहुसंस्कृतीकरण, आधुनिक मूल्य व सामाजिक परिवर्तन

आपण मागील भागात लोकशाही, बहुसंस्कृतीकरण आधुनिक मूल्य व सामाजिक परिवर्तनासाठी ज्ञाननिर्मिती याचा विचार केलेला आहे. येथे आपण ज्ञाननिर्मितीत या घटकांचे स्थान पाहणार आहोत.

सर्वसाधारण व्यक्तीच्या जीवनाच्या तीन महत्त्वाच्या गरजा असतात. आपल्या अन्न, वस्त्र, निवारा तिन्ही गरजा जेव्हा पूर्ण होतात तेव्हा त्यात आपल्या औपचारिक, अनौपचारिक शिक्षणाचा सहजपणे हातभार लागतो. अलीकडे या गरजांच्या पलीकडे जाऊन आपल्याला ही एक गरज निर्माण झाली आहे. शिक्षण केवळ वैयक्तिक स्वार्थासाठी नसून सामाजिक बांधिलकीतून होणे अगत्याचे आहे आणि त्याकरिता आपल्याला सामाजिक घटकांचा विचार करावा लागेल. त्यात मुख्यत्वे करून लोकशाही, बहुसंस्कृतीकरण, आधुनिक मूल्य व सामाजिक परिवर्तन या मुद्द्यांचा समावेश होतो.

विद्यार्थ्यांना समाजाच्या विविध सांस्कृतिक, मानसिक, आर्थिक, भौगोलिक परिस्थितीत भिन्नता आढळते. त्यांचे शिक्षण झाले की, तो समाजात कार्य करतो. शाळा हीदेखील एक सामाजिक प्रणाली आहे. कुटुंब-शाळा-समाज यांच्यात सतत अंतरक्रिया घडत असतात. जर आपण विद्यार्थ्यांत ज्ञाननिर्मितीद्वारे ज्ञानलालसा निर्माण करू शकलो तर तो घरादारात ज्ञानाची जोपसना करून ज्ञाननिर्मिती करण्याची प्रक्रिया अखंड चालू ठेवतो आणि त्याचा फायदा स्वतःच्या उज्ज्वल भविष्याबरोबरच पर्यायाने जागतिकीकरणालासुद्धा समर्थपणे तोंड देताना होतो. तुमची ज्ञानलालसा किती आहे त्यावर तुमची प्रगती अवलंबून असते.

ज्ञाननिर्मिती करण्यात लोकशाही, बहुसंस्कृतीकरण, आधुनिक मूल्य व सामाजिक परिवर्तन या सामाजिक घटकांचा एकत्रितीपणे विचार करणाऱ्या तज्ज्ञांचा मते ज्ञाननिर्मिती करण्यात अध्यापकाची महत्त्वाची भूमिका असते. याकरिता शुल्मन, मायकेल, इरोट इत्यादी तज्ज्ञांच्या मते व्यवहार करण्यासाठी लागणारे आवश्यक ज्ञान विद्यार्थ्यांना सातत्याने केल्या जाणाऱ्या विज्ञाननिष्ठ अभ्यासातून संशोधनातून उपलब्ध होत असते.

- **आशयज्ञान :** यात विषयवर प्रभुत्व असावे लागते. त्या आशयाची व्यक्तिगत जीवनातील उपयुक्तता, संरचना, ज्ञाननिर्मितीच्या प्रक्रिया इत्यादींची माहिती असणे गरजेचे असते.

- **सामान्य अध्यापन विज्ञानाचे ज्ञान :** यात अध्ययन वातावरणाचे व्यवस्थापन, अध्ययन कार्याची मांडणी, कार्यनीतीचा व सूत्रांचा समावेश होतो.

- **अभ्यासक्रमाचे ज्ञान :** यात शैक्षणिक उपक्रमांची तसेच अभ्यासक्रमाची ध्येये,

गाभा घटक, अपेक्षित परिवर्तनशील ध्येयांचे ज्ञान व त्यांचे उपायोजन करण्याची क्षमता अपेक्षित असते.

- **अध्यापन विषयाचे आशय ज्ञान :** यात अध्ययन-अध्यापन कृतीत रूपांतर करण्याच्या दृष्टीने आशय निवड त्यासाठी अध्ययन प्रक्रिया, अनुभवांच्या कक्षेत ते आणणे या बाबी येतात. उदा. आशयातील कल्पनांचे उत्कृष्ट प्रतिरूपण तयार करून त्यावर विद्यार्थ्यांकरवी ज्ञानरचना व दिग्दर्शन करणे इत्यादी.

- **विद्यार्थ्यां बाबतचे ज्ञान :** विद्यार्थ्यांचे गुण विशेष, त्यांच्या गरजा, वैशिष्टे इत्यादीबाबी अंतर्भूत असतात.

- **शैक्षणिक संदर्भांचे ज्ञान :** यात अध्ययन, अध्यापन कसे, कोठे, केव्हा घडवून आणावे, उपक्रमाची आर्थिक बाजू, शाळा ज्या समाजात आहे त्या समूहाची संस्कृती, अर्थकारण मूल्ये इत्यादी.

शिक्षणाचे अंतिम हेतू मुल्य, तात्विक सामाजिक घटक व ऐतिहासिक पार्श्वभूमीचे ज्ञान हाच विचार डंकीन व बिडल यांनी सामाजिक व शालेय वातावरणासंदर्भात स्पष्ट केला. त्यात समाज, शाळा, वर्ग यातून प्रतिबिंबित होणारे तत्त्वज्ञान, त्यातून प्रत्ययास येणारी मूल्ये, विविध पातळ्यांवरील आंतरव्यक्ती संबंध इत्यादी बाबी येतात. लोकशाही, बहुसंस्कृतीकरण, आधुनिक मूल्य व सामाजिक परिवर्तन हे सामाजिक घटक त्यांचेशी संबंधित असतात. देशाची घटना, ध्येय, गाभा घटक, जागतिकीकरण, उदारीकरण व खाजगीकरण यांचे होणारे परिणाम, बदलती जीवनशैली, त्यासोबत बदलणारी मूल्ये, उपलब्ध सुविधा, माहिती तंत्रज्ञान यंत्रणा, आव्हाने, अध्ययन वातावरण इत्यादींचा विचार येतो.

ज्ञाननिर्मितीत अध्ययन वातावरण, निर्मिती व त्यातून संबंधित सामाजिक घटकांचा विचार याबाबी सक्रियता वाढवतात. यात व्यक्तींच्या अध्ययन समरसतेला महत्त्व आहे. या संदर्भातली अध्ययन समरसता उपपत्ती केअर्सी ग्रेग व शेनीडर्मन बेन यांनी मांडली. अध्ययन म्हणजे व्यक्तीचे आशय संपादन व तद्भुषंगिक व्यक्ती विकास होय. त्याकरिता व्यक्तीला सामाजिक घटकाशी अर्थपूर्ण आंतरक्रियात्मक कृती करण्याची संधी मिळणे आवश्यक ठरते. अध्ययन ही अर्थपूर्ण कृती असल्याने विद्यार्थी आंतरिक प्रेरणेने कार्य करतात. समरसता ही

समूहासंदर्भात आकारते. प्रकल्पपूर्तींच्या दरम्यान घडते व तिचे केंद्र बहिस्थ असते. म्हणूनच ज्ञाननिर्मिती करतांना लोकशाही, बहुसंस्कृतीकरण, आधुनिक मूल्य व सामाजिक परिवर्तन यांचा विचार करणे गरजेचे आहे.

पियाजे यांच्या मतानुसार अनुभवांच्या माध्यमांतून व्यक्ती स्वतःसाठी वास्तव अर्थाची व आकलनाची प्रणाली अस्तित्वात आणते. म्हणजेच स्वायत्त, बोधात्मक आकृतिबद्ध निर्माण होतात. यातून बुद्धीप्रमाण विचार करण्याची व्यक्तीची क्षमता वाढते. म्हणजेच अतिउच्च पातळीवर तो पोहचतो. त्यामुळे व्यक्ती वस्तूनिष्ठ विचार करू लागते. विद्यार्थ्यांच्या आकलनाकडून कक्षा रुंदावण्यास मदत होते. त्यांचे मुळ आकलन समजून घेत असताना त्यांच्यावर पडणाऱ्या अनेक सांस्कृतिक समजुतींचा प्रभाव नाकारता येत नाही.

जॉन ड्युई हे विद्यार्थी केंद्री अध्यापनाचे पुरस्कर्ते होत. त्यांच्या विकासवादी दृष्टिकोनानुसार अध्यापन वातावरणाची रचना व्यक्तीच्या विकासाला अनुकूल अशी व्हायला हवी. याबरोबरीने विषय साहित्य हे विद्यार्थ्यांच्या जीवनाशी एकात्म असायला हवे, जोडलेले असायला हवे. त्यांच्या युक्तिवादानुसार अध्ययन कृतिशील असते. अध्ययन प्रक्रियेदरम्यान जैविक सात्मिकरण होत असते. अध्यापकाने विद्यार्थ्यांच्या बरोबरीने विचार करायला हवा आणि तेथून त्यांच्या बरोबरीने बौद्धिक विकासाची वाटचाल करायला हवी. अध्ययनाची म्हणजेच परिवर्तनाची गुणवत्ता व प्रमाण हे व्यक्तीवर अवलंबून असते. विषय आशयाची त्यांचा काहीही संबंध नसतो. ड्युई यांच्या दृष्टीने शिक्षणाचे सामाजिक प्रयोजन व्यापक होते. लोकशाही जीवनप्रणालीत सहभाग देण्याला सक्षम अशी चिकित्सक विचार करणारी व्यक्ती घडवणे हे शिक्षकाचे एक प्रयोजन आहे. यासाठी शालेय जीवनातच आजीवन अध्ययनात राहण्याची क्षमता व्यक्तित विकसित व्हायला हवी. म्हणून समाज घटकांचा ज्ञाननिर्मितीत विचार व्हावा.

३.३ - ज्ञानाचे प्रकार: स्वदेशी ज्ञान, अनुशासनात्मक ज्ञान, जागतिक ज्ञान, अभ्यासक्रम आशय ज्ञान, वैज्ञानिक ज्ञान

ज्ञानाच्या प्रकारांमध्ये वैविध्यपूर्ण घटक समाविष्ट असतात जे व्यक्तींच्या जगाचे आकलन आणि त्यावर प्रभावीपणे दिशानिर्देशित करण्याची त्यांची क्षमता वाढविण्यात महत्त्वपूर्ण

भूमिका बजावतात. प्रत्येक प्रकारचे ज्ञान अद्वितीय दृष्टीकोन, कार्यपद्धती आणि अनुप्रयोग प्रदान करते, जे मानवी आकलन आणि संस्कृतीच्या समृद्धतेमध्ये आणि जटिलतेमध्ये योगदान देते. विविध विषय आणि संदर्भांमध्ये समग्र शिक्षण आणि गंभीर विचार कौशल्यांना प्रोत्साहन देणारे अभ्यासक्रम आणि निर्देशात्मक पद्धती संरचित करण्यासाठी शिक्षकांसाठी या प्रकारचे ज्ञान समजून घेणे आवश्यक आहे.

१. स्वदेशी ज्ञान: स्वदेशी ज्ञानामध्ये जगभरातील स्थानिक लोकांचे संचित शहाणपण, प्रथा आणि विश्वास समाविष्ट आहेत. विशिष्ट सांस्कृतिक समुदायांमध्ये पिढ्यानपिढ्या ज्ञान एका पिढीकडून दुसऱ्या पिढीकडे हस्तांतरित केले जाते. या प्रकारचे ज्ञान स्थानिक परिसंस्था आणि पारंपारिक जीवन पद्धतींमध्ये खोलवर रुजलेले असते. हे ज्ञान स्थानिक लोकांचे त्यांचे वातावरण आणि नैसर्गिक संसाधनांशी घनिष्ठ संबंध प्रतिबिंबित करते. स्वदेशी ज्ञानामध्ये पारंपारिक पर्यावरणीय ज्ञान, उपचार पद्धती, कथा सांगण्याची परंपरा आणि आध्यात्मिक श्रद्धा यांचा समावेश होतो, जे दैनंदिन क्रियाकलाप, विधी आणि समारंभांमध्ये स्वाभाविकपणे संग्रहित केले जातात. स्वदेशी ज्ञान प्रणाली मानव, निसर्ग आणि आत्मिक जगाचे परस्परावलंबन ओळखून सर्वांगीण आणि एकमेकांना जोडण्याचे कार्य करते. हे ज्ञान पारस्परिकता, सर्व सजीवांचा आदर, पर्यावरणाशी व्यक्तींच्या परस्परसंवादाचे मार्गदर्शन करणे आणि शाश्वत उपजीविका आणि समुदायाचे कल्याण वाढवणे यासारख्या तत्त्वांवर जोर देते. अभ्यासक्रमात स्वदेशी ज्ञान समाकलित करून, शिक्षक सांस्कृतिक विविधता, पर्यावरणीय संबंध आणि सामाजिक न्याय यांना प्रोत्साहन देते. स्वदेशी ज्ञान हे विद्यार्थ्यांना त्यांच्या स्वतःच्या सांस्कृतिक वारशातून शिकण्यासाठी आणि स्वदेशी ज्ञान प्रणालींचे जतन आणि पुनरुज्जीवन करण्यासाठी योगदान देत असते.

२. अनुशासनात्मक ज्ञान: अनुशासनात्मक ज्ञान विशिष्ट ज्ञान क्षेत्र किंवा अभ्यासाच्या क्षेत्रांचा संदर्भ देते जे भिन्न पद्धती, सिद्धांत आणि पद्धतींद्वारे परिभाषित केले जातात. अनुशासनात्मक ज्ञानामध्ये गणित, विज्ञान, साहित्य, इतिहास आणि कला यासारख्या शैक्षणिक विषयांचा समावेश असतो. यामध्ये प्रत्येकाचा अनोखा ज्ञानशास्त्रीय पाया आणि चौकशीच्या पद्धती असतात. अनुशासनात्मक ज्ञान हे ज्ञान, सिद्धांत आणि शैक्षणिक

संस्थांमध्ये शिकवल्या आणि शिकल्या जाणाऱ्या पद्धतींच्या सुसंगत संस्थांमध्ये व्यवस्थापित केले जाते. अनुशासनात्मक ज्ञान विशिष्ट विषय क्षेत्रांबद्दल व्यक्तींचे आकलन आणि अनुशासनात्मक पद्धतींमध्ये व्यस्त राहण्याची त्यांची क्षमता विकसित करते. शिस्तबद्ध ज्ञान हे ज्ञान निर्मिती आणि प्रसारासाठी त्याच्या पद्धतशीर, संरचित दृष्टिकोनाद्वारे वैशिष्ट्यीकृत आहे, ज्यामध्ये चौकशी, समवयस्क पुनरावलोकन आणि प्रमाणीकरणाच्या कठोर पद्धतींचा समावेश आहे. हे ज्ञान व्यक्तींना वैचारिक फ्रेमवर्क, विश्लेषणात्मक साधने आणि समस्या सोडवण्याची रणनीती प्रदान करते जे ज्ञान वाढवण्यासाठी आणि विशिष्ट विषयांमधील जटिल आव्हानांना संबोधित करण्यासाठी आवश्यक आहेत. अभ्यासक्रमात शिस्तविषयक ज्ञान एकत्रित करून, शिक्षक विद्यार्थ्यांची गंभीर विचार कौशल्ये, शिस्तबद्ध साक्षरता आणि विषय-विशिष्ट क्षमता विकसित करू शकतात तसेच त्यांना पुढील अभ्यासासाठी आणि चौकशीच्या विविध क्षेत्रांमध्ये व्यावसायिक करिअरसाठी पूर्वतयारी करण्यासाठी सक्षम करू शकतात.

३. जागतिक ज्ञान: जागतिक ज्ञान हे परस्परसंबंधित आणि आंतरसांस्कृतिक ज्ञान समाविष्ट करते जे राष्ट्रीय किंवा प्रादेशिक सीमांच्या पलीकडे जाते आणि जागतिक आव्हाने आणि संधींना संबोधित करते. या प्रकारचे ज्ञान जगातील वैविध्यपूर्ण लोक, संस्कृती आणि समाज यांच्या परस्परसंबंध प्रतिबिंबित करते. यामध्ये शांतता, समृद्धी आणि टिकाऊपणासाठी समान चिंता आणि सामायिक आकांक्षा स्पष्ट करते. जागतिक ज्ञानामध्ये जागतिक इतिहास, भूराजकीय, अर्थशास्त्र, पर्यावरणीय स्थिरता, मानवी हक्क आणि आंतरसांस्कृतिक संप्रेषण यासह विविध क्षेत्रांचा समावेश होतो, ज्यांना जगभरातील विविध दृष्टीकोन, मूल्ये आणि अनुभवांद्वारे माहिती दिली जाते.

जागतिक ज्ञान जागतिक समस्यांच्या परस्परावलंबनावर आणि त्यांना संबोधित करण्यासाठी सहयोगी, आंतरसांस्कृतिक दृष्टिकोनांची आवश्यकता यावर जोर देते. हे जागतिक नागरिकत्व, आंतरसांस्कृतिक समज आणि व्यक्तींमध्ये नैतिक जबाबदारी वाढवते, त्यांना जागतिक आव्हानांबद्दल गंभीरपणे विचार करण्यास आणि सामाजिक न्याय, मानवी हक्क आणि पर्यावरणीय स्थिरतेला प्रोत्साहन देण्यासाठी प्रयत्नांमध्ये सक्रियपणे सहभागी

होण्यासाठी प्रोत्साहित करते. अभ्यासक्रमात जागतिक ज्ञान समाकलित करून, शिक्षक विद्यार्थ्यांना परस्परसंबंधित जागतिक वास्तविकता याचे मार्गदर्शन करण्यासाठी, आंतरसांस्कृतिक क्षमता वाढवण्यासाठी आणि वाढत्या जागतिकीकृत जगात सकारात्मक सामाजिक बदलासाठी योगदान देण्यासाठी तयार करू शकतात.

४. अभ्यासक्रम आशय ज्ञान: अभ्यासक्रम आशय ज्ञान हे विशिष्ट ज्ञान आणि कौशल्ये यांचा संदर्भ देते जे विशिष्ट शैक्षणिक विषय शिकवण्यासाठी आणि शिकण्यासाठी आवश्यक असतात. या प्रकारच्या ज्ञानामध्ये गणित, विज्ञान, भाषा कला, सामाजिक अभ्यास यासारख्या विविध विषयांसाठी अभ्यासक्रमात समाविष्ट केलेली सामग्री, संकल्पना आणि कौशल्ये यांचा समावेश होतो. अभ्यासक्रम आशयाचे ज्ञान प्रस्थापित मानके, फ्रेमवर्क आणि मार्गदर्शक तत्त्वांवर आधारित आहे जे आवश्यक संकल्पना, कौशल्ये आणि क्षमतांची रूपरेषा देतात ज्या विद्यार्थ्यांनी प्रत्येक ग्रेड स्तरावर शिकल्या पाहिजेत. यात तथ्ये, संकल्पना आणि तत्त्वे आणि प्रक्रियात्मक ज्ञान, जसे की समस्या-निराकरण धोरणे, गंभीर विचार कौशल्ये आणि शिस्तबद्ध पद्धती यासारखे दोन्ही घोषणात्मक ज्ञान समाविष्ट आहे. अभ्यासक्रमातील आशयाचे ज्ञान सुसंगत अनुक्रम आणि व्याप्ती आणि अनुक्रमांमध्ये व्यवस्थापित केले जाते जे विद्यार्थ्यांच्या शिकण्याच्या प्रगतीला साहाय्य करतात आणि विषय-विशिष्ट सामग्री आणि कौशल्यांवर त्यांच्या प्रभुत्वास समर्थन देतात. अभ्यासक्रमातील आशयाचे ज्ञान अभ्यासक्रमात समाकलित करून, शिक्षक हे सुनिश्चित करू शकतात की विद्यार्थ्यांनी प्रत्येक विषयाच्या क्षेत्रातील मूलभूत संकल्पना आणि क्षमतांचे सखोल ज्ञान विकसित केले आहे, त्यांना त्यांचे ज्ञान प्रभावीपणे लागू करण्यास आणि अनुशासनात्मक समस्या आणि समस्यांबद्दल गंभीरपणे विचार करण्यास सक्षम करते.

५. वैज्ञानिक ज्ञान: वैज्ञानिक ज्ञानामध्ये वैज्ञानिक चौकशी, निरीक्षण आणि प्रयोगातून प्राप्त झालेले अनुभवजन्य, पुरावे-आधारित ज्ञान समाविष्ट असते. या प्रकारच्या ज्ञानामध्ये तत्त्वे, सिद्धांत, नियम आणि प्रतिमाने समाविष्ट आहेत जे नैसर्गिक जगाची वैज्ञानिक समज तसेच वैज्ञानिक चौकशीच्या पद्धती आणि मानदंड यांचा समावेश करतात. वैज्ञानिक ज्ञान हे ज्ञान उत्पादन आणि प्रमाणीकरणासाठी त्याच्या पद्धतशीर, अनुभवजन्य दृष्टिकोनाद्वारे

वैशिष्ट्यीकृत आहे, ज्यामध्ये गृहीतके तयार करणे, माहितीचे संकलन आणि विश्लेषण करणे आणि नियंत्रित प्रयोग किंवा निरीक्षण अभ्यासाद्वारे गृहितकांची तपासणी समाविष्ट आहे. वैज्ञानिक ज्ञान तात्पुरते आहे आणि नवीन पुरावे किंवा सैद्धांतिक प्रगतीवर आधारित पुनरावृत्तीच्या अधीन आहे, जे वैज्ञानिक चौकशीचे गतिशील आणि पुनरावृत्तीचे स्वरूप प्रतिबिंबित करते.

हे व्यक्तींना नैसर्गिक घटना समजून घेण्यासाठी, भविष्यातील परिणामांचा अंदाज लावण्यासाठी आणि जीवशास्त्र, रसायनशास्त्र, भौतिकशास्त्र आणि पर्यावरण विज्ञान यासारख्या विविध क्षेत्रातील व्यावहारिक समस्यांचे निराकरण करण्यासाठी एक विश्वासार्ह, पद्धतशीर संरचना प्रदान करते. अभ्यासक्रमात वैज्ञानिक ज्ञानाचा समावेश करून शिक्षक विद्यार्थ्यांची वैज्ञानिक साक्षरता, गंभीर विचार कौशल्ये आणि वैज्ञानिक चौकशीच्या प्रक्रिया प्रभावीपणे लागू करू शकतात. याचबरोबर वैज्ञानिक ज्ञान हे वैज्ञानिक समस्यांशी संलग्न होण्यासाठी आणि त्यांच्या वैयक्तिक आणि व्यावसायिक जीवनात माहितीपूर्ण निर्णय घेण्यास सक्षम बनवत असते.

ज्ञानाच्या प्रकारांमध्ये वैविध्यपूर्ण घटक समाविष्ट असतात जे व्यक्तींच्या जगाचे आकलन आणि त्यावर प्रभावीपणे निर्देशित करण्याची त्यांची क्षमता बनविण्यात महत्त्वपूर्ण भूमिका बजावतात. स्वदेशी ज्ञान स्थानिक लोकांचे शहाणपण, प्रथा आणि विश्वास प्रतिबिंबित करते, त्यांचे वातावरण आणि नैसर्गिक संसाधनांशी त्यांचे घनिष्ठ संबंध ठळक करते. अनुशासनात्मक ज्ञानामध्ये विशिष्ट ज्ञान क्षेत्र किंवा अभ्यासाच्या क्षेत्रांचा समावेश असतो, विशिष्ट शैक्षणिक विषयांमध्ये व्यक्तींना संकल्पनात्मक फ्रेमवर्क आणि समस्या सोडवण्याच्या धोरणांसह प्रदान करते. जागतिक ज्ञानामध्ये परस्परसंबंधित, आंतरसांस्कृतिक ज्ञान समाविष्ट आहे जे राष्ट्रीय सीमा ओलांडते, जागतिक आव्हाने आणि संधींना संबोधित करते. अभ्यासक्रम आशयाचे ज्ञान हे विशिष्ट शैक्षणिक विषय शिकवण्यासाठी आणि शिकण्यासाठी आवश्यक असलेल्या विषय-विशिष्ट ज्ञान आणि कौशल्यांचा संदर्भ देते, तर वैज्ञानिक ज्ञानामध्ये वैज्ञानिक चौकशीतून प्राप्त झालेले अनुभवजन्य, पुरावे-आधारित ज्ञान समाविष्ट असते.

३.४ - भारतीय आणि पाश्चात्य तत्त्वज्ञानानुसार ज्ञान

भारतीय आणि पाश्चात्य दोन्ही तात्विक परंपरांमध्ये ज्ञानाला महत्त्वपूर्ण स्थान आहे. ज्ञान हे व्यक्तीच्या स्वभाव, संपादन आणि मानवी अस्तित्वावरील परिणामांवर अद्वितीय दृष्टीकोन प्रदान करत असते. भारतीय तत्त्वज्ञानात ज्ञान हे सहसा अध्यात्मिक ज्ञान आणि जन्म आणि मृत्यू (संसार) च्या चक्रातून मुक्तीच्या शोधात गुंफलेले असते. वेदांत, न्याय आणि बौद्ध धर्म यासारख्या विचारांच्या शाळा ज्ञान, चेतना आणि वास्तविकतेच्या स्वरूपाचा शोध घेतात तसेच ज्ञानाच्या सिद्धांतामध्ये विविध अंतर्दृष्टी देतात. भारतीय तत्वज्ञान ज्ञानाच्या संकल्पनेवर किंवा आध्यात्मिक ज्ञानावर जोर देते, ज्याला आत्म-साक्षात्कार आणि मुक्ती (मोक्ष) या ज्ञानाचे सर्वोच्च स्वरूप मानले जाते. अद्वैत वेदांतानुसार, अंतिम ज्ञान (आत्मज्ञान) मध्ये आत्म (आत्म) आणि अंतिम वास्तव (ब्रह्म) यांच्या अद्वैत स्वरूपाची जाणीव करून घेणे, अनुभवजन्य ज्ञान आणि वैयक्तिक ओळखीच्या मर्यादा ओलांडणे समाविष्ट आहे. भारतीय तत्वज्ञान न्याय, किंवा ज्ञानाच्या वैध साधनांवर लक्ष केंद्रित करते, ज्यामध्ये आकलन, अनुमान, आणि शब्द यांचा समावेश होतो. बौद्ध धर्म ज्ञानावर स्वतःचा दृष्टीकोन प्रदान करतो, अनुभवजन्य ज्ञानच्या शाश्वत आणि सशर्त स्वरूपावर जोर देतो आणि दुःखापासून मुक्तीचा मार्ग म्हणून वास्तविकतेच्या स्वरूपामध्ये प्रत्यक्ष अंतर्दृष्टीची शिफारस करतो.

पाश्चात्य तत्त्वज्ञानात प्राचीन काळापासून ज्ञान हे चौकशीचे केंद्रबिंदू आहे. पाश्च्यात्य तत्त्ववेत्ते ज्ञानाचे स्वरूप, स्रोत आणि मर्यादा याविषयी सतत वाद-विवाद करत आले आहेत. प्लेटोच्या संवादांमध्ये ज्ञान हे केवळ विश्वास पासून वेगळे केले जाते, खरे ज्ञान तर्कसंगत समज आणि द्वंद्वात्मक तर्कांवर आधारित आहे. प्लेटोच्या स्वरूपाचा सिद्धांत अमूर्त, कालातीत घटकांचे अस्तित्व दर्शवितो जे ज्ञानाच्या अंतिम वस्तू म्हणून काम करतात, बौद्धिक अंतर्ज्ञान आणि द्वंद्वात्मक चौकशीद्वारे प्रवेशयोग्य असतात. ऑरिस्टॉटल या कल्पनेचा विस्तार करतो, प्रात्यक्षिक तर्क आणि अनुभवजन्य निरीक्षणावर आधारित ज्ञान हे न्याय्य सत्य विश्वास म्हणून परिभाषित करतो. आधुनिक तत्त्वज्ञानात, रेने डेकार्टेस आणि जॉन लॉक यांसारख्या व्यक्तींनी ज्ञानाचा पाया शोधला आहे. डेकार्टेसने ज्ञानात निश्चितता मिळवण्याचे साधन म्हणून पद्धतशीर शंकांचे समर्थन केले आहे आणि लॉकने ज्ञानाच्या संपादनात

संवेदनात्मक अनुभवाच्या भूमिकेवर जोर दिला आहे. इमॅन्युएल कांटने आपल्या गंभीर तत्त्वज्ञानाने ज्ञानशास्त्रात क्रांती घडवून आणली. त्याने असा युक्तिवाद केला की ज्ञान हे मनाच्या जन्मजात आकलन संरचना आणि संवेदनात्मक अनुभव द्वारे आकार घेते, ज्यामुळे त्याचे घटना आणि नामांकन यांच्यातील फरक दिसून येतो जे मानवी आकलनाच्या पलीकडे आहे.

भारतीय आणि पाश्चात्य तत्त्वज्ञानात फरक असूनही दोन्ही तात्त्विक परंपरा ज्ञानाच्या स्वरूपाविषयी आणि मानवी समज, कृती आणि मुक्ती यांच्यावरील परिणामांबद्दल खोल चिंता व्यक्त करतात. भारतीय तत्त्वज्ञान ज्ञानाच्या अनुभवात्मक आणि अंतर्ज्ञानी परिमाणांवर जोर देते, ते अनुभवजन्य धारणा आणि वैयक्तिक ओळखीच्या मर्यादा ओलांडून अंतिम वास्तवाची जाणीव करण्याचे एक साधन म्हणून पाहते. दुसरीकडे, पाश्चात्य तत्त्वज्ञान, ज्ञानाचा पाया म्हणून तर्कशुद्ध चौकशी आणि अनुभवजन्य निरीक्षणावर जोर देते, मानवी समज आणि वैज्ञानिक चौकशीसाठी सुरक्षित पाया स्थापित करण्याचा प्रयत्न करते. दोन्ही परंपरांचे अंतर्दृष्टी शोधून, तत्त्ववेत्ते आणि विद्वानांना ज्ञानाच्या गुंतागुंतीबद्दल आणि मानवी अस्तित्व आणि आकांक्षा यांना आकार देण्यासाठी त्याची भूमिका अधिक समृद्ध समजू शकते.

३.५ - लोकशाही, बहुसंस्कृतीकरण, आधुनिक मूल्य व सामाजिक परिवर्तनासाठी ज्ञाननिर्मिती

१. लोकशाही - लोकशाही जीवन प्रणालीत सहभाग देण्याला सक्षम अशी चिकित्सक विचार करणारी व्यक्ती घडवणे हे शिक्षणाचे एक उद्दिष्ट आहे. यासाठी शालेश जीवनातच आजीवन अध्ययनार्थी राहण्याची क्षमता व्यक्तीत विकसित व्हायला हवी.

जॉर्ज काँट यांचा सामाजिक पुनर्रथनावादी दृष्टिकोन १९३२ सालातील अमेरिकेच्या आर्थिक परिस्थितीला धरून होता. मुलांबद्दल वाटणाऱ्या जिव्हाळ्या पोटी ते लिहितात,

"न्याहारी न केलेली मुले दिवाळखोर दुकानासमोरून चालत जातात. जगाच्या सर्व कोपऱ्यातून गोळा केलेल्या श्रीमंती खाद्यपदार्थांनी ही दुकाने भरलेली असतात." यातून त्यांनी पुनर्रचनावादी अभ्यासक्रमाची शिफारस केली, सामाजिक जबाबदारी, समता, बंधुता व स्वातंत्र ही लोकशाहीवादी मूल्ये जाणीवपूर्वक रूजवली जाणे आवश्यक आहे. असे त्यांचे

मत होते. कोणतीही व्यक्ती समाजात दबावाशिवाय स्वतंत्र राहू शकत नाही त्यांच्या मते व्यक्तीचा विकास हा

- सामाजिक संस्कृतीमुळे मर्यादित केला जातो.
- हा विकास ज्या भाषेतून विद्यार्थी स्वतःला व्यक्त करतात त्या भाषिक समूहाचे विश्वास, समजुती, चालीरीती, परंपरा यांच्या सांस्कृतिक संदर्भावर अवलंबून असतो.
- व्यक्तीच्या आर्थिक व सामाजिक परिस्थितीवर अवलंबून असतो.

लोकशाही शासन प्रणालीचा घटक म्हणून विद्यार्थ्याला मुक्तीकडे नेणारे अध्ययन अध्यापन हे त्यांच्या संदर्भातील विषमता उलगडणे कमी करण्याच्या शक्यता निर्माण करते म्हणजेच मुक्तत्व शक्ती ही सामाजिक सिद्धांत व व्यवहार यांच्यावर प्रभाव टाकणाऱ्या सांस्कृतिक समजुती व गृहीतकांच्या संदर्भात नव्या जाणिवा जागृत करते याच बरोबरीने विद्यार्थ्यांना वैचारिक व परिवर्तनात्मक कृती करण्याची प्रेरणा रचनात्मकता अध्ययन देते.

२. **बहुसंस्कृतीकरण** - ज्ञाननिर्मिती करतांना बहुसंस्कृतीकरणाचा विचार महत्त्वाचा असतो. कारण संस्कृती संक्रमण हे शिक्षणाचे सर्वांत महत्त्वाचे कार्य आहे. समाजाला अनुकूल ठरणाऱ्या आचार विचारांमुळे विद्यार्थ्यांना सुयोग्य वळण लावण्याचे काम नकळतपणे संस्कृतीतून घडते. सांस्कृतिक वारसा नवीन पिढीपर्यंत पोहचविण्याची जबाबदारी शिक्षणाची आहे. पर्यायाने ज्ञाननिर्मितीची आहे.

ज्या समूहात विविध प्रकारच्या भाषा बोलणारे, विविध धर्माचे लोक राहतात, विविध रूढी, परंपरा, नियम व सवयी आढळतात, त्यास बहुसांस्कृतिकता असे म्हणतात. यात मानववंश, धर्म, भाषा, सामाजिक स्तर, आर्थिक स्तर, लिंगभाव इत्यादी प्रकार येतो. ज्ञाननिर्मिती करताना आपण जेव्हा विद्यार्थ्यांना गटागटात कार्य करण्यास लावतो, तेव्हा ह्या सर्व घटकांचे कळत नकळत आदान-प्रदान होते. त्यामुळे अनेक संस्कृतीचे एकत्रीकरण आपणास दिसून येते.

आजच्या आधुनिक काळात औद्योगिकीकरण, आधुनिकीकरण व शहरीकरणाच्या माध्यमातून सर्वत्र बहुसंस्कृतिकता जाणवते. आपल्या बहुसंस्कृतीक देशामध्ये ज्याप्रमाणे भाषानिहाय प्रांतरचना झाली. त्यानुसार प्रत्येक प्रांतात व राज्यात भिन्न संस्कृती आलेली

दिसून येते. भिन्न वेशभूषा, केशभूषा, आचार-विचार, चालीरीती, रूढी परंपरा, प्रथा इत्यादींनी त्या संस्कृतीचे स्वरूप भिन्न असल्याचे दिसून येते. वेगवेगळे सण साजरे करण्याच्या पद्धती, सामाजिक शिष्टाचार, अभिवादन पद्धती, कला, साहित्य इत्यादीमध्ये या भिन्न सांस्कृतिक वैशिष्ट्यांचे प्रतिबिंब पडलेले दिसून येते. असे असूनही या बहुविध संस्कृतीत भारतीय संस्कृतीचे एकात्मिक दर्शनही घडते. ज्ञाननिर्मिती करताना या सर्वांचा विचार करून संस्कृतीमधील वेगळेपण व त्यातील विविधता टिकवून भारतातील एकता जपणे व संवर्धन करणे महत्त्वाचे आव्हान आहे.

ज्ञाननिर्मिती करताना समस्या सोडविण्यावर विशेष भर दिला जातो. ज्यामुळे आपल्या गरजा पूर्ण होण्यास मदत होते. आपल्याला एक नवा विचार व दिशा मिळते. यासंदर्भात ब्राऊन यांच्या मते, "आपल्या गरजा भागवताना भोवतालच्या पर्यावरणामुळे कल्पना, वृत्ती, मूल्ये, सवयी विकसित होतात. आणि त्यातून व्यक्ती समूहाचे जे दर्शन घडते त्याला संस्कृती असे म्हणतात." याचेच संवर्धन, जतन आपण ज्ञाननिर्मितीद्वारे करू शकतो.

३. आधुनिक मूल्य - माणसाची प्रगती आदीमानवापासून आजपर्यंत होत आली असून पुढेही होत राहणार आहे. यात मूल्यांचे स्थान पूर्वी होते, आज आहे आणि पुढेसुद्धा राहणार आहे. फरक एवढाच की, व्यक्ती आपल्या ज्ञानरचनेनुसार नवीननवीन गोष्टी साध्य करतो. त्यानुसार त्याची आधुनिक मूल्ये विकसित होतात. त्यात नव विज्ञान, नव तंत्रज्ञान यांच्या गतिमानतेमुळे मानवाला ई-अध्ययन क्षमता, ई-संप्रेषण, आत्मसात करणे आवश्यक झालेले आहे. म्हणून ज्ञाननिर्मिती करताना त्याचाही विचार होणे क्रमप्राप्त ठरते.

अनुदेशन ही ज्ञानयुगाची उप-प्रणाली आहे. अध्ययन अध्यापनात सर्जनशीलता नवोपक्रमशीलता यात भरपूर वाव आहे. ज्ञाननिर्मितीसाठी अनुदेशन करताना उपलब्ध विविध उपागमांची माहिती आंतरजालातून, शोध निबंधातून विविध पत्रिकांतून उपलब्ध होते. ज्ञानरचनाकार उपलब्ध ज्ञानाधारे माहितीचा अर्थ लावणार पृच्छक, संशोधक, वैज्ञानिक, विमर्शक, निर्णय घेणारा अशा नानाविध भूमिका करतो आणि अत्याधुनिक मूल्ये रुजविण्यासाठी प्रयत्न करतो.

जागतिकीकरण, खाजगीकरण व उदारीकरण यांचा परिणाम होणारे आधुनिक युगातील

बदल लक्षात घेऊन आपण अनुभवलेल्या अध्ययन, अध्यापन पद्धती ज्ञानरचनेसाठी उपयुक्त आहेत का? याचा विचार करावा लागतो. व्यक्तीला स्वतःच्या सामर्थ्यांची, दुबळेपणाची ओळख करून देण्यासाठी स्वतःची वास्तव ओळख करून घेण्यास मदत म्हणून स्वतःच्या परीक्षणासाठी ज्ञाननिर्मितीच्या माध्यमातून संधी उपलब्ध करून द्याव्यात. स्थानिक तसेच राष्ट्रीय व जागतिक समाजाची ओळख करून घेऊन त्यात स्वतःचे स्थान निर्माण करायला आधुनिक मूल्यांची गरज भासणार आहे. त्यात स्वतःला असलेल्या संधी व धोके ओळखण्यासाठी कशी मदत करायची. अशा आणि अनेक भविष्यात येऊ घातलेल्या समस्यांना सामोरे जाण्यासाठी आधुनिक मूल्य या सामाजिक घटकाचा विचार ज्ञाननिर्मिती करताना करणे अपरिहार्य ठरतो आणि त्याची जबाबदारी समाजाने शिक्षकावर सोपवली आहे.

४. सामाजिक परिवर्तन - ज्ञाननिर्मिती करताना सामाजिक परिवर्तन या घटकाचा विचार करणे क्रमप्राप्त आहे. परिवर्तन हे संघर्षातून घडते. विसंवादातून जर ज्ञानाचा विकास होणार असेल तर तो संघर्ष आवश्यक असतो आणि त्यातून सामाजिक परिवर्तनसुद्धा आणता येते. समस्या निराकरण या तंत्राचा सामाजिक परिवर्तनासाठी खूप उपयोग होतो.

मॉरिस ग्रीन्सवर्ग यांच्या मते 'अभिवृत्ती व श्रद्धांतर्गत होणाऱ्या बदलांचा सामाजिक परिवर्तनात अंतर्भाव होणे आवश्यक असते. या घटकांमुळे सामाजिक संस्था टिकणे तसेच बदलासाठी मदत होते.' प्रत्येक व्यक्तीला समाजात एक विशिष्ट दर्जा असतो. या दर्जामुळे जे परिवर्तन घडून येते त्याला सामाजिक परिवर्तन असे म्हणतात. यात प्रथा, परंपरा, रूढी, चालीरीती त्यात होणारे बदल समाविष्ट होतात. यावरून आपणांस लक्षात येईल की, ज्ञाननिर्मिती करण्यात सामाजिक परिवर्तनच्या सामाजिक घटकाचासुद्धा विचार होणे गरजेचे आहे. डॉ. सर्वपल्ली राधाकृष्णन यांच्या मते शिक्षण हे सामाजिक परिवर्तनाचे माध्यम आहे. सध्या समाजात ते काम पूर्वी कुटुंब व धार्मिक, सामाजिक आणि राजकीय संस्था यांचेकडून केले जात होते ते कार्य आज शैक्षणिक संस्था म्हणजेच शिक्षकांनी ज्ञाननिर्मिती करताना करावे अशी अपेक्षा आहे. पीयाजेच्या उपपत्तीनुसार बोधात्मक विकास नैसर्गिकरित्या घडतो त्यातून सुरक्षित, प्रगमनशील उच्च श्रेणीयुक्त रचना अस्तित्वात येतात. ज्या वेळी व्यक्ती बाह्य

जगताशी तर्कशुद्ध व स्थिर स्वरूपाची भावनिक प्रक्रिया करते तेव्हा विकास अस्तित्वात येतो. विद्यार्थी हा एकाकी शास्त्रज्ञ असतो. तो स्वतःच्या वैचारिक क्षमतेनुसार वास्तवाद्वारे अधिकाअधिक अचूक सिद्धांत मांडत जातो. पियाजे या वैचारिक क्षमतेच्या समुचयाला तर्क-गणिती विचार प्रक्रिया म्हणतात. त्या वैश्विक स्वरूपाच्या असून त्यावर सांस्कृतिक व पर्यावरणातील घटकांशी बोधात्मक स्तरावरील क्रिया केली जाते. सामाजिक परिवर्तन व न्याय यांची बांधिलकी स्वीकारायला, त्या संबंधीची जबाबदारी स्वीकारायला, विषमता कमी करण्याला, पिळवणूक व दडपशाही यातील परस्पर संबंध उघड करण्यास व्यक्तीला सक्षम करणे हे ज्ञाननिर्मिती करण्याचे प्रयोजन असते. त्यामुळे अध्ययनशील समुहातील प्रत्येकाला इतरांच्या संदर्भात स्वतःचे स्थान ओळखता येते. समूहातील विषमता विशेषाधिकार यांना बळ देण्यास संबंधित समूह-संवादातील स्वतःचे योगदान लक्षात घेण्यास प्रत्येक सदस्याला विद्यार्थ्यांना ज्ञाननिर्मितीच्या वातावरणातून संधी मिळू शकते. यातून विद्यार्थी स्वतः ज्ञानाचा शोध घ्यायला प्रवृत्त होतात. उचित प्रश्नांच्या साहायाने अन्वेषण करणे, स्वतःच्या म्हणण्याची दखल घ्यायला लावणे, पारस्परिक माहिती, संक्रमणातील दबाव उघड करणे, त्यांचे परीक्षण करणे, पाठ्यपुस्तकांतील शैक्षणिक साहित्यातून निर्माण होणाऱ्या दबावाचा वेध घेणे, त्यांची उपयुक्तता आणि आवश्यकता स्पष्ट करणे इत्यादी अनुभव या अध्ययन रचनेतून विद्यार्थ्यांना मिळतात. परिणामतः ज्ञाननिर्मिती करण्यात सामाजिक परिवर्तन या घटकाचा विचार होणे क्रमप्राप्त आहे. मानवी बुद्धिमत्ता ही समाज संस्कृतीचा परिपाक असते म्हणूनच व्यक्तीचा विकास म्हणजेच अध्ययन.

सामाजिक प्रभाव, सांस्कृतिक वारसा आणि आधुनिकीकरणाच्या प्रक्रियेसह, विद्यार्थ्यांचे शिकण्याचे अनुभव समृद्ध करण्यासाठी आणि जटिल, परस्परांशी जोडलेल्या जगात यश मिळवण्यासाठी त्यांना तयार करण्यासाठी शाळा ज्ञानाच्या विविध स्रोतांचा आधार घेत असते. अभ्यासक्रमामध्ये ज्ञानाचे विविध स्रोत एकत्रित करून शाळा विद्यार्थ्यांमध्ये गंभीर विचारसरणी, सांस्कृतिक साक्षरता आणि अनुकूलन क्षमतेला प्रोत्साहन देतात. शाळा त्यांना विविध दृष्टिकोनांमध्ये दिशा देण्यासाठी, जटिल समस्यांशी संलग्न होण्यासाठी आणि समाजात अर्थपूर्ण योगदान देण्यास सक्षम बनवते.

३.६ - धर्मनिरपेक्षतेच्या दृष्टिकोनातून अभ्यासक्रमाची रचना

धर्मनिरपेक्षतेचा अर्थ विद्यार्थ्यांना नेमका कळावा, तसेच त्यांना धर्मनिरपेक्षतेचे शिक्षण देण्यासाठी अभ्यासक्रमाची रचना ही खालील घटकांवर आधारीत असावी.

१.   **राष्ट्रातील प्रत्येक धर्माचा अभ्यास** - भारतामध्ये हिंदू, मुस्लीम, शीख व ईसाई हे प्रमुख धर्म मानले जातात. त्यामुळे अभ्यासक्रमात प्रत्येक धर्मातील उतारे, काव्यपंक्ती, वचने इ. गोष्टींचा अंतर्भाव केल्यास विद्यार्थ्यांना आपल्या धर्माव्यतिरिक्त इतर धर्मामध्ये कुठली तत्त्वे समाविष्ट आहे याचा बोध होईल. यामुळे प्रत्येक विद्यार्थ्यांमध्ये आपल्या धर्मासारखाच दुसरा धर्महीं माणुसकीची शिकवण देतो ही भावना निर्माण होऊन धर्मनिरपेक्षतेची भावना विकसीत होईल.

२.   **मुलभूत तत्त्वांची ओळख** - तत्त्वांची ओळख भारतातील प्रमुख धर्मांची प्रमुख ग्रंथ; ज्यामध्ये रामायण, महाभारत, बायबल, गीता, कुराण, गुरुग्रंथसाहेब इ. धर्मग्रंथांच्या आधारे धर्मातील मुलभूत तत्त्वांची ओळख अभ्यासक्रमाच्या माध्यमाने विद्यार्थ्यांना करुन देण्यात येईल.

३.   **जीवनचरित्रांचा समावेश** - अभ्यासक्रमामध्ये भारतातील प्रमुख धर्मांचे प्रवर्तक तसेच वेगवेगळ्या धर्मातील साधुसंत, मार्गदर्शक, उपदेशक यांच्या जीवनचरित्रांचा समावेश केल्यामुळे विद्यार्थ्यांसमोर एक वेगळा आदर्श निर्माण होऊ शकतो.

४.   **जयंत्या व पुण्यतिथ्या साजरी करणे** - वेगवेगळ्या धर्मातील उपदेशक मानवी समाजाला धर्माचा खरा अर्थ हा सांगत असतो. त्यामुळे अशा महान व्यक्तिंचा जीवनपरिचय विद्यार्थ्यांना व्हावा, त्यांच्या कार्याची ओळख व्हावी यादृष्टिने अभ्यासक्रमामध्ये अभ्यासक्रमेतर कार्यक्रमांत अशा महान विभूतींची जयंत्या व पुण्यतिथ्या साजरी करण्याचा समावेश असावा.

५.   **शाळेचे कार्य** - शाळेने अभ्यासक्रमाव्यतिरिक्त प्रार्थना, योगसाधना, धार्मिक व सांस्कृतिक कार्यक्रमांवर भर दिला पाहिजे.

३.७ - बहुसांस्कृतिकवाद आणि लोकशाही शिक्षण: अर्थ व संकल्पना

संस्कृती ही एक प्रकारची विचारप्रणाली, जीवनप्रणाली आहे. तसेच संस्कृती ही प्रत्येक

समाजाची उपासना किंवा शक्तिप्रणाली आहे. ज्या समाजामध्ये व्यक्तिचे चांगले बोलणे, वागणे, रीतीरिवाज, शिक्षण, आचार पद्धती, वेशभूषा, कलागुण, भाषा चांगली असेल अशा समाजाला सुसंस्कृत समाज म्हणता येईल. समाजमान्य पंथ वर्तन हा संस्कृतीचा मूळ गाभा असतो. भारत देश हा विविध धर्म, जाती, यांनी नटलेला आहे. त्यामुळे भारतात अनेक संस्कृतींचा उदय झालेला दिसून येतो. त्यामुळे भारत हा बहुविध संस्कृतीने नटलेला देश म्हटला जातो.

- 'सं' = सम्यक, 'स्कृ' = कृती, या शब्दांपासून 'संस्कृती' हा शब्द बनला आहे.
- संस्कृती = सं + कृती
- सं = म्हणजे सम्यक् किंवा चांगले
- कृ = म्हणजे करणे

अर्थात, चांगले करण्याची प्रक्रिया किंवा चांगली कृती म्हणजे संस्कृती होय.

बहुसांस्कृतिकवाद आणि लोकशाही शिक्षणाच्या व्याख्या

'संस्कृती' या संज्ञेची अनेक समाजशास्त्रज्ञांनी केलेल्या व्याख्या पुढीलप्रमाणे-

- **विनोबा भावे** - संस्कृती म्हणजे सत्कृत्यांची परंपरा.
- **टेलर** - संस्कृती म्हणजे माणसाने प्राप्त केलेल्या संमिश्र स्वरुपाचा असा भाग की, ज्यात ज्ञान, श्रद्धा, कला, नीतीतत्त्वे, रितीरिवाज, कायदा आणि त्याचप्रमाणे समाजाचा एक घटक म्हणून मानवाने साध्य केलेल्या क्षमता, कौशल्य व सवयी येतात.
- **मॉरिस** - समाजात व्यक्तिंच्या मूळ गरजांचे ज्या वैशिष्ट्यपूर्ण मार्गांनी समाधान केले जाते त्यास समाजाची संस्कृती आहे असे म्हणतात.
- **फ्राईड** - सारासार विचार करून विवेकबुद्धीने वागणे म्हणजे संस्कृती होय.
- **कांट** - Culture is an inward state of morality.
- **सारोकी व मॅकआयव्हर** - Culture stands for the moral, spritual and intelectual attends of man.

वरील व्याख्यांवरुन बहुसांस्कृतिक समाजाची पुढीलप्रमाणे व्याख्या सांगता येईल.

ज्या समूहात विविध प्रकारच्या भाषा बोलणारे विविध धर्मांचे, जातीचे, पंथाचे व्यक्ति

राहतात, कला, उपासना, विश्वास, रूढी-परंपरा, क्षमता या संदर्भात या समाजांमध्ये विविधता आढळून येते. ही विविधता संस्कृतीच्या रुपाने आढळते. म्हणून या समाजाला बहुसांस्कृतिक समाज असे म्हणतात.

३.८ - बहसंस्कृती आणि लोकशाही शिक्षण

बहुसंस्कृती असणाऱ्या समाजामध्ये शिक्षणाच्या माध्यमातून एकसूत्रीपणा आणता येतो. बहुसंस्कृती आणि शिक्षण हे पाहण्याअगोदर लोकशाही शिक्षण म्हणजे काय हे समजून घेणे गरजेचे आहे.

भारताने लोकशाही, धर्मनिरपेक्ष, समाजवादी क्षमतेवर अधिष्ठित समाजरचना निर्माण करण्याचा निश्चय आपल्या घटनेद्वारे व्यक्त केला आहे. लोकशाही एक जीवनपद्धती आहे.

- 'Democracy' हा शब्द 'Democ' आणि 'cracy' या दोन शब्दांनी मिळून बनलेला आहे.

- Demos (Democ) - पॉवर, शक्ती, प्रजा, राज्य

- Cracy पीपल, लोक

- अर्थात पीपल पॉवर म्हणजेच लोकांची सत्ता होय.

- अब्राहम लिंकन यांनी लोकशाहीची खालीलप्रमाणे व्याख्या केली आहे.

- "लोकांनी, लोकांसाठी, लोकांकडून चालविलेले राज्य म्हणजे लोकशाही. "

- जॉन ड्युई या शिक्षणतज्ज्ञाने खालीलप्रमाणे व्याख्या केली आहे.

- "लोकशाही ही राज्यसंस्था एक सहजीवनाची पद्धती आहे, सामूहिक अनुभवांची अभिव्यक्ती आहे."

३.९ - बहुसंस्कृती विकासात शिक्षणाची भूमिका

बहुविध संस्कृती असणाऱ्या समाजामध्ये शिक्षणाची जबाबदारी नेमकी कोणती आहे हे खालील मुद्यांच्या आधारे स्पष्ट करता येईल.

१. संस्कृतींबद्दल आदर निर्माण करणे - विद्यार्थ्यांमध्ये स्वतःच्या व इतरांच्या संस्कृतीबद्दल आदर निर्माण होण्यासाठी अभ्यासक्रमामध्ये वेगवेगळ्या उपक्रमांचा समावेश करणे गरजेचे आहे. ज्यामुळे विद्यार्थ्यांमध्ये हे राष्ट्र प्रत्येक धर्मियाच्या व्यक्तींसाठी आहे

ही भावना रुजेल. त्यामुळे अभ्यासक्रमात वेगवेगळे प्रकल्पांद्वारे विद्याश्र्यांमध्ये वेगवेगळ्या संस्कृतींबद्दल आदर निर्माण होईल अशी अभ्यासक्रमाची रचना केली पाहिजे.

प्रत्येक व्यक्तीने प्रत्येक व्यक्तीशी प्रेमाने व सामंजस्याने वागावे. प्रत्येक धर्मातील तत्त्वे समजून घ्यावीत. तसेच संस्कृतीचा आदर वाढविणारे उपक्रम हाती घ्यावेत.

२. **विविधतेतून एकता निर्माण करणे** - एकात्मता ही संस्कारातून बांधली जाते. भारतातील प्रत्येक व्यक्तीमध्ये हे राष्ट्र आपले आहे आणि आपण सारे एकाच राष्ट्राचे आहोत ही भावना अभ्यासक्रमातून निर्माण करणे गरजेचे आहे. प्रत्येक व्यक्तीमध्ये देशहितासाठी काहीतरी करण्याची आवड असली पाहिजे.

डॉ. राधाकृष्णन म्हणतात की, "राष्ट्रीय एकात्मता ही इमारतीसारखी दगडविटांनी बांधता येत नाही. तसेच चुनाविटांनी किंवा हातोडी छिन्नीने बांधता येत नाही. तर राष्ट्रीय एकात्मतेचे संस्कार लोकांच्या अंतःकरणात हळूहळू व सूक्ष्म स्वरुपात रुजविले गेले पाहिजे. शिक्षण प्रक्रियेच्या माध्यमातून हे कार्य अधिक प्रभावपणे होऊ शकेल."

भारतातील प्रत्येक व्यक्तीमध्ये संकुचित जातीय, प्रांतीक भाषिक स्वार्थाचा त्याग करून, वैश्विक भावना निर्माण करणे आवश्यक आहे.

म. गांधी म्हणतात की, "मी हिंदू आहे, तु मुसलमान. मी गुजराथी आहे तू मद्रासी आहेस, हे विचार आपण पूर्णपणे विसरले पाहिजेत. 'मी'पणा, ममत्व, आपुलकी ही मूल्ये अखिल भारतीयांमध्ये आपण विलीन करून टाकली पाहिजेत. हीच राष्ट्रीय एकात्मतेत अभिप्रेत असलेली भावना आहे.

३. **बहुसंस्कृतींची ओळख** - विद्यार्थ्यांमध्ये विविध संस्कृतींच्या वैशिष्ट्यांची ओळख निर्माण करणे गरजेचे आहे. त्यासाठी साहित्य, सण-उत्सव, धर्म, विवाहपद्धती, रूढीपरंपरा, भाषाप्रकार, नीतीनियम इ. गोष्टी त्याला अभ्यासक्रमाच्या माध्यमातून सांगितल्या गेल्या पाहिजेत. तसेच सांस्कृतिक कार्यक्रमाच्या माध्यमातून त्याला विविध संस्कृतींचे महत्त्व पटवून दिले पाहिजे. विद्यार्थ्याला विश्वग्राम संस्कृती तसेच शाश्वत मूल्यांचा अभ्यास इ. वैशिष्ट्यांचीही ओळख करून देणे गरजेचे आहे.

४. **संस्कृतींचे वस्तुनिष्ठ मूल्यमापन करण्यासाठी मार्गदर्शन** - विद्यार्थ्यांमध्ये चांगले गुण

रुजण्यासाठी त्याला आपल्या संस्कृतीची ओळख असणे गरजेचे आहे. त्याचबरोबर त्याला इतर संस्कृतींची ओळख असणे गरजेचे आहे. कारण प्रत्येक संस्कृतीतील चांगले गुण घेणे गरजेचे आहे. तसेच आपल्या संस्कृतीतील काही चुकीच्या बाबी टाकून देऊन दुसऱ्या संस्कृतीतील चांगल्या बाबी घेतल्या गेल्या पाहिजेत.

उदा. हिंदू धर्मातील सतिप्रथा, मुस्लिम धर्मातील पडदा पद्धती व बहुपत्नित्व असे गुण दूर करणे गरजेचे आहे.

५. विश्वग्राम संस्कृती/विश्व समाज विद्यार्थ्यांमध्ये - बहु संस्कृतीसोबतच विश्वग्राम संस्कृती रुजविण्यासाठी अभ्यासक्रमाच्या माध्यमातून प्रयत्न करणे काळाची गरज आहे. जीवन हे गतीमान आहे. त्यात सदैव अनेक परिवर्तने होत राहतात. आणि या परिवर्तनांचा मानवी जीवनावर, समाजावर खोलवर परिणाम झालेला दिसून येतो. त्यामुळे आज विश्वसमाज ही संकल्पना सर्वांनी स्विकारणे गरजेचे आहे. ही संकल्पना अधिक विकसीत होण्यासाठी अभ्यासक्रमामध्ये नवीन मूल्यांचा समावेश करणे गरजेचे आहे. असे केले तर समाजाची व राष्ट्राची अधिक प्रगती होऊ शकेल.

बहुसंस्कृती आणि लोकशाही शिक्षणात शिक्षकाची भूमिका

१. शिक्षकाला विविध संस्कृतींची ओळख असली पाहिजे.

२. शिक्षकाने सदैव वेगवेगळ्या देशातील संस्कृतींची जितकी माहिती मिळविता येईल तेवढी मिळविली पाहिजे.

३. शिक्षकाला प्रत्येक संस्कृतीमधील चांगल्या व वाईट गोष्टी माहित असल्या पाहिजेत.

४. शिक्षकाने विविध संस्कृतींचे निःपक्षपातीपणे व वस्तुनिष्ठपणे मूल्यमापन केले पाहिजे व विद्यार्थ्यांना ते पटवून दिले पाहिजे.

५. विद्यार्थ्याने एखाद्या संस्कृतीचे अंधानुकरण करू नये म्हणून शिक्षकाने सदैव जागरूक असले पाहिजे.

६. शिक्षक हा विद्यार्थ्याचा मित्र व सच्चा मार्गदर्शक असला पाहिजे.

७. शिक्षकाने बहुसंस्कृतीतील गुण-दोष ओळखून त्यात नव्या बदलांचे चिंतन करून बदल घडवून आणण्याच्यादृष्टिने प्रयत्न केला पाहिजे.

८. शिक्षकाच्या अंगी चिंतनशीलता, वस्तुनिष्ठता, गुणग्राहकता व निःपक्षपाती विचार इ. गुण असले पाहिजेत.

९. शिक्षकाने 'प्रत्येक धर्माचा आदर प्रत्येकाने केला पाहिजे' हे विद्यार्थ्यांना पटवून दिले पाहिजे.

१०. शिक्षकाने विद्यार्थ्यांना विविध धर्म, ग्रंथ, संस्कृती यांचे महत्त्व पटवून दिले पाहिजे.

३.१० - ज्ञानरचनावादाची संकल्पना

जीवनाच्या प्रत्येक टप्प्यावर ज्ञान प्रहणाची प्रक्रिया निरंतरपणे चालू असते अध्ययन प्रक्रिया समजून घेण्यासाठी प्रत्येक शतकात नवनवीन प्रयोग केले गेले आणि त्यातून अध्ययन कसे घडत जाते, याबाबतीत मुलभूत संशोधन झाले. त्यातून अध्ययनावर आधारित विविध उपपत्ती ची निर्मिती झाली. विसावे शतक हे मानसशास्त्रासाठी विशेषत: वर्तनवादी प्रवाहाचे होते, त्याचा परिणाम शिक्षणक्षेत्रातही वर्तनवादाचा पगडा जास्त होता. विसाव्या शतकात शेवटी शिक्षणक्षेत्रात आमूलाग्र बदल घडून आले त्यातला एक महत्वाचा बदल म्हणजे वर्तनवादापासून शिक्षणाचा प्रवास ज्ञानरचनावादाकडे झालेल्या दिसून येतो. या आधी ही भारतात रविंद्रनाथ टागोर, महात्मा गांधी यांनी कृतियुक्त शिक्षणाचा पुरस्कार केला होता. ज्ञानरचना वादाचा उगम बोधात्मक मानसशास्त्राच्या विकासातून झाला. त्यात प्रामुख्याने जीन पियाजे आणि लेव वायगॉटस्की यांचे योगदान महत्वपूर्ण आहे. ज्ञाननिर्मितीची प्रक्रिया ही ज्ञानरचना वादाचा मुख्यत: पाया आहे. या संकल्पनेत अनुभव हा ज्ञानरचनेचा पाया आहे. ज्ञानाची संकल्पना व विद्यार्थी ज्ञान कसे प्रहण करतो या संदर्भात स्पष्टीकरण ज्ञानरचनावादाने दिले आहे. भारतात प्राचीन काळापासून कृतियुक्त तसेच स्व-अध्ययन वेगवेगळ्या कालखंडात झालेले दिसून येते. भारतात्मा स्वातंत्र्य मिळाल्यानंतर शैक्षणिक विकास साधण्यासाठी वेगवेगळ्या शैक्षणिक आयोगाची निर्मिती झाली. आणि त्यातून शिक्षणक्षेत्रात बदल करण्यात आले. राष्ट्रीय अभ्यासक्रम आराखडा 2005 (NCF) याचा पाया ज्ञानरचनावाद या संकल्पनेवर आधारित आहे. 'विद्यार्थी मातीचा गोळा असून शिक्षक त्याला आकार देणार कुंभार' ही शिक्षकाची व्यक्तिरेखा समाजात तयार झालेली होती. त्या पारंपरिकतेला छेद देण्याच कार्य ज्ञानरचनावादाने केले आहे. आपली शिक्षणपद्धती ही

शिक्षककेंद्री आहे ती शिक्षककेंद्री न राहता विद्यार्थी केंद्रीत व्हावी, यासाठी ज्ञानरचनावाद या संकल्पनेचा पुरस्कार केला गेला. मुलांमध्ये असणारी क्षमता, कौशल्ये, अभिरुची, अभिवृत्ती यांचा विकास होण्यासाठी जे आवश्यक वातावरण आहे. त्या पद्धतीचे वातावरण ती अध्ययन प्रक्रिया या संकल्पनेत समाविष्ट आहे. शिक्षक हा 'मार्गदर्शक' नसून 'सुलभक' (fascinator) ही भूमिका बजावतो. एखादी गोष्ट शिकण्यास प्रोत्साहित करणारा तसेच ती संकल्पना समजून घेण्यास तशया पद्धतीची वातावरण निर्मिती करून शिकण्यास सहाय्य करणारा सुलभक म्हणजेच शिक्षक असे ज्ञानरचनावाद या संकल्पनेत उपेक्षित आहे. विद्यार्थ्यांचे कुतूहल उत्सुकता जाणून घेण्याच्या प्रेरणेने चौकटीमुक्त अध्ययनावर भर ज्ञानरचनावादात दिला जातो. अध्ययन प्रक्रियेचे नियंत्रण यात खऱ्या अर्थाने विद्यार्थ्यांकडे असते. विद्यार्थ्याला जेवढे नवनविन अध्ययन अनुभव मिळतील तेवढी त्याची ज्ञानग्रहणाची प्रक्रिया जास्त प्रमाणात होईल.

ज्ञानरचनावाद

'Construere' या लॅटीन भाषेतील शब्दापासून 'To Construct' हे क्रियापद आलेले आहे. याचा अर्थ रचना करणे, बांधणे रचनेची मांडणी करणे असा आहे. कृतिशीलता आणि अनुभव हा प्रामुख्याने ज्ञानाचा पाया आहे. या संकल्पनेनुसार विद्यार्थी आपल्या पूर्वानुभवाच्या आधारे मिळालेल्या अनुभवाचा अर्थ लावून स्वत: ज्ञानाची निर्मिती करतो. मिळालेल्या माहितीवर प्रक्रिया करून तिचा स्विकार केला जातो म्हणून विद्यार्थ्याला स्व-अध्ययनाची संधी निर्माण करून देणे हे ज्ञानरचनावाद या संकल्पनेत अपेक्षित आहे.

ज्ञानाची निर्मिती प्रकिया ज्ञानरचनावादास महत्त्वाची भूमिका बजावते. अध्ययन सक्रीय तसेच अर्थपूर्ण प्रक्रिया असून विद्यार्थी त्यास स्व:अनुभवाच्या आधारे अर्थ प्राप्त करीत असतो. प्रत्येक बालक वेगळे व्यक्तिमत्व घेऊन येत असल्याने त्याचे अनुभवांचे संघटन 'स्व' संबधित असते, त्यामुळे प्रत्येक विद्यार्थ्यांची अध्ययनाची प्रक्रिया वेगवेगळी असते कारण प्रत्येकाला मिळणारे अनुभव हे वेगवेगळे असतात. शेवटी अध्ययन ही निरंतर चालणारी प्रक्रिया असल्या कारणाने प्रत्येक व्यक्ती स्वत:च्या अनुभवाच्या आधारे सातत्याने नवीन ज्ञानाची रचना करीत असतो.

ज्ञानरचनावादाचे प्रकार

ज्ञानरचनावादाचा अभ्यास दोन बाजूंनी करता येतो. जीन पियाजे यांचा बोधात्मक ज्ञानरचनावाद तर लेव वायगॉटस्की याचा सामाजिक ज्ञानरचनावाद होय

अ) बोधात्मक ज्ञानरचनावाद - जीन पियाजे, (1896-1980) यांनी बोधात्मक विकासाची उपपत्ती मांडून यात बालकाचा बोधात्मक विकास अवस्था (4 अवस्था) मधून मांडलेले आहे. या उपपत्तीनुसार बालक आपल्या वाढीच्या टप्प्यानुसार मिळणारे समृद्ध अनुभव व त्यानुसार त्याचे सभोवतालच्या परिस्थितीशी होणारे समायोजन करून ज्ञान, प्राप्त करत असतो. जीन पियाजे यांच्या उपपत्तीनुसार बालक, स्वत:च स्वत:च्या ज्ञानाची रचना करतो. बोधात्मक ज्ञानरचनावादानुसार विद्यार्थी विविध माध्यमातून विविध अनुभव घेत असतो आणि त्यातून त्याच्या मनात जे पूर्वानुभव असतात. त्या पूर्वानुभवाच्या मदतीने विशिष्ट वस्तू, संकल्पना या विषयी विशिष्ट प्रतिमा तयार करीत असतो. आणि यातून ज्ञानग्रहणाची प्रक्रिया पूर्ण होत असते.

ब) सामाजिक ज्ञानरचनावाद - सामाजिक ज्ञानरचनावादाचे पुरस्कर्ते लेव वायगॉटस्की (इ.स. 1896-1935) यांनी 'मुलांचे विचार व भाषा या संबंधातील संशोधन कार्य केले तेव्हा स्वं निरीक्षणातून त्यांच्या लक्षात आले की बालकाच्या विकासात भाषा आणि विचारप्रक्रिया यांचा मोठा वाटा असतो. त्यामुळे त्यांनी विकासाच्या वेगवेगळ्या टप्प्यांवर भाषा आणि विचार यांच्या भूमिकेवर लक्ष केंद्रित केले, तेव्हा त्यांना आढळून आले की बालकाच्या बोधात्मक विकासात सामाजिक आंतरक्रियांचा मोठा वाटा असतो लेव वायगॉटस्की यांच्या मते ज्ञाननिर्मिती ची प्रक्रिया घडतांना सामाजिक आंतरक्रिया तून होणाऱ्या प्रतिक्रिये बरोबर स्व: मनाशी प्रतिक्रिया देखील तितक्याच महत्वपूर्ण असतात.

लेव वायगॉटस्की ज्ञान ग्रहणामध्ये सामाजिक आंतरक्रियांचा महत्वपूर्ण वाटा असतो आणि भाषा अभिव्यक्तीचे साधन असल्याने बालक जेव्हा इतरांशी संवाद साधते त्या सामाजिक आंतरक्रियांमधून तो सहजपणे ज्ञान प्राप्त करू शकतो. म्हणजेच बालक भाषा व इतरांशी होणाऱ्या सामाजिक आंतरक्रियांमधून स्वत: ज्ञानाची निर्मिती करतात.

ज्ञानरचनावादी अध्यापन-अध्ययन यासाठी आवश्यक बाबी.

६. अध्यापनाआधीची पूर्वतयारी

७. विद्यार्थ्यांनी प्रश्न विचारणे, शंका समाधान

८. स्व विचार मांडणे

९. समवयस्क गट करणे आणि गटचर्चा

१०. अध्ययनासाठी पोषक वातावरण निर्मिती

११. तार्किक विचार क्षमता वाढविणे, पोषक वातावरण निर्मिती

१२. चिंतन, मनन करणे

१३. जुन्या व नवीन अनुभवांची सांगड घालणे

१४. सकारात्मक आंतरक्रिया घडवून आणणे

१५. कृतिशीलतेला अध्ययनात वाव

१६. अध्ययन अनुभवातील वैविध्यता

१७. विद्यार्थ्यांकडून मिळणाऱ्या प्रतिसादातील वेगळेपणा आणि विविधता

१८. अध्ययन आयोजनात विद्यार्थ्यांची स्व: भर घालणे

१९. सातत्यपूर्ण निरंतर सर्वकष मूल्यमापन

२०. समकेंद्री अभ्यासक्रम रचनेचा स्विकार

२१. स्व-अध्ययनास प्रोत्साहन देणे

२२. उच्च विचार प्रक्रियांचा वापरासाठी वातावरण निर्मिती

२३. नाट्यीकरण, प्रकल्पपद्धती वाद-विवाद, प्रवासपद्धत परिसंवाद इ. पद्धती व तंत्राचा वापर

२४. विद्यार्थी पूरक अध्ययन अनुभवावर आधारित पाठ्यपुस्तके

२५. प्रत्येक अध्ययनप्रक्रिया व निष्पतिचे वेगवेगळे मूल्यमापन हवे.

ज्ञानरचनावादी अध्यापनात शिक्षकाची भूमिका

शिक्षकांनी आपली पारंपरिक भूमिका बदलून सुलभकाची भूमिका बदलून सुलभकाची भूमिका पार पाडावी.

1. विद्यार्थ्याला मिळणारे ज्ञान, अनुभव हे पूर्व अनुभवांशी निगडीत असणारे हवे म्हणजे विद्यार्थ्यांची व्यापक स्वरुपाची बोधात्मक संरचना तयार होते.

2. जीन पियाजे, जेरोम ब्रनुर यांनी ज्या विकास अवस्था सांगितल्या आहेत, त्या अवस्थांना अनुरूप अभ्यासक्रम रचना व रचनेनुरूप अध्ययन अनुभव हवे.

3. अध्ययन प्रक्रिया ही सोपी सुलभ तसेच विस्तृत अनुभवांची संधी देणारी असावी.

4. अमूर्त स्वरूपाचे ज्ञान देण्यासाठी विद्यार्थ्यांची शारीरिक आणि बौद्धिक अशी विशिष्ट परिपक्वता आवश्यक असते, हे लक्षात घेऊनच अध्ययन अनुभवांचे नियोजन करावे

5. विद्यार्थ्याला मिळणारे शैक्षणिक अनुभव पूर्वज्ञानाशी सांगड घालणारे नसले तरी दैनंदिन जीवनाशी सांगड घालणारे असावे

6. शिक्षकास सुलभकाची भूमिका पार पाडायची असल्या कारणाने तो स्वत: उपक्रमशील, उत्साही तसेच विद्यार्थ्यांना विविधांगी अनुभव देण्यासाठी कल्पक योजना करणारा पाहिजे. त्यासाठी आधी स्वत:ला ज्ञानाच्या बाबतीत अधिकाधिक समृद्ध करून विद्यार्थ्यांच्या सृजनशीलतेला चालना देणारा असावा.

7. संकल्पना, संज्ञा, संबोध हे शिकवितांना त्यांचे संदर्भ प्रत्यक्ष जीवनाशी जोडलेले हवेत.

8. कृतीशील अध्ययनास प्रोत्साहित करून विद्यार्थ्यांचे शंकाचे निरसन करणारा शिक्षक हवा

9. शिक्षकाने वेगवेगळे संबोध शिकवितांना त्या संबोधाचे वर्गीकरण, त्याच्यातील साम्यभेद ओळखणे त्यांचे परस्परांशी असलेले संबंध समजून घेण्याची कौशल्ये विद्यार्थ्यांमध्ये विकसित करावी.

10. शिक्षकाने विद्यार्थ्यांस मूक्त स्वरूपाचे प्रश्न विचारावेत. विद्यार्थ्यांना विचार प्रक्रियेस आवश्यक तो वेळ द्यावा.

11. विद्यार्थ्यांनी वर्गात अर्थपूर्ण संवाद करावा यासाठी वर्गातील वातावरण आरामदायी व धाकरहीत असावे.

12. समस्या निराकरण पद्धती प्रकल्प पद्धतीचा वापर अध्ययन अध्यापन प्रकियेत समावेश करून विद्यार्थ्यांमधील उच्च मानसिक क्षमता विकसित करण्यात सहाय्य करावे.

समारोप

भारतात प्राचीन काळापासून कृतियुक्त तसेच स्व-अध्ययन वेगवेगळ्या कालखंडात झालेले दिसून येते. भारतातमा स्वातंत्र्य मिळाल्यानंतर शैक्षणिक विकास साधण्यासाठी वेगवेगळ्या शैक्षणिक आयोगाची निर्मिती झाली. आणि त्यातून शिक्षणक्षेत्रात बदल करण्यात आले. राष्ट्रीय अभ्यासक्रम आराखडा 2005 (NCF) याचा पाया ज्ञानरचनावाद या संकल्पनेवर आधारित आहे. 'विद्यार्थी मातीचा गोळा असून शिक्षक त्याला आकार देणार कुंभार' ही शिक्षकाची व्यक्तिरेखा समाजात तयार झालेली होती. त्या पारंपरिकतेला छेद देण्याच कार्य ज्ञानरचनावादाने केले आहे.

साराबासाठी प्रश्न

1. ज्ञान ही संकल्पना स्पष्ट करून ज्ञानाचे स्रोत थोडक्यात विशद करा.

2. ज्ञानाचे विविध पैलू सांगून "मूर्त आणि अमूर्त पैलू सैद्धांतिक आणि प्रात्यक्षिक पैलू" यांतील संबंध स्पष्ट करा.

3. ज्ञानाचे विविध पैलू सांगून प्रत्येकाचे थोडक्यात स्पष्टीकरण करा.

4. ज्ञान प्रक्रीयेत सैद्धांतिक व प्रात्यक्षिक या ज्ञानपैलूचे स्पष्ट करा.

5. स्थानिक ज्ञान व वैश्विक ज्ञान यांतील संबंध स्पष्ट करा.

6. ज्ञानाचे प्रकार स्पष्ट करा.

7. महात्मा गांधी यांचे मते ज्ञान ही संकल्पना स्पष्ट करा.

8. अरविंद घोष यांच्या तत्त्वज्ञानानुसार ज्ञानाची संकल्पना स्पष्ट करा.

9. रविन्द्रनाथ टागोर यांच्या तत्त्वज्ञानानुसार ज्ञानाची संकल्पना उदाहरण स्पष्ट करा.

10. धर्मनिरपेक्षतेच्या दृष्टिकोनातून अभ्यासक्रमाची रचना स्पष्ट करा.

11. बहुसांस्कृतिक वाद अर्थ व संकल्पना स्पष्ट करा.

12. लोकशाही शिक्षण म्हणजे काय सांगून लोकशाही शिक्षणाची भूमिका स्पष्ट करा.

13. ज्ञान रचनावादी दृष्टिकोनातून अध्यापन करण्यासाठी एका घटकाचे नियोजन करा.

14. बहुसंस्कृती विकासात शिक्षणाची भूमिका स्पष्ट करा.

प्रकरण - ४

अभ्यासक्रम विकसनाची प्रतिमाने

शिक्षणाच्या क्षेत्रात अभ्यासक्रमाची रचना, अभ्यासक्रम सामग्रीवर आणि शिक्षणाची अंतिम उद्दिष्टे यावर तात्विक घटकांचा खोलवर परिणाम होतो. शैक्षणिक विचार आणि अभ्यासक्रमाच्या विकासावर प्रभाव टाकणाऱ्या प्रमुख तात्विक घटकांपैकी आदर्शवाद, वास्तववाद, निसर्गवाद आणि व्यावहारिकता यांचा समावेश होतो. यातील प्रत्येक तात्विक दृष्टीकोन वास्तविकतेचे स्वरूप, शिक्षणाचा उद्देश आणि जगाबद्दल व्यक्तींच्या आकलनाला आकार देण्यासाठी अभ्यासक्रमाची भूमिका यावर एक वेगळा दृष्टीकोन देते. या तात्विक अभिमुखतेचे अन्वेषण केल्याने शिक्षण आणि अभ्यासक्रम विकासाच्या विविध दृष्टिकोनांबद्दल मौल्यवान अंतर्दृष्टी मिळते.

४.१ - आदर्शवाद, वास्तववाद, निसर्गवाद, व्यावहारिकता यातील अभ्यासक्रम

आदर्शवाद

आदर्शवाद सर्वांत जुन्या दार्शनिक परंपरांपैकी एक मानले जाते. आदर्शवादाच्या मते वास्तविकता मूलभूतपणे मानसिक किंवा आध्यात्मिक स्वरूपाची असते. आदर्शवादानुसार अंतिम वास्तवामध्ये कल्पना, संकल्पना आणि वैश्विक सत्ये असतात जी भौतिक जगापासून स्वतंत्रपणे अस्तित्वात असतात. शिक्षणाच्या क्षेत्रात, आदर्शवाद बुद्धी, नैतिक चारित्र्य आणि विद्यार्थ्यांच्या आध्यात्मिक विकासावर भर देतो. आदर्शवादी अभ्यासक्रम कालातीत सत्य, शास्त्रीय साहित्य, तत्त्वज्ञान आणि उदारमतवादी कला यांच्या अभ्यासावर लक्ष केंद्रित करतो, ज्याचा उद्देश विद्यार्थ्यांमध्ये शिकण्याची आवड, गंभीर विचार कौशल्ये आणि नैतिक हेतूची भावना निर्माण करणे आहे. आदर्शवाद नैतिक आदर्श आणि मार्गदर्शक म्हणून शिक्षकाच्या भूमिकेवर भर देतो, विद्यार्थ्यांना आत्म-शोध आणि बौद्धिक वाढीच्या प्रवासात मार्गदर्शन करतो.

वास्तववाद

वास्तववाद आदर्शवादाच्या विरुद्ध असे मानतो की वास्तविकता मनापासून स्वतंत्रपणे अस्तित्वात असते आणि इंद्रियांद्वारे आणि वैज्ञानिक चौकशीद्वारे लक्षात येते.

वास्तववादानुसार भौतिक जग हे अंतिम वास्तव आहे आणि ज्ञान हे प्रत्यक्ष निरीक्षण, अनुभवजन्य पुरावे आणि तर्कशुद्ध विश्लेषणातून प्राप्त होते. शिक्षणाच्या क्षेत्रात, वास्तववाद वैज्ञानिक चौकशी, अनुभवजन्य पुरावे आणि गंभीर विचार कौशल्यांच्या महत्त्वावर भर देतो. वास्तववादी अभ्यासक्रम नैसर्गिक विज्ञान, गणित, इतिहास आणि बाह्य जगाचे वस्तुनिष्ठ वास्तव प्रतिबिंबित करणाऱ्या इतर विषयांच्या अभ्यासावर लक्ष केंद्रित करतो. वास्तववाद देखील शिक्षकाच्या भूमिकेवर भर देतो. वास्तववादानुसार शिक्षक शिकण्याची सुविधा देतो तसेच विद्यार्थ्यांना भौतिक जगाच्या शोधात आणि निरीक्षण, प्रयोग आणि विश्लेषणाद्वारे ज्ञान संपादन करण्यात मार्गदर्शन करतो.

निसर्गवाद

निसर्गवादानुसार वास्तविकता निसर्गाशी समानार्थी आहे आणि नैसर्गिक जग हे सत्य आणि अर्थाचे अंतिम स्रोत आहे. निसर्गवादानुसार मानव हा नैसर्गिक जगाचा अविभाज्य भाग आहे आणि त्याने निसर्गाशी सुसंगत राहण्याचा प्रयत्न केला पाहिजे. शिक्षणाच्या क्षेत्रात निसर्गवाद प्रायोगिक शिक्षण, मैदानी शिक्षण आणि नैसर्गिक वातावरणाचा शोध घेण्यावर भर देतो. निसर्गवादी अभ्यासक्रम पर्यावरणशास्त्र, पर्यावरण विज्ञान, बाह्य शिक्षण आणि टिकाऊपणाच्या अभ्यासावर लक्ष केंद्रित करतो. याचा उद्देश विद्यार्थ्यांमध्ये नैसर्गिक जगाबद्दल उत्सुकता आणि पर्यावरणीय घटकांबद्दल भावना वाढवणे आहे. निसर्गवाद देखील शिक्षकाच्या भूमिकेवर भर देतो. निसर्गवादानुसार शिक्षक बाह्य अनुभवांचे सहाय्यक म्हणून, विद्यार्थ्यांना नैसर्गिक जगाच्या शोधात आणि आश्चर्याची भावना विकसित करण्यासाठी मार्गदर्शन करतो.

व्यावहारिकता

व्यावहारिकता असे मानते की वास्तविकता मूलभूतपणे व्यावहारिक आहे आणि कल्पनांचे मूल्य त्यांच्या व्यावहारिक परिणामांवरून ठरवले पाहिजे. व्यावहारिकतेनुसार सत्य हे निश्चित किंवा निरपेक्ष नसते, परंतु व्यावहारिक समस्या सोडवण्यासाठी त्याची उपयुक्तता आणि परिणामकारकता यावर अवलंबून असते. शिक्षणाच्या क्षेत्रात व्यावहारिकता अनुभवात्मक शिक्षण, समस्या सोडवण्याची कौशल्ये आणि वास्तविक जगातील

परिस्थितींमध्ये ज्ञानाचा वापर यांच्या महत्त्वावर जोर देते. व्यावहारिक अभ्यासक्रम व्यावसायिक शिक्षण, जीवन कौशल्ये आणि समस्या आधारित शिक्षण यासारख्या व्यावहारिक विषयांच्या अभ्यासावर लक्ष केंद्रित करतो, ज्याचा उद्देश विद्यार्थ्यांना आधुनिक जगात यशस्वी होण्यासाठी आवश्यक कौशल्ये, ज्ञान आणि वृत्तीने परिपूर्ण करणे आहे. व्यावहारिकता देखील शिक्षकांच्या चौकशी आणि शोधाची सोय करणारा, वास्तविक जगातील समस्यांचा शोध आणि व्यावहारिक उपायांच्या विकासामध्ये विद्यार्थ्यांना मार्गदर्शन करण्यासाठीच्या भूमिकेवर जोर देते.

आदर्शवाद, वास्तववाद, निसर्गवाद आणि व्यावहारिकता हे चार भिन्न दार्शनिक दृष्टीकोन दर्शवतात ज्यांनी शैक्षणिक विचार आणि अभ्यासक्रमाच्या विकासावर प्रभाव टाकला आहे. यातील प्रत्येक तात्विक दृष्टीकोन वास्तविकतेचे स्वरूप, शिक्षणाचा उद्देश आणि जगाबद्दल व्यक्तींच्या आकलनाला आकार देण्यासाठी अभ्यासक्रमाची भूमिका यावर एक अद्वितीय दृष्टीकोन देते. या तात्विक दृष्टिकोनाचे अन्वेषण करून शिक्षक अभ्यासक्रम विकासाच्या विविध दृष्टिकोनांबद्दल मौल्यवान अंतर्दृष्टी प्राप्त करू शकतात आणि विविध विद्यार्थ्यांच्या गरजा, आवडी आणि क्षमतांना प्रतिसाद देणारा अभ्यासक्रम विकसित करू शकतात.

४.२ - अभ्यासक्रमाचे समाजशास्त्रीय, मानसशास्त्रीय, वैज्ञानिक, आणि संज्ञानात्मक निर्धारक

अभ्यासक्रमाचे समाजशास्त्रीय निर्धारक

अभ्यासक्रम विकासाच्या समाजशास्त्रीय निर्धारकांमध्ये शैक्षणिक पद्धती आणि धोरणांवर प्रभाव टाकणारे व्यापक सामाजिक, सांस्कृतिक, आर्थिक आणि राजकीय घटक समाविष्ट आहेत. अभ्यासक्रमाची सामग्री, अध्यापनशास्त्र आणि मूल्यांकन पद्धती तयार करण्यात सामाजिक मूल्ये, निकष आणि विश्वास महत्त्वपूर्ण भूमिका बजावतात. उदाहरणार्थ, सांस्कृतिकदृष्ट्या वैविध्यपूर्ण समाजात विद्यार्थ्यांच्या लोकसंख्येची विविधता प्रतिबिंबित करते याची खात्री करण्यासाठी शिक्षकांनी अभ्यासक्रमात अनेक दृष्टिकोन आणि अनुभव कसे समाविष्ट करायचे याचा विचार करावा लागेल. याव्यतिरिक्त, आर्थिक घटक जसे की निधीची उपलब्धता आणि संसाधनांचे वाटप शैक्षणिक संसाधनांच्या उपलब्धतेवर, अतिरिक्त

क्रियाकलापांवर आणि समर्थन सेवांवर परिणाम करू शकतात, ज्यामुळे अभ्यासक्रमाची गुणवत्ता आणि व्याप्ती प्रभावित होऊ शकते. शिवाय, राजकीय विचारधारा आणि धोरणे अभ्यासक्रमातील निर्णयांवर प्रभाव टाकू शकतात, जसे की प्रमाणित चाचणीचा अवलंब करणे, वादग्रस्त विषयांचा अभ्यासक्रमात समावेश करणे किंवा विशिष्ट शैक्षणिक सुधारणांची अंमलबजावणी करणे. अशाप्रकारे, व्यापक समाजाच्या गरजा, मूल्ये आणि आकांक्षा यांना अभ्यासक्रम विकास प्रतिसाद देणारा आहे याची खात्री करण्यासाठी समाजशास्त्रीय निर्धारकांचा विचार करणे आवश्यक आहे.

अभ्यासक्रमाचे मानसशास्त्रीय निर्धारक

मानसशास्त्रीय निर्धारक वर्तनातील संज्ञानात्मक, भावनिक आणि विकासात्मक पैलू समजून घेण्यावर लक्ष केंद्रित करतात. शिक्षण, प्रेरणा आणि विकासाचे सिद्धांत शिकवण्याच्या धोरणांची, अभ्यासक्रमाची क्रमवारी आणि मूल्यांकन पद्धतींची माहिती देण्यात महत्त्वपूर्ण भूमिका बजावतात. उदाहरणार्थ, रचनावादी सिद्धांत सक्रिय शिक्षण, चौकशी-आधारित दृष्टीकोन आणि विद्यार्थ्यांमधील सखोल समज आणि गंभीर विचार कौशल्यांना चालना देण्यासाठी अनुभवांच्या महत्त्वावर भर देतात. प्रेरणा सिद्धांत सहाय्यक आणि आकर्षक शिक्षण वातावरण तयार करण्याचे महत्त्व अधोरेखित करतात जे आंतरिक प्रेरणा आणि शिकण्याच्या दिशेने सकारात्मक दृष्टीकोन वाढवतात. याव्यतिरिक्त, विकासात्मक सिद्धांत विद्यार्थ्यांच्या विकासाच्या टप्प्यांनुसार आणि वैयक्तिक फरकांनुसार अभ्यासक्रमाच्या रचनेचे महत्त्व अधोरेखित करतात जेणेकरून शिक्षण सामग्री विकासाच्या दृष्टीने योग्य आणि सर्व विद्यार्थ्यांसाठी प्रवेशयोग्य आहे याची खात्री होते. अशा प्रकारे, अर्थपूर्ण शिक्षण अनुभवांना चालना देणारा, शैक्षणिक वाढीस समर्थन देणारा आणि विद्यार्थ्यांच्या विविध गरजा पूर्ण करणारा अभ्यासक्रम तयार करण्यासाठी मानसशास्त्रीय निर्धारक विचारात घेणे आवश्यक आहे.

अभ्यासक्रमाचे वैज्ञानिक निर्धारक

अभ्यासक्रमाच्या विकासाच्या वैज्ञानिक निर्धारकांमध्ये प्रायोगिक संशोधन, पुराव्यावर आधारित पद्धती आणि अभ्यासक्रमाची रचना आणि निर्देशात्मक निर्णय घेण्याची माहिती

देणारे शिस्तबद्ध ज्ञान यांचा समावेश होतो. शैक्षणिक संशोधनाचे निष्कर्ष, अभ्यासक्रम मानके आणि विविध विषयांमध्ये अध्यापन आणि अध्ययनाच्या सर्वोत्तम पद्धती अभ्यासक्रम विकासकांसाठी मौल्यवान संसाधने म्हणून काम करतात. उदाहरणार्थ, संज्ञानात्मक मानसशास्त्रातील संशोधन स्मरणशक्ती टिकवून ठेवण्यासाठी, समस्या सोडवण्याची कौशल्ये आणि विद्यार्थ्यांमध्ये जागरूकता वाढवण्यासाठी प्रभावी अध्यापनाच्या धोरणांची अंतर्दृष्टी प्रदान करू शकते. मेंदू आधारित शिक्षण तत्त्वांवर आणि संज्ञानात्मक कार्यावर ताण, झोप आणि पोषण यासारख्या घटकांच्या प्रभावावर प्रकाश टाकू शकतात. याव्यतिरिक्त, व्यावसायिक संस्था, सरकारी संस्था आणि शैक्षणिक संस्थांद्वारे स्थापित अभ्यासक्रम मानके आणि मार्गदर्शक तत्त्वे अभ्यासक्रमाची रचना आणि शिक्षणाच्या उद्दिष्टांसह सरेखनासाठी बेंचमार्क म्हणून काम करतात. म्हणून, अभ्यासक्रमाच्या विकासामध्ये वैज्ञानिक निर्धारकांचे एकत्रीकरण केल्याने शैक्षणिक कार्यक्रम पुराव्यावर आधारित पद्धतींवर आधारित असल्याची खात्री करते, ज्यामुळे विद्यार्थ्यांचे शैक्षणिक परिणाम आणि शैक्षणिक यश सुधारते.

अभ्यासक्रमाचे संज्ञानात्मक निर्धारक

अभ्यासक्रमाच्या विकासाचे संज्ञानात्मक निर्धारक मानसिक प्रक्रिया आणि शिक्षण, स्मरणशक्ती, तर्क आणि समस्या सोडवण्याच्या क्षमतांवर लक्ष केंद्रित करतात. अनुभूती, माहिती प्रक्रिया आणि चिंतनशीलतेचे सिद्धांत शिकवण्याच्या पद्धती, अभ्यासक्रम संघटना आणि मूल्यांकन पद्धतींची माहिती देतात. उदाहरणार्थ, संज्ञानात्मक सिद्धांत सूचित करते की बाह्य संज्ञानात्मक भार कमी करण्यासाठी आणि संपादन प्रक्रियेला प्रोत्साहन देण्यासाठी शिक्षण सामग्रीची रचना केली पाहिजे. संज्ञानात्मक सिद्धांत पूर्वीचे ज्ञान सक्रिय करणे, अर्थपूर्ण संदर्भ प्रदान करणे आणि अभ्यासक्रम रचनेमध्ये हस्तांतरणीय कौशल्ये वाढवणे या महत्त्वावर जोर देते. मेटाकॉग्निटिव्ह तंत्रे जसे की स्व-नियमन, ध्येय व्यवस्थापन आणि चिंतनशीलता हे देखील महत्त्वाचे संज्ञानात्मक निर्धारक आहेत जे विद्यार्थ्यांच्या शिकण्याच्या सवयी, अभ्यास कौशल्ये आणि शैक्षणिक यशावर प्रभाव टाकतात. अशा प्रकारे, संज्ञानात्मकदृष्ट्या आव्हानात्मक, विकासाच्या दृष्टीने योग्य आणि विद्यार्थ्यांच्या संज्ञानात्मक क्षमता आणि शिकण्याच्या शैलींशी जुळणारा अभ्यासक्रम तयार करण्यासाठी संज्ञानात्मक

निर्धारकांचा विचार करणे आवश्यक आहे.

अभ्यासक्रमाच्या विकासाचे समाजशास्त्रीय, मानसशास्त्रीय, वैज्ञानिक आणि संज्ञानात्मक निर्धारिक एकमेकांशी जोडलेले आणि परस्पर प्रभावशाली आहेत. या निर्धारकांचा समग्रपणे विचार करून, शिक्षक आणि अभ्यासक्रम विकासक सांस्कृतिकदृष्ट्या संबंधित, पुराव्यावर आधारित, आकर्षक आणि संज्ञानात्मकदृष्ट्या उत्तेजक असा अभ्यासक्रम तयार करू शकतात. या प्रत्येक निर्धारकातून अंतर्दृष्टी समाविष्ट करणारा अभ्यासक्रम विकासाचा एकात्मिक दृष्टीकोन हे सुनिश्चित करते की शैक्षणिक कार्यक्रम प्रभावी, अर्थपूर्ण आणि आजच्या जटिल आणि वेगाने बदलणाऱ्या जगात विद्यार्थ्यांच्या विविध गरजांना प्रतिसाद देणारे आहेत.

४.३ - अभ्यास साहित्य, संदर्भ, निवड, विकास यामध्ये शिक्षकांची भूमिका

वर्गात वापरल्या जाणाऱ्या अभ्यास साहित्याचे निर्धारण करण्यात शिक्षकांची महत्त्वाची भूमिका असते. त्यांच्या साहित्याची निवड त्यांच्या विद्यार्थ्यांच्या गरजा, शिकण्याच्या शैली आणि सांस्कृतिक पार्श्वभूमी यांच्या सखोल आकलनाद्वारे सूचित केली जाते. अभ्यासक्रमाची उद्दिष्टे, शैक्षणिक मानके आणि त्यांच्या विद्यार्थ्यांच्या विविध गरजा यांच्याशी जुळवून घेण्यासाठी शिक्षकांनी अभ्यास सामग्रीचे काळजीपूर्वक मूल्यांकन केले पाहिजे. या प्रक्रियेमध्ये पाठ्यपुस्तके, पूरक संसाधने, डिजिटल सामग्री आणि इतर साहित्य निवडणे समाविष्ट आहे जे विविध शिक्षण पद्धती आणि क्षमता पूर्ण करतात. याव्यतिरिक्त, सर्वसमावेशक आणि प्रतिनिधिक शिक्षण वातावरण तयार करण्यासाठी शिक्षक विविध दृष्टीकोन आणि अनुभव प्रतिबिंबित करणारी सामग्री निवडू शकतात. त्यांच्या विद्यार्थ्यांशी प्रतिध्वनी करणाऱ्या आणि त्यांच्या शिकण्याच्या उद्दिष्टांना समर्थन देणारी अभ्यास सामग्री एकत्रित करून शिक्षक अभ्यासक्रमाची प्रभावीता आणि प्रासंगिकता वाढवतात. शिक्षकांना शालेय संस्कृती, सामुदायिक लोकसंख्याशास्त्र आणि सामाजिक प्रभावांसह ते ज्या अनन्य संदर्भामध्ये शिकवतात त्याबद्दल तीव्रपणे जागरूक असतात. या संदर्भातील समज त्यांच्या अभ्यासक्रमातील निर्णय आणि शिकवण्याच्या पद्धतींची माहिती देते. स्थानिक संदर्भ विद्यार्थ्यांच्या शिकण्याच्या अनुभवांना आणि शैक्षणिक गरजांना कसा आकार देतात याचा

शिक्षकांनी विचार केला पाहिजे. उदाहरणार्थ, सांस्कृतिक आणि भाषिकदृष्ट्या वैविध्यपूर्ण लोकसंख्येला सेवा देणाऱ्या शाळांमध्ये शिक्षक बहुसांस्कृतिक दृष्टीकोन अंतर्भूत करण्यासाठी आणि इंग्रजी भाषा शिकणाऱ्यांना पाठिंबा देण्यासाठी अभ्यासक्रमाला अनुकूल करू शकतात. त्याचप्रमाणे कमी-उत्पन्न असलेल्या समुदायांमध्ये असलेल्या शाळांमध्ये शिक्षक सामाजिक-आर्थिक विषमता दूर करणारे आणि विद्यार्थ्यांच्या सर्वांगीण विकासास समर्थन देणारी संसाधने आणि हस्तक्षेपांना प्राधान्य देऊ शकतात. त्यांच्या विद्यार्थ्यांच्या विशिष्ट गरजा पूर्ण करण्यासाठी अभ्यासक्रमाचे संदर्भ देऊन शिक्षक हे सुनिश्चित करतात की शिक्षण हे व्यापक सामाजिक संदर्भांशी संबंधित, अर्थपूर्ण आणि प्रतिसाद देणारे आहेत.

शिक्षक अभ्यास साहित्य, पाठ्यपुस्तके आणि त्यांच्या वर्गात वापरलेली संसाधने निवडण्यात सक्रियपणे सहभागी असतात. या प्रक्रियेसाठी अभ्यासक्रमाची उद्दिष्टे, शैक्षणिक मानके, विद्यार्थ्यांच्या शिकण्याच्या गरजा आणि शिक्षणविषयक प्राधान्यांसह विविध घटकांचा काळजीपूर्वक विचार करणे आवश्यक आहे. शिक्षकांनी अभ्यास सामग्री अचूक, अद्ययावत आणि अभ्यासक्रमाच्या उद्दिष्टांशी सरेखित असल्याची खात्री करण्यासाठी त्यांचे गंभीरपणे मूल्यांकन केले पाहिजे. ते त्यांच्या निवड निर्णयांची माहिती देण्यासाठी अभ्यासक्रम मार्गदर्शक तत्त्वे, व्यावसायिक संस्था आणि शैक्षणिक तज्ञांचा सल्ला घेऊ शकतात. याव्यतिरिक्त, निवडलेले साहित्य विविध दृष्टीकोनांसह प्रतिध्वनित होते आणि सर्व विद्यार्थ्यांच्या गरजा पूर्ण करतात याची खात्री करण्यासाठी शिक्षक विद्यार्थी, पालक आणि सहकाऱ्यांकडून अभिप्राय मागू शकतात. त्यांच्या कौशल्य आणि विवेकाद्वारे, विद्यार्थ्यांच्या शिक्षणाला आणि व्यस्ततेला समर्थन देणारी अभ्यास सामग्री तयार करण्यात शिक्षक महत्त्वाची भूमिका बजावतात. अभ्यासक्रम संसाधने आणि शिक्षण सामग्रीच्या विकासामध्ये शिक्षकांचाही सहभाग असतो. यामध्ये पाठ योजना तयार करणे, क्रियाकलापांची रचना करणे आणि अभ्यासक्रमाच्या उद्दिष्टांशी आणि शिक्षणाच्या परिणामांशी जुळणारे मूल्यमापन विकसित करणे यांचा समावेश असू शकतो. शिक्षक त्यांच्या विद्यार्थ्यांसाठी आकर्षक आणि प्रभावी शिक्षण अनुभव तयार करण्यासाठी त्यांचे शैक्षणिक ज्ञान, विषयातील कौशल्य आणि सर्जनशीलता यांचा आधार घेतात. ते अध्यापन आणि शिकण्याच्या नाविन्यपूर्ण पध्दती

विकसित करण्यासाठी सहकारी, अभ्यासक्रम तज्ञ आणि शैक्षणिक तज्ञ यांच्याशी सहयोग करू शकतात. याव्यतिरिक्त, शिक्षक त्यांच्या विद्यार्थ्यांच्या विशिष्ट गरजा पूर्ण करण्यासाठी विद्यमान अभ्यासक्रम सामग्रीचे रुपांतर करू शकतात, जसे की भिन्न शिक्षण धोरणे समाविष्ट करणे किंवा विविध विद्यार्थ्यांसाठी मूल्यांकन बदलणे.

अभ्यासक्रमाच्या संसाधनांच्या विकासामध्ये सक्रियपणे सहभाग घेऊन शिक्षक हे सुनिश्चित करतात की शिक्षण सामग्री संबंधित, प्रवेशयोग्य आणि त्यांच्या विद्यार्थ्यांच्या गरजेनुसार तयार केली गेली आहे. अभ्यासक्रम विकासामध्ये शिक्षक बहुआयामी भूमिका बजावतात, अभ्यास साहित्य निवडणे, रुपांतर करणे आणि तयार करणे यावर प्रभाव टाकतात, तसेच विद्यार्थ्यांच्या शिकण्याच्या अनुभवांना आकार देणारे संदर्भ घटक विचारात घेतात. त्यांच्या कौशल्य, समर्पण आणि विद्यार्थ्यांच्या यशासाठी वचनबद्धतेद्वारे, शिक्षक अभ्यासक्रमाची गुणवत्ता आणि परिणामकारकता यासाठी महत्त्वपूर्ण योगदान देतात.

४.४ - अभ्यासक्रम विकास, अंमलबजावणी आणि संशोधनामध्ये शिक्षकाची भूमिका

शिक्षक अभ्यासक्रमाच्या विकासामध्ये महत्त्वपूर्ण भूमिका बजावतात. शिक्षक त्यांचे कौशल्य, अनुभव आणि कार्याद्वारे अंतर्दृष्टी अभ्यासक्रम विकासात विशेष अंतर्दृष्टी प्राप्त करून देत असतात. शिक्षक अभ्यासक्रमाची उद्दिष्टे तयार करण्यात, शिकवण्याच्या धोरणांची रचना करण्यात आणि योग्य शिक्षण सामग्री निवडण्यात सक्रियपणे सहभागी असतात. शिक्षक त्यांचे अध्यापनशास्त्र, विषयाचे ज्ञान देतात आणि विद्यार्थ्यांने अभ्यासक्रमातील निर्णयांची माहिती देणे आणि शैक्षणिक मानके आणि शिकण्याच्या उद्दिष्टांसह संरेखन सुनिश्चित करणे आवश्यक आहे. याव्यतिरिक्त, शिक्षक अभ्यासक्रम तज्ञ, शैक्षणिक तज्ञ आणि सहकाऱ्यांसोबत अध्यापन आणि शिकण्याच्या नाविन्यपूर्ण पध्दती विकसित करण्यासाठी सहयोग करू शकतात. अभ्यासक्रम विकासातील त्यांच्या सहभागाद्वारे, शिक्षक हे सुनिश्चित करतात की त्यांच्या विद्यार्थ्यांच्या गरजा पूर्ण करण्यासाठी शैक्षणिक साहित्य संबंधित, आकर्षक आणि प्रभावी आहेत कि नाही. शिक्षक त्यांच्या वर्गात अभ्यासक्रमाची अंमलबजावणी करण्यासाठी अभ्यासक्रमाच्या उद्दिष्टांचे त्यांच्या विद्यार्थ्यांसाठी अर्थपूर्ण

शिक्षण अनुभवांमध्ये भाषांतर करण्यासाठी जबाबदार असतात. ते पाठ योजना तयार करतात, सूचना देतात आणि अभ्यासक्रमाच्या उद्दिष्टे आणि मानकांशी जुळणारे शिक्षण क्रियाकलाप सुलभ करतात. शिक्षकांनी त्यांच्या विद्यार्थ्यांच्या विविध गरजा आणि क्षमतांची पूर्तता करण्यासाठी आवश्यकतेनुसार भिन्न सूचना धोरणे आणि सुधारणांचा वापर करून अभ्यासक्रमाला अनुकूल केले पाहिजे. याव्यतिरिक्त, शिक्षक विद्यार्थ्यांच्या प्रगतीचे निरीक्षण करतात, अभिप्राय देतात आणि विद्यार्थ्यांच्या शैक्षणिक प्रगतीसाठी सूचना समायोजित करतात. त्यांच्या अभ्यासक्रमाच्या अंमलबजावणीद्वारे, शिक्षक शैक्षणिक उद्दिष्टे जीवनात आणतात तसेच त्याद्वारे विद्यार्थ्यांची व्यस्तता, आकलन आणि मुख्य संकल्पना आणि कौशल्यांवर प्रभुत्व निर्माण करतात.

शिक्षक त्यांचा अभ्यासक्रम विकास आणि शिकवण्याच्या पद्धतींची माहिती देण्यासाठी शैक्षणिक संशोधनात गुंतलेले असतात. ते कृती संशोधन करू शकतात, सर्वोत्तम पद्धतींचा तपास करू शकतात आणि निर्देशात्मक धोरणे आणि हस्तक्षेपांच्या परिणामकारकतेचे मूल्यांकन करू शकतात. शिक्षक माहिती संकलित करतात, परिणामांचे विश्लेषण करतात आणि त्यांचे अध्यापन सुधारण्यासाठी आणि विद्यार्थ्यांच्या शिक्षणाचे परिणाम वाढवण्यासाठी निष्कर्ष काढतात. याव्यतिरिक्त, शिक्षक व्यावसायिक शिक्षण समुदायांमध्ये सहभागी होऊ शकतात, परिषदांना उपस्थित राहू शकतात आणि त्यांच्या संशोधनातील अंतर्दृष्टी आणि निष्कर्ष सामायिक करण्यासाठी सहकार्यांसह सहयोग करू शकतात. संशोधनात गुंतून, शिक्षक अभ्यासक्रम आणि सूचनांमध्ये सतत सुधारणा करण्यासाठी, शैक्षणिक क्षेत्रात ज्ञान आणि समज वाढवण्यासाठी योगदान देतात. अभ्यासक्रम विकासाच्या क्षेत्रात, शिक्षक त्यांचे प्रत्यक्ष अनुभव आणि कौशल्य समोर आणून महत्त्वपूर्ण योगदान देतात. ते अभ्यासक्रम समित्या, कार्य गट आणि अभ्यासक्रम डिझाइन, पुनरावलोकन आणि पुनरावृत्ती यावर योगदान प्रदान करण्यासाठी व्यावसायिक विकासाच्या संधींमध्ये भाग घेतात. शिक्षक त्यांच्या विद्यार्थ्यांच्या गरजा, स्वारस्ये आणि शिकण्याच्या शैलीबद्दल मौल्यवान अंतर्दृष्टी देतात, जे अभ्यासक्रम संबंधित, आकर्षक आणि प्रभावी आहे याची खात्री करण्यात मदत करतात. याव्यतिरिक्त, शिक्षक अभ्यासक्रमातील संसाधने, शिक्षण सामग्री आणि

शैक्षणिक मानकांशी संरेखित होणारी आणि विद्यार्थ्यांच्या शिक्षण आणि यशास प्रोत्साहन देण्यासाठी अभ्यासक्रम विशेषज्ञ, प्रशासक आणि समुदाय भागधारकांसह सहयोग करतात. अभ्यासक्रमाच्या विकासामध्ये त्यांच्या सहभागाद्वारे शिक्षक त्यांच्या विद्यार्थ्यांच्या शैक्षणिक अनुभवांना आकार देण्यात, त्यांना शैक्षणिक आणि वैयक्तिकरित्या यशस्वी होण्यासाठी सक्षम बनविण्यात मध्यवर्ती भूमिका बजावतात.

अभ्यासक्रमाच्या अंमलबजावणीमध्ये अभ्यासक्रमाच्या उद्दिष्टांचे त्यांच्या विद्यार्थ्यांसाठी अर्थपूर्ण शिक्षण अनुभवांमध्ये भाषांतर करण्यात शिक्षक महत्त्वाचे असतात. ते पाठ योजना तयार करतात, सूचना देतात आणि त्यांच्या विद्यार्थ्यांच्या विविध गरजा, आवडी आणि क्षमतांना संबोधित करणाऱ्या शैक्षणिक क्रियाकलापांची सोय करतात. शिक्षक त्यांच्या विद्यार्थ्यांच्या वैयक्तिक शिक्षण शैली आणि प्राधान्ये पूर्ण करण्यासाठी अभ्यासक्रमाशी जुळवून घेतात, विद्यार्थ्यांना व्यस्त ठेवण्यासाठी आणि प्रेरित करण्यासाठी विविध शिकवण्याच्या धोरणे, संसाधने आणि तंत्रज्ञानाचा वापर करतात. याव्यतिरिक्त, शिक्षक विद्यार्थ्यांच्या प्रगतीवर लक्ष ठेवतात, अभिप्राय देतात आणि विद्यार्थ्यांचे शिक्षण आणि यश मिळवण्यासाठी आवश्यकतेनुसार सूचना समायोजित करतात. त्यांच्या अभ्यासक्रमाच्या अंमलबजावणीद्वारे, शिक्षक एक गतिमान आणि आश्वासक शिक्षण वातावरण तयार करतात जेथे विद्यार्थी शाळेत आणि त्यापुढील यशासाठी आवश्यक ज्ञान, कौशल्ये आणि स्वभाव विकसित करू शकतात. शिक्षक त्यांचा अभ्यासक्रम विकास आणि शिकवण्याच्या पद्धतींची माहिती देण्यासाठी शैक्षणिक संशोधनात गुंतलेले असतात. ते सर्वोत्कृष्ट पद्धतींचा तपास करतात, शिकवण्याच्या धोरणांच्या परिणामकारकतेचे मूल्यांकन करतात आणि अध्ययन अध्यापनात सुधारणा करण्यासाठी आणि विद्यार्थ्यांची संपादणूक वाढवण्यासाठी शिकण्याच्या परिणामांचे मूल्यांकन करतात. शिक्षक माहिती गोळा करतात आणि त्याचे विश्लेषण करतात, निष्कर्ष काढतात आणि संशोधनाचे निष्कर्ष त्यांच्या वर्गात लागू करतात. याव्यतिरिक्त, सहकाऱ्यांसोबत अंतर्दृष्टी आणि निष्कर्ष सामायिक करण्यासाठी आणि शिक्षणाच्या व्यापक क्षेत्रात योगदान देण्यासाठी शिक्षक सहयोगी संशोधन प्रकल्प, कृती संशोधन उपक्रम आणि व्यावसायिक शिक्षण समुदायांमध्ये सहभागी होऊ शकतात.

संशोधनात गुंतून शिक्षक अभ्यासक्रम आणि सूचनांमध्ये सतत सुधारणा करण्यासाठी, क्षेत्रातील ज्ञान आणि समज वाढविण्यात आणि सर्व विद्यार्थ्यांसाठी शैक्षणिक गुणवत्ता वाढविण्यात योगदान देतात.

शिक्षक अभ्यासक्रम विकास, अंमलबजावणी आणि संशोधनात बहुआयामी भूमिका निभावतात. ते अभ्यासक्रमाची रचना, पुनरावलोकन आणि पुनरावृत्तीमध्ये योगदान देतात. याचबरोबर विविध शिकणाऱ्यांच्या गरजा पूर्ण करण्यासाठी शिक्षण सामग्री आकर्षक आणि प्रभावी होण्यासाठी प्रयत्नरत असतात. शिक्षक त्यांच्या वर्गखोल्यांमध्ये अभ्यासक्रमाची अंमलबजावणी करतात, अर्थपूर्ण शिक्षण अनुभव प्रदान करतात जे विद्यार्थ्यांची प्रतिबद्धता, आकलन आणि यश वाढवतात. याव्यतिरिक्त, शिक्षक त्यांच्या अभ्यासक्रमाची आणि शिकवण्याच्या पद्धतींची माहिती देण्यासाठी, शैक्षणिक क्षेत्रात ज्ञान आणि समज वाढवण्यासाठी शैक्षणिक संशोधनात व्यस्त असतात. अभ्यासक्रम विकास, अंमलबजावणी आणि संशोधनातील त्यांच्या योगदानाद्वारे, शिक्षक त्यांच्या विद्यार्थ्यांच्या शैक्षणिक अनुभवांना आकार देण्यात आणि आयुष्यभर शिक्षण आणि यश वाढविण्यात महत्त्वपूर्ण भूमिका बजावतात.

४. ५ - अभ्यासक्रमाचे मूल्यमापन आणि पुनर्मूल्यांकनाची प्रक्रिया

अभ्यासक्रमाचे मूल्यमापन ही शैक्षणिक कार्यक्रम आणि सामग्रीची परिणामकारकता, प्रासंगिकता आणि प्रभावाचे मूल्यांकन करण्याची पद्धतशीर प्रक्रिया आहे. यात अभ्यासक्रमाची उद्दिष्टे पूर्ण होत आहेत की नाही, विद्यार्थी किती चांगले शिकत आहेत आणि कोणत्या सुधारणा केल्या जाऊ शकतात हे निर्धारित करण्यासाठी माहिती गोळा करणे आणि त्याचे विश्लेषण करणे समाविष्ट आहे. प्रक्रियेमध्ये सामान्यत: मूल्यमापन उद्दिष्टे आणि निकष ओळखण्यापासून सुरुवात करून अनेक प्रमुख पायऱ्यांचा समावेश होतो. ही उद्दिष्टे आणि निकष मूल्यमापनाचा फोकस आणि व्याप्ती ठरवण्यासाठी आधार म्हणून काम करतात आणि मूल्यमापन पद्धती आणि उपाय निवडण्यासाठी मार्गदर्शन करतात. एकदा मूल्यमापन उद्दिष्टे आणि निकष स्थापित झाल्यानंतर, माहिती संकलन सुरू होते. यामध्ये सर्वेक्षण, मुलाखती, निरीक्षणे, मूल्यांकन आणि दस्तऐवज विश्लेषणासह विविध पद्धतींचा समावेश असू शकतो.

विद्यार्थी, शिक्षक, प्रशासक, पालक आणि समुदाय भागधारकांसह अनेक स्रोतांकडून डेटा संकलित केला जातो. अभ्यासक्रमाच्या विविध पैलूंबद्दल सर्वसमावेशक आणि विश्वासार्ह माहिती गोळा करणे हे उद्दिष्ट आहे, जसे की आशयाची व्यापकता, शिकवण्याच्या पद्धती, विद्यार्थ्यांची प्रतिबद्धता आणि शिकण्याचे परिणाम. एकदा माहिती गोळा केल्यावर, अभ्यासक्रमातील संधी, प्रवाह, ताकद आणि कमकुवतता ओळखण्यासाठी त्याचे विश्लेषण केले जाते. यामध्ये संख्यात्मक विश्लेषण, जसे की सांख्यिकीय चाचण्या आणि तुलना, तसेच गुणात्मक विश्लेषण, जसे की थीमॅटिक कोडिंग आणि व्याख्या यांचा समावेश असू शकतो. माहिती विश्लेषण मूल्यमापनकर्त्यांना गोळा केलेल्या माहितीचा अर्थ समजण्यास, सुधारणेची क्षेत्रे ओळखण्यास आणि अभ्यासक्रम वाढीसाठी शिफारसी विकसित करण्यात मदत करते.

माहिती विश्लेषण पूर्ण झाल्यानंतर, मूल्यांकनकर्ते निष्कर्षांचा अर्थ लावतात आणि मूल्यांकनाच्या परिणामांचा सारांश देणारा अहवाल तयार करतात. अहवालामध्ये सामान्यत: मूल्यमापन उद्दिष्टांचे विहंगावलोकन, वापरलेल्या मूल्यमापन पद्धती आणि कार्यपद्धतींचे वर्णन, गोळा केलेल्या माहितीचे सादरीकरण, निष्कर्षांचे विश्लेषण आणि अभ्यासक्रम सुधारणेसाठी शिफारसी समाविष्ट असतात. हा अहवाल अभ्यासक्रम विकासक, शिक्षक, प्रशासक, धोरणकर्ते आणि व्यापक समुदायासह विविध भागधारकांसह सामायिक केला जाऊ शकतो. एकदा मूल्यमापन अहवाल पूर्ण झाल्यानंतर, भागधारकांना निष्कर्षांचे पुनरावलोकन करण्याची आणि अभिप्राय प्रदान करण्याची संधी दिली जाते. यामध्ये विविध भागधारकांकडून इनपुट आणि दृष्टीकोन एकत्रित करण्यासाठी चर्चा, बैठका, कार्यशाळा किंवा सर्वेक्षणांचा समावेश असू शकतो. अतिरिक्त अंतर्दृष्टी ओळखण्यासाठी, गैरसमज स्पष्ट करण्यासाठी आणि प्रस्तावित बदलांसाठी समर्थन निर्माण करण्यासाठी अभिप्राय अत्यंत महत्त्वपूर्ण असतात. याव्यतिरिक्त, काय चांगले काम केले, काय सुधारले जाऊ शकते आणि भविष्यातील मूल्यमापनासाठी कोणते धडे शिकले जाऊ शकतात याचा विचार करून मूल्यांकनकर्ते स्वतः मूल्यमापन प्रक्रियेवर प्रतिबिंबित करतात.

प्रारंभिक मूल्यमापनानंतर केलेल्या कोणत्याही बदलांच्या परिणामाचे मूल्यांकन करण्यासाठी आणि सुधारणेसाठी पुढील क्षेत्रे ओळखण्यासाठी अभ्यासक्रमात

पुनर्मूल्यांकनाची प्रक्रिया होऊ शकते. पुनर्मूल्यांकन प्रक्रिया सामान्यत: प्रारंभिक मूल्यमापनाच्या समान चरणांचे अनुसरण करते, ज्यात मूल्यमापन उद्दिष्टे आणि निकषांची ओळख, डेटा संकलन, विश्लेषण, व्याख्या आणि अहवाल यांचा समावेश होतो. तथापि, सुधारणेसाठी किंवा पुढील तपासणीसाठी लक्ष्यित केलेल्या अभ्यासक्रमाच्या विशिष्ट पैलूंवर लक्ष केंद्रित करून पुनर्मूल्यांकनाचा फोकस कमी असू शकतो. पुनर्मूल्यांकन प्रक्रिया प्रारंभिक मूल्यमापन दरम्यान स्थापित केलेल्या मूल्यमापन उद्दिष्टे आणि निकषांच्या पुनरावलोकनासह सुरू होते. ही उद्दिष्टे अद्याप संबंधित आणि योग्य आहेत की नाही किंवा त्यांना सुधारित करणे किंवा विस्तारित करणे आवश्यक आहे की नाही हे निर्धारित करण्यासाठी भागधारक पुन्हा अभ्यास करून शकतात. याव्यतिरिक्त, नवीन उद्दिष्टे आणि निकष प्रारंभिक मूल्यमापनातून शिकलेल्या पाठांवर आणि उदयोन्मुख प्राधान्यक्रम किंवा चिंतांच्या आधारे ओळखले जाऊ शकतात. एकदा मूल्यमापन उद्दिष्टे आणि निकष स्थापित झाल्यानंतर, माहिती संकलन सुरू होते. यामध्ये प्रारंभिक मूल्यमापनाच्या दरम्यान गोळा केलेल्या माहितीची पूर्तता करण्यासाठी अतिरिक्त माहिती गोळा करणे किंवा पुढील तपासणीसाठी ओळखल्या जाणाऱ्या स्वारस्याच्या विशिष्ट क्षेत्रांवर लक्ष केंद्रित करणे समाविष्ट असू शकते.

माहिती संकलन पद्धती आणि उपाय पुनर्मूल्यांकनाच्या उद्दिष्टांवर आधारित निवडले जातात आणि त्यामध्ये सर्वेक्षण, मुलाखती, निरीक्षणे, मूल्यांकन आणि दस्तऐवज विश्लेषण समाविष्ट असू शकतात. एकदा माहिती संकलित केल्यावर अभ्यासक्रमात केलेल्या कोणत्याही बदलांच्या परिणामाचे मूल्यांकन करण्यासाठी आणि पुढील सुधारणेसाठी क्षेत्रे ओळखण्यासाठी त्याचे विश्लेषण केले जाते. डेटा विश्लेषण प्रारंभिक मूल्यमापनाच्या समान प्रक्रियेचे अनुसरण करते, ज्यामध्ये अभ्यासक्रमातील संधी, प्रवाह, सामर्थ्य आणि कमकुवतता ओळखण्यासाठी परिमाणात्मक आणि गुणात्मक विश्लेषण समाविष्ट आहे. ओळखलेल्या समस्यांचे निराकरण करण्यात आणि इच्छित परिणाम साध्य करण्यासाठी केलेले बदल प्रभावी ठरले आहेत की नाही हे निर्धारित करणे हे ध्येय आहे. माहिती विश्लेषण पूर्ण झाल्यानंतर मूल्यांकनकर्ते निष्कर्षांचा अर्थ लावतात आणि पुनर्मूल्यांकनाच्या परिणामांचा सारांश देणारा अहवाल तयार करतात. अहवालामध्ये पुनर्मूल्यांकन उद्दिष्टांचे

विहंगावलोकन, वापरलेल्या पद्धती आणि कार्यपद्धतींचे वर्णन, गोळा केलेल्या डेटाचे सादरीकरण, निष्कर्षांचे विश्लेषण आणि पुढील अभ्यासक्रम सुधारण्यासाठी शिफारसी समाविष्ट असतात. निर्णय घेण्याची माहिती देण्यासाठी आणि भविष्यातील कृतींचे मार्गदर्शन करण्यासाठी अहवाल भागधारकांसह सामायिक केला जाऊ शकतो.

सहभागी व्यक्तींना पुनर्मूल्यांकनाच्या निष्कर्षांचे पुनरावलोकन करण्याची आणि अभिप्राय देण्याची संधी दिली जाते. हा अभिप्राय निष्कर्ष प्रमाणित करण्यासाठी, अतिरिक्त अंतर्दृष्टी ओळखण्यासाठी आणि प्रस्तावित बदलांसाठी समर्थन निर्माण करण्यासाठी मौल्यवान असतो. याव्यतिरिक्त, काय चांगले कार्य केले, काय सुधारले जाऊ शकते आणि भविष्यातील मूल्यमापनासाठी कोणते अनुभव घेतले जाऊ शकतात याचा विचार करून मूल्यांकनकर्ते पुनर्मूल्यांकन प्रक्रियेवरच विचार करतात. सतत सुधारण्याच्या या प्रक्रियेत सहभागी राहून शिक्षक हे सुनिश्चित करू शकतात की अभ्यासक्रम सर्व विद्यार्थ्यांच्या गरजा पूर्ण करण्यासाठी प्रतिसादात्मक, संबंधित आणि प्रभावी राहील. अभ्यासक्रमाचे मूल्यमापन आणि पुनर्मूल्यांकनाची प्रक्रिया ही एक पद्धतशीर आणि पुनरावृत्ती प्रक्रिया आहे ज्यामध्ये शैक्षणिक कार्यक्रम आणि सामग्रीची परिणामकारकता, प्रासंगिकता आणि प्रभावाचे मूल्यांकन करण्यासाठी माहिती गोळा करणे आणि त्याचे विश्लेषण करणे समाविष्ट आहे. काळजीपूर्वक नियोजन, डेटा संकलन, विश्लेषण, व्याख्या आणि अहवालाद्वारे, शिक्षक सुधारणेसाठी क्षेत्रे ओळखू शकतात, माहितीपूर्ण निर्णय घेऊ शकतात आणि अभ्यासक्रम विकास आणि अंमलबजावणीचे मार्गदर्शन करू शकतात.

४.६ - तांत्रिक आणि वैज्ञानिक अभ्यासक्रम विकास नमुना: हिल्डा टाबा मॉडेल, टेलर मॉडेल, सायलर आणि अलेक्झांडर पॅराडाइम, निकोलस आणि निकोलस पॅराडिग्म

४.६.१ - हिल्डा टाबाचे सामाजिक अध्ययन यांचे प्रतिमान (HTSS Model)

हिल्डा टाबा यांनी मांडलेले प्रतिमान 'मूलभूत प्रतिमान' म्हणून ओळखले जाते. त्यांच्या मते 'अभ्यासक्रम विकसनामध्ये शिक्षकांचा सहभाग घेतला पाहिजे' हिल्डा टाबा यांच्या प्रतिमानुसार सर्व अभ्यासक्रम अनुदेहातिय घटकांमध्ये तयार केला जातो. हिल्डा टाबा यांच्या

प्रतिमानुसार अभ्यासक्रम विकसनाच्या पायऱ्या सांगितलेल्या आहेत त्या पुढीलप्रमाणे

* **गरजांचे निदान :** अभ्यासक्रम रचनेच्या या पायरीमध्ये अभ्यासक्रम नियोजन करणारे तज्ज्ञ व शिक्षक यांनी विद्यार्थ्यांच्या अध्ययन गरजांचा शोध घेणे अपेक्षित आहे. यासाठी शालेय शिक्षक, पालक व विद्यार्थी यांच्याशी संवाद साधणे महत्त्वाचे असते.

* **उद्दिष्टांची निश्चिती :** या पायरीवर शिक्षकांनी विद्यार्थ्यांच्या गरजांनुसार उद्दिष्टांची निश्चिती करावी. यासाठी गरजांचे स्वरूप लक्षात घेऊन त्याचे वर्गीकरण करणे अपेक्षित आहे.

* **आशयाची निवड :** या पायरीमध्ये शिक्षकांनी पूर्वनिश्चित उद्दिष्टांना अनुसरून आशयाची निवड करावी. निवड केलेला आशय उपयुक्त व सप्रमाण असावा.

* **आशयाचे संघटन :** अध्ययनार्थीची पक्वता, शैक्षणिक गुणवत्ता, आवड यांच्या आधारावर निवडलेल्या आशयाची क्रमबद्ध मांडणी करावी.

* **अध्ययन अनुभवांची निवड :** या पायरीवर आशयाला अनुसरून अध्ययन अनुभवांची निवड शिक्षकांनी करावी. ही निवड करताना अध्ययनार्थी व आशय यामध्ये जास्तीतजास्त आंतरक्रिया होणे आवश्यक आहे.

* **अध्ययन कृतींचे संघटन :** शिक्षकाने आशयाच्या रचनेनुसार अध्ययन कृतींची रचना करावी.

* **मूल्यमापन साधने :** पायरी क्र. दोनमध्ये निश्चित केलेली उद्दिष्टे किती प्रमाणात साध्य झाली? हे ठरविण्यासाठी मूल्यमापनाची साधने ठरवावीत.

* वरील अभ्यासक्रम रचना शिक्षकांनी करावी असे मत हिल्डा टाबा यांनी मांडलेले आहे. या अभ्यासक्रमाची वरील पायऱ्यानुसार रचना झाल्यानंतर त्याची वैधता व सप्रमाणता ठरविण्यासाठी खालील पाच टप्प्यांचा वापर करावा.

पथदर्शी घटकाची निर्मिती

* गरजांचे निदान
* उद्दिष्टांची निश्चिती

- आशयाची निवड
- आशयाचे संघटन
- अध्ययन अनुभवांची निवड
- अध्ययन कृतीचे संघटन
- मूल्यमापन साधने

वैधता निश्चितीसाठी घटकांचे प्रायोगिक परीक्षण

- पूनर्रचना व संकलन
- आराखडा विकसन
- नवीन घटकांची रचना

अभ्यासक्रम रचनेमध्ये प्रशासन, शाळेतील पर्यवेक्षक, शिक्षक विद्यार्थी व समाजातील लोकांचा सहभाग असतो. हिल्डा टाबा यांच्या प्रतिमानुसार अभ्यासक्रम विकसनाची प्राथमिक जबाबदारी शिक्षकांची आहे.

४.६.२ - टेलर यांचे अभ्यासक्रम विकसनाचे प्रतिमान

सल्फ टेलर यांनी 'Basic Principles of curriculum and Instruction' या ग्रंथामध्ये अभ्यासक्रम विकसनाचे प्रतिमान मांडले आहे. टेलर यांनी इ. स. 1940 साली मांडलेले प्रतिमान आजही तितकेच प्रसिद्ध आहे. हे प्रतिमान चार पायऱ्यांचे आहे.

प्रतिमानाच्या पायऱ्या

1. शाळेची उद्दिष्टे
2. उद्दिष्टांशी निगडित शैक्षणिक अनुभव
3. अनुभवांचे संघटन
4. उद्दिष्टांचे मूल्यमापन

शाळेची उद्दिष्टे

टेलर यांच्या मते, अभ्यासक्रम नियोजन करणाऱ्या तज्ञांनी सर्वप्रथम सर्वसामान्य उद्दिष्टे निश्चित करावीत. यासाठी खालील स्रोत उपयुक्त ठरतील.

1. अभ्यासाचा आशय

2. अध्ययनार्थी

3. समाज

या उद्दिष्टांच्या निश्चितीनंतर अभ्यासक्रम नियोजन करणाऱ्या तज्ज्ञांनी यांचे परीक्षण करून त्याचे शाळेचे तत्त्वज्ञान, अध्ययनार्थ्यांचे मानसशास्त्र असे दोन भागात वर्गीकरण करावे. यानंतर तज्ज्ञांच्या मदतीने विशिष्ट अनुदेशनीय उद्दिष्टांची मांडणी करावी.

१. उद्दिष्टांशी निगडित शैक्षणिक अनुभव: अभ्यासक्रम तज्ज्ञांनी अनुदेशीय उद्दिष्टांना अनुसरून अध्ययन अनुभवांची निश्चिती करावी. त्यानुसार अध्ययनार्थ्याला सदर उद्दिष्टे साध्य करण्यासाठी आवश्यक ते अध्ययन अनुभव द्यावेत.

२. अध्ययन अनुभवांचे संघटन: टेलर यांच्या मते, या पायरीवर अभ्यासक्रम नियोजन तज्ज्ञांनी अध्ययन अनुभवांचा क्रम निश्चित करावा. त्यानंतर या अध्ययन अनुभवांची मांडणी करावी. विविध कल्पना, मूल्ये व कौशल्य यांचे अर्थपूर्ण अध्ययनासाठी अध्ययन अनुभवांची रचना करावी.

३. उद्दिष्टांचे मूल्यमापन: या शेवटच्या पायरीवर नियोजनकर्त्यांनी दिलेल्या अध्ययन अनुभवांनी अपेक्षित उद्दिष्टे साध्य होतात का ते तपासून पाहावे. यात मूल्यमापनातून केलेली ही अभ्यासक्रम रचना उपयुक्त आहे की, नाही हे ठरविता येते.

टेलर यांनी मांडलेले अभ्यासक्रम रचनेचे प्रतिमान सोपे असून याचा वापर मोठ्या प्रमाणात केला गेला. आजही अभ्यासक्रम रचना करताना या प्रतिमानातील पायऱ्यांचा वापर केलेला दिसून येतो.

४.६.३ - सायलर आणि अलेक्झांडर पॅराडाइम

1970 च्या दशकात डेव्हिड सायलर आणि विल्यम अलेक्झांडर यांनी विकसित केलेला सायलर आणि अलेक्झांडर पॅराडाइम हा अभ्यासक्रम विकासासाठी एक सर्वांगीण दृष्टीकोन आहे जो व्यापक शैक्षणिक उद्दिष्टे आणि सामाजिक गरजांसह विषय सामग्री एकत्रित करतो. हा नमुना 21 व्या शतकातील आव्हानांसाठी विद्यार्थ्यांना तयार करण्यासाठी आंतरविद्याशाखीय शिक्षण, वास्तविक जगातील अनुप्रयोग आणि गंभीर विचार कौशल्यांच्या महत्त्वावर भर देतो. सायलर आणि अलेक्झांडर पॅराडाइम सामाजिक बदल

आणि आव्हानांना प्रतिसाद देणाऱ्या अभ्यासक्रमाचे प्रतिनिधित्व करतात. हे पॅराडाइम विद्यार्थ्यांना जटिल समस्यांचे निराकरण करण्यासाठी आणि त्यांच्या समूहामध्ये सकारात्मक योगदान देण्यासाठी आवश्यक ज्ञान, कौशल्ये आणि स्वभाव विकसित करण्यात मदत करते. हे अभ्यासक्रम रचना आणि अंमलबजावणीमध्ये सहयोग, सर्जनशीलता आणि नाविन्यपूर्णतेला प्रोत्साहन देते तसेच गतिमान आणि आकर्षक शिक्षण वातावरणाला प्रोत्साहन देते जे विद्यार्थ्यांना वेगाने बदलणाऱ्या जगात यश मिळवण्यासाठी तयार करते.

४.६.४ - निकोलस आणि निकोलस पॅराडिग्म

1980 च्या दशकात रॉबर्ट आणि शेरॉन निकोलस यांनी विकसित केलेला निकोलस आणि निकोलस पॅराडाइम हा अभ्यासक्रम विकासासाठी तंत्रज्ञान आधारित दृष्टीकोन आहे जो शैक्षणिक प्रगतीसाठी डिजिटल तंत्रज्ञानाच्या सामर्थ्याचा उपयोग करतो. हा पॅराडाइम अभ्यासक्रमाच्या सर्व पैलूंमध्ये निर्देशात्मक वितरण आणि मूल्यांकनापासून ते सामग्री निर्मिती आणि सहयोगापर्यंत तंत्रज्ञानाच्या एकात्मतेवर भर देतो. निकोलस आणि निकोलस पॅराडाइम मल्टीमीडिया संसाधने, परस्परसंवादी शिक्षण वातावरण आणि ऑनलाइन संप्रेषण साधने वापरण्यासाठी शिक्षक आणि विद्यार्थ्यांना सक्रिय, प्रामाणिक आणि वैयक्तिकृत शिक्षण अनुभवांमध्ये सहभागी करून घेतात. हे शिक्षणाच्या प्रवेशाचा विस्तार करण्यासाठी, समानता आणि समावेशनाला प्रोत्साहन देण्यासाठी आणि विद्यार्थ्यांना त्यांच्या शैक्षणिक संपादणूक आणि प्रगतीसाठी सक्षम करण्यासाठी तंत्रज्ञानाची क्षमता ओळखते. निकोलस आणि निकोलस पॅराडाइम, डिजिटल युगातील विविध विद्यार्थ्यांच्या गरजा पूर्ण करणारे डायनॅमिक आणि प्रतिसादात्मक शैक्षणिक कार्यक्रम तयार करण्यासाठी उदयोन्मुख तंत्रज्ञान आणि नाविन्यपूर्ण शिक्षणशास्त्र स्वीकारण्यासाठी शिक्षकांना प्रोत्साहित करते. तांत्रिक आणि वैज्ञानिक अभ्यासक्रम अभ्यासक्रम डिझाइन आणि अंमलबजावणीसाठी विविध दृष्टिकोन देतात. टायलर मॉडेलच्या पद्धतशीर दृष्टिकोनापासून ते हिल्डा टाबा मॉडेलच्या अभ्यासक्रम केंद्रित तत्त्वज्ञानापर्यंत आणि सायलर आणि अलेक्झांडर पॅराडाइमचा सर्वांगीण दृष्टिकोन ते निकोलस आणि निकोलस पॅराडाइमच्या तंत्रज्ञान चालित नवकल्पनापर्यंत, हे प्रतिमान शिक्षकांना डायनॅमिक, संबंधित आणि प्रभावी शैक्षणिक कार्यक्रम तयार करण्यासाठी

मौल्यवान संरचना प्रदान करतात. या प्रतिमानांची तत्त्वे आणि पद्धती अभ्यासून शिक्षक विद्यार्थ्यांना गुंतवून ठेवणारा अभ्यासक्रम विकसित करू शकतात तसेच गंभीर विचार कौशल्ये वाढवतात आणि विद्यार्थ्यांना वेगाने बदलणाऱ्या जगात यश मिळवण्यासाठी तयार करतात.

४.७ - अतांत्रिक अवैज्ञानिक अभ्यासक्रम विकास प्रतिमाने: फ्रँकलिन बॉबीट, फिलिप डब्ल्यू. जॅक्सन

फ्रँकलिन बॉबि हे 20 व्या शतकाच्या सुरुवातीस एक प्रभावशाली शिक्षक होते. त्यांनी अभ्यासक्रमाच्या विकासासाठी एक व्यावहारिक दृष्टीकोन प्रस्तावित केला ज्याने सामाजिक गरजा आणि शिक्षण सामग्रीच्या पद्धतशीर संघटनेसह शैक्षणिक उद्दिष्टांचे संतुलन यावर जोर दिला. बॉबिटच्या आदर्शाचे मूळ या विश्वासामध्ये होते की शिक्षणाने व्यावहारिक हेतू पूर्ण केले पाहिजे आणि समाजातील उत्पादक सदस्य म्हणून विद्यार्थ्यांना त्यांच्या भूमिकांसाठी तयार केले पाहिजे. बॉबिटच्या दृष्टीकोनाचा केंद्रबिंदू "सामाजिक कार्यक्षमता" ही संकल्पना होती, ज्याने सामाजिक समस्यांचे निराकरण करण्यासाठी आणि सामाजिक प्रगती वाढवण्यासाठी शैक्षणिक कार्यक्रमांच्या महत्त्वावर जोर दिला. बॉबिटच्या प्रतिमानात अभ्यासक्रम विकासाची सुरुवात सामाजिक गरजा आणि उद्दिष्टांच्या काळजीपूर्वक विश्लेषणाने होते, जे शैक्षणिक उद्दिष्टे आणि परिणाम ओळखण्यासाठी पाया म्हणून काम करतात. या उद्दिष्टांचे नंतर विशिष्ट शैक्षणिक क्रियाकलाप आणि अनुभवांमध्ये भाषांतर केले जाते जे इच्छित शिक्षण परिणाम साध्य करण्यासाठी डिझाइन केलेले असतात. बॉबिट यांनी शैक्षणिक कार्यक्रम त्यांच्या इच्छित उद्दिष्टांची पूर्तता करण्यासाठी प्रभावी आहेत याची खात्री करण्यासाठी, प्रायोगिक संशोधन आणि पद्धतशीर मूल्यमापनावर आधारित अभ्यासक्रम विकासासाठी वैज्ञानिक दृष्टिकोनाचा आधार घेतला.

बॉबिटच्या प्रतिमानातील मुख्य तत्त्वांपैकी एक म्हणजे "विभेदित अभ्यासक्रम" ही संकल्पना आहे, जी विद्यार्थ्यांच्या विविध गरजा आणि स्वारस्य ओळखते आणि वैयक्तिक सामर्थ्य आणि कमकुवतता दूर करणारे अनुरूप शैक्षणिक अनुभव प्रदान करण्याचा प्रयत्न करते. बॉबिटने अभ्यासक्रम डिझाइनमध्ये लवचिकता आणि अनुकूलतेच्या महत्त्वावर जोर

दिला, ज्यामुळे विद्यार्थी, शिक्षक आणि इतर भागधारकांच्या अभिप्रायाच्या आधारे चालू समायोजन आणि पुनरावृत्तींना अनुमती मिळते. फ्रँकलिन बॉबिटचा नमुना अभ्यासक्रमाच्या विकासासाठी व्यावहारिक आणि उपयुक्ततावादी दृष्टीकोन दर्शवितो, जो सामाजिक गरजा पूर्ण करण्यासाठी आणि सामाजिक प्रगती पुढे नेण्यासाठी शैक्षणिक कार्यक्रमांच्या व्यावहारिक वापरावर केंद्रित आहे. कार्यक्षमता आणि उपयुक्तेवर त्यांच्या संकुचित लक्ष केंद्रित केल्याबद्दल त्यांच्या कल्पनांवर टीका केली जात असताना, अभ्यासक्रम सिद्धांतातील बॉबिटच्या योगदानाचा शैक्षणिक सरावावर कायमस्वरूपी प्रभाव पडला आहे आणि शालेय शिक्षणाच्या उद्देश आणि उद्दिष्टांबद्दल चर्चा सुरू ठेवली आहे.

फिलीप डब्ल्यू. जॉक्सन हे 20 व्या शतकाच्या मध्यभागी एक प्रमुख शैक्षणिक सिद्धांतकार मानले जातात. त्यांनी अभ्यासक्रमाच्या विकासासाठी सामाजिक-सांस्कृतिक दृष्टिकोन प्रस्तावित केला ज्याने शैक्षणिक अनुभवांना आकार देण्यासाठी संदर्भ, संस्कृती आणि समुदायाच्या महत्त्वावर जोर दिला. जॉक्सनचा प्रतिमान बाह्य व्यक्तींद्वारे वरून लादण्याऐवजी, विद्यार्थी आणि त्यांच्या समुदायांच्या गरजा, आवडी आणि मूल्यांना प्रतिसाद देणारा असावा हा विश्वास मूळ होता. जॉक्सनच्या प्रतिमानामध्ये ज्या सामाजिक आणि सांस्कृतिक संदर्भामध्ये शिक्षण होते त्याचा काळजीपूर्वक विचार करून अभ्यासक्रमाचा विकास सुरू होतो. शिक्षकांना विद्यार्थी, पालक आणि समुदाय सदस्यांशी त्यांचे दृष्टीकोन, मूल्ये आणि आकांक्षा समजून घेण्यासाठी आणि या अंतर्दृष्टींचा अभ्यासक्रम नियोजन आणि डिझाइनमध्ये समावेश करण्यासाठी प्रोत्साहित केले जाते. जॉक्सनने अभ्यासक्रम विकास प्रक्रियेत संवाद, सहयोग आणि सामायिक निर्णय घेण्याच्या महत्त्वावर जोर दिला, हे ओळखून की प्रभावी शिक्षणासाठी सर्व भागधारकांचा सक्रिय सहभाग आवश्यक आहे. जॉक्सनच्या प्रतिमानातील मुख्य तत्त्वांपैकी एक म्हणजे "शैक्षणिक अनुभव" ही संकल्पना आहे, जी विद्यार्थ्यांसाठी अर्थपूर्ण, संबंधित आणि आकर्षक अशा शैक्षणिक क्रियाकलापांचा संदर्भ देते. जॉक्सनने असा युक्तिवाद केला की अभ्यासक्रम केवळ माहिती आणि कौशल्यांच्या प्रसाराच्या पलीकडे गेला पाहिजे आणि त्याऐवजी विद्यार्थ्यांचे बौद्धिक कुतूहल, चिकित्सक विचार आणि सामाजिक-भावनिक विकासावर भर दिला पाहिजे. शैक्षणिक अनुभव विद्यार्थ्यांच्या

गृहितकांना आव्हान देण्यासाठी, त्यांच्या कल्पनाशक्तीला चालना देण्यासाठी आणि त्यांना नवीन कल्पना आणि दृष्टीकोन शोधण्यासाठी प्रोत्साहित करण्यासाठी संरचित केलेले आहेत. फिलीप डब्ल्यू. जॉक्सनचे प्रतिमान अभ्यासक्रम विकासासाठी सामाजिक-सांस्कृतिक दृष्टिकोन दर्शवितो जो शैक्षणिक अनुभवांना आकार देण्यासाठी संदर्भ, संस्कृती आणि समुदायाच्या महत्त्वावर भर देतो. त्यांच्या कल्पनांचा शैक्षणिक सरावावर खोलवर प्रभाव पडला आहे, विशेषत: अभ्यासक्रम रचना, अध्यापनशास्त्र शिकवणे आणि शाळा सुधारणे या क्षेत्रांमध्ये. विद्यार्थी केंद्रित शिक्षण, समुदाय प्रतिबद्धता आणि सामाजिक-सांस्कृतिक प्रतिसादावर जॉक्सनचा भर विविध शैक्षणिक व्यवस्थेमध्ये प्रभावी अभ्यासक्रम विकास आणि अंमलबजावणीबद्दल चर्चांना माहिती देत आहे.

फ्रॅंकलिन बॉबिट आणि फिलिप डब्लू. जॉक्सनचे गैर-तांत्रिक अभ्यासक्रम विकास प्रतिमान शैक्षणिक सरावातील गुंतागुंत आणि शिकणाऱ्यांच्या आणि समुदायांच्या विविध गरजांबद्दल मौल्यवान अंतर्दृष्टी देतात. बॉबिटचा व्यावहारिक दृष्टीकोन अभ्यासक्रम डिझाइनमध्ये कार्यक्षमता आणि उपयुक्ततेला प्राधान्य देतो, तर जॉक्सनचा सामाजिक-सांस्कृतिक दृष्टीकोन शैक्षणिक अनुभवांना आकार देण्यासाठी संदर्भ, संस्कृती आणि समुदायाच्या महत्त्वावर भर देतो. या प्रतिमानांच्या तत्त्वांवर आणि पद्धतींवर आधारित शिक्षक विविध शैक्षणिक प्रणालीमध्ये त्यांच्या बौद्धिक, सामाजिक आणि भावनिक वाढीस प्रोत्साहन देऊन सर्व विद्यार्थ्यांसाठी प्रतिसादात्मक, संबंधित आणि अर्थपूर्ण असा अभ्यासक्रम विकसित करू शकतात.

४.८ - पाठ्यपुस्तक (Textbook)

अभ्यासक्रमाचे व्यापक स्वरुप, उद्दिष्टे व वैशिष्टे लक्षात घेता एक बाब लक्षात येते की, अभ्यासक्रमानुसारच त्या त्या इयत्तेचा व त्या त्या विषयाचा पाठ्यक्रम ठरतो. पाठ्यक्रम हा अभ्यासक्रमाचाच एक भाग असतो.

उदा. इयत्ता ९वीचा विज्ञान विषय म्हणजे विज्ञान विषयाचा पाठ्यक्रम असतो. पाठ्यक्रमाला उद्दिष्टे असतात. आशय घटकांची मांडणी असते आणि या पाठ्यक्रमावरूनच पाठ्यपुस्तक तयार होते.

पाठ्यपुस्तकातचं पाठ्यक्रमाची आणि पर्यायाने अभ्यासक्रमाची उद्दिष्टे प्रतिबिंबीत झालेली असतात आणि उद्दिष्टांनुसारच पाठ्यपुस्तकातील आशय आलेला असतो.

पाठ्यपुस्तकाला 'Text Book' म्हणजेच 'क्रमिक पुस्तक', 'अभ्यास पुस्तक' असे विविध शब्द वापरले जातात. पाठ्यपुस्तक हे अतिशय महत्त्वाचे अध्ययनाचे साधन असल्यामुळे बहुतेक सर्व विद्यार्थी, शिक्षक, पालक पाठ्यपुस्तकांवरच अवलंबून असतात.

पाठ्यपुस्तकाच्या निरनिराळ्या व्याख्या पुढीलप्रमाणे

● **कोठारी आयोग -** "A good text book written by a qualified and competent specialist in the subject and produced with due regard to quality of printing, illustration and general get up, stimulates the pupuils interest and helps the teacher considerably in his work."

चांगले पाठ्यपुस्तक हे अध्ययन अध्यापन प्रक्रियेतील महत्त्वाचे साधन आहे.

● Oxford शब्दकोषानुसार, "Mannual of instruction standard book in a branch of study."

● "Any school subject book used by a child of study purposes."

● पाठ्यपुस्तक हे अभ्यासक्रम व पाठ्यक्रम यांचे दर्शन घडविणारा आरसा आहे असे मानले जाते.

● ज्या पुस्तकाचा विद्यार्थ्यांच्या अध्यापनासाठी आवश्यक असणारा पाठ्यांश वाचायला मिळतो, ज्याद्वारे स्वत:चे मूल्यमापन करता येते अशा पुस्तकांना पाठ्यपुस्तक असे म्हणतात.

● शालेय शिक्षणातून द्यावयाचे अपेक्षित ज्ञान, कौशल्ये, मूल्ये, राष्ट्र आणि समाजासंदर्भात विद्यार्थ्यांना भविष्यात बनविण्यासाठीची भूमिका संक्रमित करण्याचे पाठ्यपुस्तक हे एक महत्त्वाचे साधन आहे.

● अभ्यासक्रमावरूनच पाठ्यक्रम तयार होतो व तो पाठ्यक्रम विद्यार्थ्यांच्या गळी उतरविण्यासाठी जे घटक कारणीभूत ठरतात त्या घटकांपैकी एक महत्त्वाचा घटक म्हणजे पाठ्यपुस्तक किंवा क्रमिक पुस्तक.

- सी.पी. हिल - "पाठ्यपुस्तक म्हणजे केवळ माहितीचा सं नसून मनापासून मिळविलेल्या ज्ञानाचा विविध प्रकारे विद्यार्थ्यांनी केलेला उपयोग व मूलभूत माहिती साठविण्याचे केंद्र होय."

- Kneating - "Textbook is a half of apparatus of teaching." (अध्यापनाच्या साहित्याचा अर्धा भाग म्हणजे पाठ्यपुस्तक.) यावरुन आपल्या लक्षात येते की. केवळ अभ्यासक्रम तयार करून चालत नाही तर त्या अभ्यासक्रमावरुनच प्रत्येक विषयांचा इयत्तावार पाठ्यक्रम तयार करावा लागतो व हा पाठ्यक्रम विद्यार्थ्यांपर्यंत पोहचविण्यासाठी पाठ्यपुस्तकाचाच आधार घ्यावा लागतो.

शालेय शिक्षणातून शिक्षकाला विद्यार्थ्यांपर्यंत जे ज्ञान पोहोचवायचे असते त्यासाठी पाठ्यपुस्तक हे एक महत्त्वाचे साधन आहे. पाठ्यपुस्तकाद्वारेच शिक्षक विद्यार्थ्यांना हे सर्व ज्ञान पोहचवू शकतो तसेच पालकांनाही आणि मूल्यमापन प्रक्रियेसाठीही पाठ्यपुस्तकाचाच आधार घ्यावा लागतो.

४.८.१ - पाठ्यपुस्तकाचे महत्त्व व गरज

१. शिक्षकांसाठी महत्व व गरज

- दीपस्तंभाप्रमाणे मार्गदर्शन पाठ्यपुस्तकातील मजकूर हा पाठ्यक्रमानुसारच असल्याने शिक्षकाला अध्यापनातून विद्यार्थ्यांपर्यंत पाठ्यक्रम पोहचविता येतो.

- विषयाची व्याप्ती लक्षात येत असल्याने विद्यार्थ्याला योग्य दिशा सापडते. एखादी कल्पना कोणत्या मर्यादेपर्यंत शिकवावी हे स्पष्ट होते.

- वेगवेगळ्या उदाहरणांची सोय पाठ्यपुस्तकात केलेली असल्याने उदाहरणांच्या माध्यमातून विद्यार्थ्यांना संकल्पना समजण्यास सोपी जाते.

- पाठ्यपुस्तकात विविध प्रकारचे स्वाध्याय दिलेले असतात. जे स्वाध्याय विद्यार्थ्यांना सोडविण्यास दिले जातात.

२. विद्यार्थ्यांसाठी महत्व व गरज

- शिक्षकाने वर्गात अध्यापन केले तरी त्यावर प्रभुत्व मिळविण्यासाठी विद्यार्थ्याला तो भाग घरी अभ्यासावा लागतो. त्यामुळे पाठ्यपुस्तकातील स्वाध्याय त्याला

क्रियाशीलतेसाठी उपयोगी पडतो.

● रचना सुगमाकडून - दुर्गमाकडे या क्रमाने असल्याने विद्यार्थ्यांचा आत्मविश्वास वाढतो.

● शिक्षकाशिवाय स्वयंप्रयत्नाने अभ्यास करण्याचे साधन म्हणजे पाठ्यपुस्तक.

● संदर्भग्रंथ म्हणूनही विद्यार्थ्यांना उपयोगी पडते.

३. पालकांसाठी महत्त्व व गरज

शाळेत पाल्य जे शिकला त्याचे पुर्नअध्ययन, सराव करावा अशी अपेक्षा असते. अशावेळी पाठ्यपुस्तकाच्याच मदतीने पालक आपल पाल्यांचा अभ्यास घेऊ शकतात. त्यांना स्वाध्याय सोडविण्यास सांगू शकतात.

४. परीक्षा/मूल्यमापन प्रक्रियेसाठी महत्त्व व गरज

विद्यार्थ्यांमधील अपेक्षित वर्तनबदल झाले की नाही हे पाहण्यासाठी परीक्षा घेतली जाते. परीक्षेतील प्रश्न उद्दिष्टे साध्य करणारे असावेत.

पाठ्यपुस्तकात विविध नमुन्यांचे प्रश्न दिलेले असतात. त्यासारखे प्रश्न तयार करणे प्राश्निकाला सोपे जाते. प्रश्नाच्या उत्तराची व्याप्ती निश्चित करण्यासाठी पाठ्यपुस्तकाची मदत होते.

अशा तऱ्हेने अभ्यासक्रमाचे प्रतिबिंब पाठ्यपुस्तकावर पडते व ज्यामुळे विद्यार्थ्यांमधील अपेक्षित वर्तनबदल करणे शक्य होते. अशा सर्वगुणसंपन्न पाठ्यपुस्तकाचे निकष अभ्यासणे गरजेचे ठरते.

४.८.२ - चांगल्या पाठ्यपुस्तकाचे निकष

१. नेमून दिलेल्या अभ्यासाचा भाग ज्यात दिलेला असतो, अभ्यास करण्यासाठी ज्या पुस्तकाचा वापर करता येतो, अध्ययन अध्यापनासाठी आवश्यक पाठ्यांश वाचावयास मिळतो अशा पुस्तकाला पाठ्यपुस्तक म्हणतात.

२. पाठ्यपुस्तक हे पाठ्यक्रमाचे एक अंग असते. प्रत्येक विषयाचा पाठ्यक्रम तयार झाल्यावर त्या त्या विषयाची पाठ्यपुस्तके तयार केली जातात.

३. काळाच्या गरजेनुसार बदलत असतो.

४. पाठ्यपुस्तकात विद्यार्थ्यांचा वयोगट व बौद्धिक क्षमतांचा विचार करून आशयाची

मांडणी केली जाते.

५. पाठ्यपुस्तकात विविध उपक्रम सुचविलेले असतात.

६. पाठ्यपुस्तकांचा संबंध दैनंदिन जीवनाशी येतो.

७. विद्यार्थ्यांच्या सर्वांगीण विकासासाठी उपयुक्त ठरते.

८. अनेक विषयांसाठी विविध पाठ्यपुस्तके असतात.

पाठ्यपुस्तकाचा विचार करताना एका चांगल्या पाठ्यपुस्तकाचे दोन निकष प्रामुख्याने विचारात घ्यावे लागतात.

अ) पुस्तकाचे बाह्यांग

१. **मुखपृष्ठ व मलपृष्ठ** - पाठ्यपुस्तक तयार करीत असताना हे पुस्तक अधिक आकर्षक कसे दिसेल याचा विचार करून पुस्तकाचे मुखपृष्ठ तयार केलेले असावे. त्यावर मजकूर तसेच चित्रे असावीत.

२. **आकार** - विद्यार्थ्यांचा वयोगट लक्षात घेऊन पुस्तकाचा आकार ठेवावा. लहान मुले व कुमारांसाठी पुस्तके हाताळण्यास योग्य असा आकार ठेवावा.

३. **कागद व मुद्रण** - विद्यार्थी किमान एक वेळा तरी पुस्तक हाताळतात. त्यामुळे पुस्तकाचा कागद जाड असावा. मुद्रण वयोगटानुसार असावे. मोठ्या मुद्रणाची अक्षरे व सहजतेने वाचता येईल अशी छपाई असावी.

४. **शीर्षक व उपशीर्षके** - शीर्षके ही ठळक, स्पष्ट असावीत. पाठ्यविषय व त्यांचा क्रम स्पष्ट झाला पाहिजे. त्यानंतर त्याची उपशीर्षके असावीत.

५. **पुस्तकाची बांधणी** - विद्यार्थी पुस्तक हाताळताना, अभ्यास करताना कसेही हाताळतात त्यामुळे त्याची बांधणी मजबूतच असावी. त्यामुळे पाने खिळखिळी होणार नाहीत.

६. **पुस्तकाची किंमत** - शाळेत येणारे विद्यार्थी सर्व स्तरांमधून येत असल्याने पुस्तकाची किंमत योग्य ठरलेली असावी म्हणजे सर्व स्तरातील विद्यार्थी ते घेऊ शकतील.

ब) पुस्तकाचे अंतरंग

१. **उद्दिष्टानुगामी व पाठ्यक्रमानुरुप** - कोणतेही पाठ्यपुस्तके हे त्या विषयाच्या

उद्दिष्टांना अनुसरून लिहिले गेले पाहिजे. पाठ्यक्रमातील मुद्यांचा विस्तार पाठ्यपुस्तकातून व्हावयास हवा.

२. **अचूकता** - पुस्तकात जी पाठ्यवस्तू टाकायची आहे ती अत्यंत बिनचूक आणि सत्य असली पाहिजे. कोणतीही चूक राहून गेलीतर शिक्षक व विद्यार्थी यांच्यामध्ये गोंधळ उडतो.

३. **आशयाच्या मांडणीसाठी अध्यापन सूत्रांचा अवलंब** - अध्यापनाची सूत्रे मानसशास्त्रीय तत्त्वावर आधारलेली असतात. पाठ्यपुस्तकातील आशयाच्या मांडणीसाठी अशा सूत्रांचा वापर करूनच लिहिणे योग्य ठरेल. पाठ्यवस्तूची मांडणी ही अतिशय नेमकेपणाने व नेटकेपणाने केली पाहिजे.

४. **जिज्ञासा व कल्पनाशक्तीला वाव** - पाठ्यपुस्तक केवळ माहितीपर असू नये. विद्यार्थ्यांच्या विचारशक्तीला, जिज्ञासेला व कल्पनाशक्तीला चालना मिळणारे लिखाण पाठ्यपुस्तकात असावेत. विषयाचे सखोल ज्ञान मिळविण्याची प्रेरणाही मिळाली पाहिजे.

५. **स्वाध्याय व चाचण्या** - पाठ्यक्रमामध्ये नवीन संबोध, कल्पना, सूत्रे इ. चा सुकाळ दिसून येतो. त्यावर प्रभुत्व मिळवावे असे वाटत असेल तर त्यावरील भरपूर उदाहरणे पुस्तकात असावीत तसेच त्यावरील चाचण्याही दिल्या जाव्यात.

६. **अनुक्रमणिका** - पाठ्यपुस्तकातील निरनिराळे घटक व उपघटक सहजतेने लक्षात येतील व संपूर्ण पुस्तकाची माहिती विद्यार्थ्याला मिळवता येईल.

७. **समवाय** - पाठ्यपुस्तकात एका विषयाचा विषयाशी दुसऱ्या आवश्यक तेथे संबंध जोडणे म्हणजे समवाय.

८. **अध्ययन सुलभता** - पाठ्यपुस्तकात तयार करताना विशेष काळजी घेतली पाहिजे. या वयातील मुलांना रंगीत चित्रे आवडतात त्यामुळे अध्ययन सुलभता येण्यास मदत होते.

९. **मूल्यांचा अंगिकार** - विद्यार्थ्यांचा सर्वांगीण विकास करीत असताना त्या विद्यार्थ्यांमध्ये विविध मूल्ये रुजली पाहिजेत. पाठ्यपुस्तक हे पाठ्यक्रमाचे वाहन

असल्यामुळे पाठ्यपुस्तक तयार करताना मूल्यांचे प्रतिबिंबीत असावे.

१०. गाभाभूत घटकांचा समावेश प्रत्येक विषयाच्या पाठ्यपुस्तकामध्ये सर्वच गाभाभूत विषयांचा समावेश करता येईलच असे नव्हे; परंतु विषयानुरुप गाभाभूत घटकाचा समावेश पुस्तकाच्या पाठ्यवस्तूत केला पाहिजे.

४.८.३ - पाठ्यपुस्तक अभ्यासक्रमाचे प्रतिबिंब

पाठ्यपुस्तक म्हणजे पाठ्यक्रमाचे प्रतिबिंबच. पाठ्यक्रम म्हणजे. अभ्यासक्रमाचे प्रतिबिंब. हे आपण अभ्यासले. अंतरंग व बाह्यांग हेदेखील अभ्यासले. हे सर्व निकष विचारात घेऊन पुस्तक तयार केले तरी एकच पुस्तक एका विषयासाठी असावे की अनेक पुस्तके असावीत हा मुद्दा विचारात घ्यावा लागेल. विविध लेखकांनी विविध पाठ्यपुस्तके लिहिल्यामुळे एकच पाठ्यमुद्दा वेगवेगळ्या पद्धतीने कसा मांडता येतो हे शिक्षकाच्या ध्यानी येते. पाठ्यवस्तूचे बारकावे लक्षात येतात.

सध्याच्या स्टेट बोर्डाच्या पाठ्यपुस्तकांचे निरीक्षण केल्यास आपल्याला अनेक चांगले बदल पाहावयास मिळतात. यात विद्यार्थ्यांना एखाद्या पाठात ज्या ज्या संकल्पना आलेल्या असतील त्याविषयी कृती दिलेल्या असतात. उदा.

१. आपल्याला हे माहिती आहे का?

२. Group Activity

३. Scientist Information

४. New Information

अशाप्रकारे दिलेल्या कृती, प्रश्न, मध्येच सामान्य ज्ञान माहिती, स्वाध्याय, प्रयोग, शास्त्रज्ञांची माहिती, रंगीत छायाचित्रे, नवीन माहिती यामुळे पाठ वाचण्यास आणि अभ्यास करण्यास मनोरंजक होतो. सध्याची पाठ्यपुस्तके सीबीएसईच्या धर्तीवर आधारीत असल्याने पाठ अधिक आकर्षकरीत्या दिलेले आहेत आणि विद्यार्थ्यांबरोबर शिक्षकांना आणि पालकांनाही पाठ्यक्रम समजण्यास सोपा जात आहे.

४.९ - शिक्षक हस्तपुस्तिका (Teacher's Handbook)

अभ्यासक्रम ही संकल्पना व्यापक असली तरी त्यावर आधारीत पाठ्यक्रम व

पाठ्यक्रमावर आधारीत पाठ्यपुस्तक असते. उद्दिष्टांनुसार पाठ्यपुस्तक असले तरी पाठ्यपुस्तकाचे अध्यापन किंवा अभ्यासक्रमाचे अध्यापन करावयाचे ठरविले जरी शिक्षकाला कितीतरी अडचणी येतात. पाठ्यपुस्तक तयार करताना सर्वच बाबींचा उहापोह करता येत नसतो. तसेच अभ्यासक्रमामध्ये एखादी नवीन संकल्पना, 'अमूर्त बाबी समाविष्ट केल्या जातात. तेव्हा त्या संकल्पनेला किती मर्यादा आहेत? कोणत्या मर्यादेपर्यंत त्याचे अध्यापन करावयाचे? ती पाठ्यवस्तू शिकविताना कोणकोणत्या दृष्टीने तिचा विचार करावयाचा अशा शंका शिक्षकाला येतात.

या शंकांचे निरसन करण्यासाठी पाठ्यपुस्तकाबरोबरच शिक्षकासाठी हस्तपुस्तिका तयार करणे गरजेचे असते. अभ्यासक्रम किंवा पाठ्यपुस्तके जरी सर्व ठिकाणी सारखी असली तरी देखील एखादा घटक शिकवित असताना कोणत्या मुद्दावर किती भर द्यावा, कोणते मुद्दे शिकविले जावेत, याबाबत शिक्षकांमध्ये बऱ्याच वेळा मतभेद आढळून येतात. तसेच पाठ्यमुद्दे कोणत्या पद्धतीने शिकवले म्हणजे परिणामकारक होतील, कोणत्या अध्ययन अध्यापन पद्धतीचा वापर करावा, कोणती साधने वापरावीत, एखाद्या घटकाचा समवाय कोठे जोडावा याबाबत शिक्षकाला पूर्णपणे समजेलच असे नाही. आणखी शिक्षकाने विचार करताना मुद्दांचा विचार चुकीच्या क्रमाने करू नये यावर उपाय म्हणून हस्तपुस्तिका हा प्रकार अस्तित्वात आला.

१९८२ पासून महाराष्ट्र राज्य माध्यमिक व उच्च माध्यमिक शिक्षण मंडळाने शिक्षकांसाठी विविध विषयाच्या हस्तपुस्तिका तयार केल्या आहेत. शिक्षकांना अभ्यासक्रमातील बाबींचे सखोल आकलन व्हावे, उद्दिष्टांचे चिंतन करता यावे, विषयाबद्दलचे ज्ञान वाढवून विद्यार्थ्यांसमोर अधिक आत्मविश्वासाने जाता यापवे यासाठी या पुस्तिकांची गरज असते.

अभ्यासक्रमातील घटकांविषयीच्या ज्ञानाबद्दल अधिक मार्गदर्शन करणारे मुद्दे, त्यांचे स्पष्टीकरण इत्यादींचा समावेश हस्तपुस्तिकेमध्ये होतो. शिक्षक हस्तपुस्तिका शिक्षकांसाठी दीपस्तंभाप्रमाणे कार्य करतात. या दीपाच्या आधारेच अध्यापनाचे कार्य प्रभावी व सुलभ होते. शिक्षक हस्तपुस्तिका म्हणजे अभ्यासक्रमाचे प्रतिबिंब म्हणता येईल. कारण पाठ्यक्रमातून अभ्यासक्रमाची संकल्पना मांडली जाते. महाराष्ट्र राज्य शैक्षणिक संशोधन व

प्रशिक्षण परिषद, विद्यापरिषद, पुणे यांच्यामार्फत शिक्षकांचे प्रशिक्षण यासाठी शिक्षक हस्तपुस्तिका काढण्यात येते. यातून प्रशिक्षणात मिळालेली माहिती संकलित रुपात मांडली जाते.

४.९.१ - शिक्षक हस्तपुस्तिकेतील अंतर्भूत बाबी

या हस्तपुस्तिकांमध्ये खालील बाबी अंतर्भूत होतात.

१. पाठ्यक्रमानुसार अध्यापन पद्धतींचा वापर, अध्यापनाची तंत्रे, प्रतिमाने, पाठ्यक्रमाचा कालावधी, वार्षिक व घटक नियोजन इत्यादी विषयीचे मार्गदर्शन यांचा समावेश होतो.

२. विद्यार्थ्यांना कोणत्या घटकाची अधिक माहिती द्यावी, प्रश्न कोणते विचारावेत, मूल्यमापन कसे करावे याची सविस्तर माहिती असते.

३. घटकाविषयी सविस्तर माहिती दिल्यानंतर पाठ्यपुस्तकाव्यतिरिक्त स्वाध्याय, चाचण्या यांचाही समावेश त्यात असतो.

४. पाठ्यपुस्तकाव्यतिरिक्त अधिक उदाहरणे, उपयोजनात्मक माहिती यांचा समावेश हस्तपुस्तिकेत होतो.

५. अध्ययन अध्यापन प्रक्रियेत विविध घटकांशी होणाऱ्या आंतरक्रियेमुळे ताणतणाव निर्माण होतो. त्याच्या व्यवस्थापनाचे कौशल्य शिक्षकात निर्माण होतो.

६. सध्याच्या शिक्षणपद्धतीतील आकारीक साकारीक मूल्यमापन, वयानुसार विद्यार्थ्यांना द्यावयाचे अध्ययन अनुभव, स्वयंमूल्यमापन, सातत्यपूर्ण सर्वंकष मूल्यमापन इत्यादींची माहिती शिक्षकांना हस्तपुस्तिकांद्वारेच मिळते.

४.९.२ - हस्तपुस्तिका वापराचे शिक्षकांना फायदे

१. संदर्भ साहित्य म्हणून उपयुक्त ठरते.

२. इयत्तांनुसार अभ्यासक्रमाची उद्दिष्टे लक्षात येतात. सामान्यतः बोधात्मक स्तरावरील उद्दिष्टे ही लक्षात राहतात.

३. वर्षभराच्या कामाचे नियोजन करणे सोपे जाते.

४. संबंधित वर्गासाठी आपल्या विषयासाठी अधिक माहिती मिळते.

५. अध्यापन करताना वेगवेगळे तंत्र, पद्धती आणि प्रात्यक्षिक कृती कोणती वापरावीत याचे ज्ञान होते.

६. मूल्यमापनाची दिशा लक्षात येते. ज्या बाबी सहजतेने लक्षात येत नसतील त्या हस्तपुस्तिके द्वारे समजतात.

७. पाठ्यपुस्तकात एखादी माहिती अपुरी असल्यास त्याविषयी अधिक माहिती उपघटकांशी संबंधित अवांतर, पूरक माहिती विद्यार्थ्यांना देता येते. अशी पूरक माहिती कोठून मिळवावी व कशी मिळवावी या संदर्भात हस्तपुस्तिकेमध्ये मार्गदर्शन केलेले असते.

८. विद्यार्थ्यांना पाठ चांगला समजला आणि घटक उपघटकांचे पूर्ण आकलन झाले तरच विद्यार्थी स्वयंमूल्यमापनात्मक किंवा उपयोजनात्मक प्रश्न सोडवू शकतात. असे स्वयंमूल्यमापनात्मक प्रश्न हस्तपुस्तिकेमध्ये दिलेले असतात.

९. शिक्षकाचा व्यावसायिक विकास यातून साध्य होतो.

१०. वेगवेगळ्या शाळांमध्ये अध्यापनात सारखेपणा राहण्यास तसेच कोणत्या सत्रात कोणता पाठ्यक्रम शिकवावा आणि कोणती तंत्रे वापरावीत यामध्ये शिक्षकांमध्ये एकसूत्रीपणा राहतो.

११. पाठ्यक्रमाचे वार्षिक नियोजन, घटक, उपघटक तासिका व गुणदान कसे करावे यांची कल्पना शिक्षकाला येते.

याप्रकारे शिक्षक हस्तपुस्तिका शिक्षकाला वर्षभराच्या कामाचे नियोजन, स्वाध्याय, चाचण्या, मूल्यमापन, अवांतर माहिती याकरीता उपयुक्त ठरतात. अशा हस्तपुस्तिका शिक्षकांच्या खऱ्या अर्थाने मार्गदर्शक ठरतात व अध्यापन कार्यात मित्रत्वासारख्या उपयुक्त ठरतात.

४.१० - संदर्भ पुस्तक (Reference Book)

संदर्भ पुस्तक हे शक्यतोवर एखाद्या संकल्पनेच्या शोधासाठीच वापरले जाते. ज्यावेळी एखादी माहिती हवी असेल त्यावेळी त्या माहितीच्या शोधासाठी संदर्भ पुस्तकाची गरज पडते अशावेळी ती माहिती पटकन सापडते. संदर्भ पुस्तके हे माहितीच्या पुरवठ्यासाठीच तयार

केलेली असतात. ती सुरुवातीपासून तर शेवटपर्यंत माहिती पुरवतात.

संशोधकांना, लेखकांना, विद्यार्थ्यांनास, शिक्षकांना एखादी संकल्पना अडली तर अतिशय पटकन संदर्भ पुस्तकांतून माहिती मिळविली जाते. अशी संदर्भ पुस्तके सहजपणे उपलब्ध असतात. उदा. Encyclopedia

Encyclopedia हा माहितीचा असा स्रोत आहे की, ज्याच्यात A to Z सर्व माहिती दिलेली असते. इंटरनेट वापराने ही सर्व माहिती आपण सविस्तरपणे Encyclopedia, Wikipedia मधून घेऊ शकतो.

अशा संदर्भ पुस्तकामध्ये लेखनाची शैली ही अनेक लेखक मिळून असते. शक्यतोवर एकटा लेखक अशी माहिती प्रसारीत न करता वेगवेगळ्या लेखकाच्या सहयोगाने माहिती देत असतो.

४.१०.१ - छापील साहित्य

संदर्भ साहित्यामध्ये पुढील साहित्याचा अंतर्भाव होतो.

१. शब्दकोष - शब्दकोष आपल्याला A to Z पर्यंतच्या सर्वच शब्दांची माहिती पुरवत असतो. अध्ययन अध्यापन प्रक्रियेत एखाद्या शब्दाची अडचण आली तर आपण लगेचच डिक्शनरी पाहतो व शब्दाचा अर्थ जाणून घेतो. एका शब्दाचे अनेक अर्थ त्यामध्ये दिलेले असतात. सध्या अनेक शब्दकोषांचा वापर आपण करीत असतो.

उदा. नवनीत मराठी-इंग्रजी डिक्शनरी, मराठी-इंग्रजी-मराठी शब्दकोश; S. P. Prabhudesai

- Compact Oxford - Dictionary, Thesauruses & word power; Guide - Oxford Univeristy Press.
- मराठी शब्दरत्नाकर, कै. वा. गो. आपटे
- Anmol's Dictionary of Education, R. P. Taneja
- अभिनव शब्दकोश, हिंदी-मराठी-हिंदी, मराठी-हिंदी, श्रीपाद जोशी
- चाऊस मराठी-इंग्रजी डिक्शनरी

अशा अनेक प्रकारच्या छापील डिक्शनरी आज उपलब्ध आहेत. अनेक लेखकांना

त्यामुळे काम सोपे होते. विद्यार्थी, शिक्षक, पालक, स्वयंअध्ययनासाठी याचा वापर करतात.

२. कोष (Thesauruses) - यामध्ये शब्दाचा अर्थ सांगितलेला असतो. कोष हा डिक्शनरीप्रमाणेच असतो. परंतु त्यात माहिती अधिक विस्तारीत स्वरुपामध्ये दिलेली असते. त्यामुळे त्याचा वापर संदर्भग्रंथ म्हणून करता येतो. बऱ्याचवेळा डिक्शनरी व कोष एकत्रही आढळतो.

उदा. १) डायमंड क्रीडा ज्ञानकोश प्रा. जॉन्सन बोर्जेस, डायमंड पब्लिकेश, पुणे. २) महाराष्ट्र पर्यटन कोश, र.य. साने, विद्या विकास मंडळ, नागपूर १२.

अशा कोशांमध्ये शब्दांचा संपूर्ण अर्थ दिलेला असतो.

उदा. Abstrct Referes to precis of a piece of writing over research.

पर्यटनकोशामध्ये महाराष्ट्रातील संपूर्ण पर्यटनस्थळांची माहिती दिलेली आढळते. अशा अनेक प्रकारचे कोश आज आपण संदर्भ साहित्य म्हणून वापरतो.

३. एनसायक्लोपीडिया (Encyclopedia) - एनसायक्लोपीडिया हे अफाट माहितीचे भांडार आहे. आज असे अनेक छापील ग्रंथ एनसायक्लोपीडियाने तयार केलेले आहेत. यात कृषी, विज्ञान, शिक्षण, सामान्य ज्ञान, पर्यटन, खेळ, व्यापार इ. सर्व यंत्रणांचा समावेश होतो. या ग्रंथामध्ये त्या त्या विषयाची संपूर्ण माहिती उपलब्ध असते. अशा प्रचंड माहितीचा स्रोत म्हणून आज सर्व विद्यार्थी, शिक्षक, पालक एनसायक्लोपीडिया वापरतात.

४. पंचांग (Almanacs) - पंचांग हेसुद्धा संदर्भ साहित्य म्हणून वापरले जाते. ज्योतिषशास्त्रात तर अनन्यसाधारण महत्त्व पंचांगाला मिळते. यात मराठी महिने, सणवार, शुभदिवस इ. दिलेले असते.

धार्मिक ठिकाणी पंचांगाचा वापर मोठ्या प्रमाणात संदर्भग्रंथ म्हणून करतात. यात अचूक वेळा दिलेल्या असतात. सूर्यग्रहण, चंद्रग्रहण आदी माहितीही असते. उदा. दाते पंचांग, कालनिर्णय

५. ग्रंथसूची (Bibliographics) - प्रत्येक पुस्तकाच्या शेवटी संदर्भग्रंथसूची दिलेली असते यामुळे पुस्तकात वापरल्या जाणाऱ्या काही संकल्पना अधिक विस्ताराने शोधता येतात. ही ग्रंथसूची लेखकाचे नाव, प्रकाशन, प्रकाशनवर्ष, पुस्तकाचे नाव इ. माहिती दिलेली

असते.

ग्रंथसूची इतर लेखकांना प्रेरणादायी ठरते आणि त्यातून त्यांचे ज्ञान विस्तारते.

६. सूचीपत्र / सारणी (Catalogus) - सारणी ही हवामान खाते, पर्यटन, विज्ञान, कृषी, शिक्षणक्षेत्र, बँका इ. अशा ठिकाणी संदर्भग्रंथ म्हणून वापरली जाते.

या प्रकारचे छापील साहित्य मार्गदर्शक म्हणून कार्य करते. अडचणीच्या वेळी आणि ज्या गोष्टी, संकल्पना लक्षात येत नाही त्या संकल्पनांच्या स्पष्टीकरणासाठी आणि नवीन ज्ञानात भर घालण्यासाठी म्हणून या छापील साहित्याचा उपयोग होतो.

४.१०.२ - इलेक्ट्रॉनिक साहित्य

इलेक्ट्रॉनिक साहित्यामध्ये संदर्भ साहित्य म्हणून Software, CD-Roms, DVDs, Internet वरील ऑनलाईन माहिती इ. प्रकार पडतात.

१. ॲप्लिकेशन सॉफ्टवेअर - अशा सॉफ्टवेअरच्या माध्यमातून आज दररोज नवीन माहिती प्रसारीत होत असते. डिक्शनरी, कोष सुद्धा अशा सॉफ्टवेअरच्या माध्यमातून आज वापरला जातो. संगणक, मोबाईल यावर असे सॉफ्टवेअर डाऊनलोड करून वापरले जातात.

२. सीडीज् - नवनवीन माहिती असलेल्या सीडीज् बाजारात सहज उपलब्ध होतात. विद्यार्थ्यांना घरी संगणकावर त्या दाखवल्या जातात किंवा रेकॉर्डींग ऐकवले जाते. यातून नवीन माहिती उपलब्ध होते. आणि कायमस्वरुपी माहिती मिळते. महत्त्वाच्या संकल्पना, तत्त्वे न समजलेला भाग यासाठी सीडीज् वापरल्या जातात.

३. डिव्हीडी - सीडीज्पेक्षा जास्त क्षमता डिव्हीडीमध्ये असते. त्यामुळे व्हिडीओ, लेक्चर्स यांच्या डिव्हीडी उपलब्ध असतात. त्या डिव्हीडी प्लेयर वरती दाखवून किंवा ऐकवून नवीन संदर्भ पुरवले जातात. अध्यापन करताना प्रत्यक्ष अनुभव देता येण्यासाठी सुद्धा डिव्हीडीचा उपयोग होतो. तज्ज्ञ व्यक्तींनी तयार केलेल्या डिव्हीडी वापरून शिक्षकाला ज्ञान अद्ययावत करता येते.

४. इंटरनेटवरील ऑनलाईन माहिती - इंटरनेट ही संगणकाची दळणवळणाची अशी यंत्रणा आहे की ज्याद्वारे आपल्याला हवी असलेली माहिती आपणास घरबसल्या केव्हाही उपलब्ध होऊ शकते आणि इंटरनेट ही कुणाची खाजगी मालमत्ता नसल्याने

लोककल्याणासाठी याचा वापर कोणीही करू शकतो.

अगदी क्षणार्धात माहिती मिळविण्याचे इंटरनेट हे साधन विद्यार्थी, पालक, शिक्षक आज मोठ्या प्रमाणावर वापरत आहेत. संदर्भ म्हणून Google Search हे मोठ्या प्रमाणावर वापरले जाणारे सर्च इंजिन आहे.

अशा प्रकारे छापील साहित्य व इलेक्ट्रॉनिक साहित्य संदर्भ साहित्य म्हणून मोठ्या प्रमाणावर वापरण्यात येते व उपयुक्त साहित्य म्हणून वापरले जाते.

समारोप

शिक्षक त्यांचा अभ्यासक्रम विकास आणि शिकवण्याच्या पद्धतींची माहिती देण्यासाठी शैक्षणिक संशोधनात गुंतलेले असतात. ते कृती संशोधन करू शकतात, सर्वोत्तम पद्धतींचा तपास करू शकतात आणि निर्देशात्मक धोरणे आणि हस्तक्षेपांच्या परिणामकारकतेचे मूल्यांकन करू शकतात. शिक्षक माहिती संकलित करतात, परिणामांचे विश्लेषण करतात आणि त्यांचे अध्यापन सुधारण्यासाठी आणि विद्यार्थ्यांच्या शिक्षणाचे परिणाम वाढवण्यासाठी निष्कर्ष काढतात. याव्यतिरिक्त, शिक्षक व्यावसायिक शिक्षण समुदायांमध्ये सहभागी होऊ शकतात, परिषदांना उपस्थित राहू शकतात आणि त्यांच्या संशोधनातील अंतर्दृष्टी आणि निष्कर्ष सामायिक करण्यासाठी सहकार्यांसह सहयोग करू शकतात.

सरावासाठी प्रश्न

१. शिक्षणातील वास्तववाद म्हणजे काय? आधुनिक शिक्षणावरील वास्तववादाचा प्रभावाची चर्चा करा.

२. वास्तववादाच्या विकासात कोणत्या तत्त्ववेत्यांनी महत्त्वपूर्ण योगदान दिले आहे? कोणत्याही एकाचे थोडक्यात स्पष्टीकरण द्या.

३. आदर्शवाद, निसर्गवाद, व्यावहारिकतावाद यांचा थोडक्यात परिचय द्या.

४. अभ्यासक्रमाची संकल्पना स्पष्ट करा "सामाजिक, राजकीय व

५. सांस्कृतिक निर्धारिकानुसार अभ्यासक्रम असावा" स्पष्ट करा.

६. "भौगोलिक, आर्थिक विविधता व आंतरराष्ट्रीय संबंध हे निर्धारक अभ्यासक्रम रचनेत महत्त्वाची भूमिका बजावतात" हे विधान स्पष्ट करा.

७. अभासक्रम विकसनामध्ये शिक्षिकाची भूमिका स्पष्ट करा.

८. अध्ययन साहित्य विकसनामध्ये शिक्षकाची महत्वाची भूमिका असते चर्चा करा.

९. पाठ्यक्रम म्हणजे काय? पाठ्यपुस्तकाचे महत्व स्पष्ट करा.

१०. शालेय शिक्षणात पाठ्यपुस्तकाची गरज व महत्व स्पष्ट करा.

११. चांगल्या पाठ्यपुस्तकाचे निकर्ष लिहा.

१२. "पाठ्यपुस्तक अभ्यासक्रमांचे प्रतिबिंब असते." चर्चा करा.

१३. शिक्षक हस्तपुस्तीकेतील अंतर्भूत

१४. बाबी सांगून त्याचे शिक्षकांना होणारे फायदे लिहा.

१५. अभ्यासक्रम विकसनाचे टायलर चे मॉडेल स्पष्ट करा.

प्रकरण - ५

ज्ञान, अभ्यासक्रम आणि अध्ययनकर्ता

भारतीय राज्यघटनेनुसार शिक्षणाची संकल्पना सामाजिक न्याय आणि समानतेच्या व्यापक उद्दिष्टांशी जवळून जोडलेली आहे. राज्यघटनेचे कलम १५(४) राज्याला सामाजिक आणि शैक्षणिकदृष्ट्या मागासलेल्या नागरिकांच्या प्रगतीसाठी विशेष तरतुदी करण्याचा अधिकार देते. ही तरतूद ऐतिहासिक अन्याय दूर करण्यासाठी आणि सर्व नागरिकांना दर्जेदार शिक्षण मिळवण्यासाठी समान संधी सुनिश्चित करण्यासाठी भारताची वचनबद्धता दर्शवते. त्याचप्रमाणे, राज्यघटनेचे अनुच्छेद 46 अनुसूचित जाती, अनुसूचित जमाती आणि इतर उपेक्षित समुदायांच्या शैक्षणिक आणि आर्थिक हितसंबंधांना प्रोत्साहन देण्यासाठी राज्याला निर्देश देते.

५.१ - भारतीय राज्यघटनेनुसार शिक्षणाची संकल्पना

भारतीय राज्यघटनेनुसार शिक्षणाची संकल्पना लोकशाही, समता आणि सामाजिक न्यायाच्या तत्त्वांमध्ये खोलवर रुजलेली आहे. विविध लेख आणि निर्देशांमध्ये निहित, भारतीय राज्यघटनेने देशाच्या शैक्षणिक व्यवस्थेसाठी पायाभूत आराखडा तयार केला आहे, ज्यामध्ये मूलभूत अधिकार आणि राष्ट्रीय विकासासाठी उत्प्रेरक म्हणून शिक्षणाच्या महत्त्वावर जोर देण्यात आला आहे. राज्यघटनेचे कलम 21A, ज्याला शिक्षणाचा अधिकार (RTE) कायदा म्हणून ओळखले जाते, सहा ते चौदा वर्षे वयोगटातील सर्व मुलांना मोफत आणि सक्तीच्या शिक्षणाची हमी देते. ही घटनात्मक तरतूद दर्जेदार शिक्षणासाठी सार्वत्रिक प्रवेश सुनिश्चित करण्यासाठी आणि सामाजिक-आर्थिक स्थिती, लिंग, जात किंवा धर्म यावर आधारित शिक्षणातील अडथळे दूर करण्यासाठी भारताची वचनबद्धता दर्शवते. भारतीय राज्यघटनेनुसार शिक्षणाची संकल्पना राज्य धोरणाच्या निर्देशक तत्त्वांद्वारे (DPSP) राज्यघटनेच्या भाग IV मध्ये अंतर्भूत आहे. ही तत्त्वे राज्याला सामाजिक न्याय, समानता आणि वैयक्तिक विकासाला चालना देणारे शिक्षण प्रदान करण्याचे आदेश देतात. DPSP चे कलम 45 विशेषत: प्रारंभिक शिक्षणाच्या महत्त्वावर जोर देते. त्यात नमूद करण्यात आले

आहे कि राज्य सर्व मुलांसाठी चौदा वर्षे पूर्ण होईपर्यंत मोफत आणि सक्तीचे शिक्षण देण्याचा प्रयत्न करेल. ही तरतूद मुलांच्या शैक्षणिक गरजांना प्राधान्य देण्याच्या घटनात्मक आदेशाला अधोरेखित करते तसेच अधिक न्याय्य आणि सर्वसमावेशक शैक्षणिक प्रणालीसाठी आधार प्रदान करते.

भारतीय राज्यघटनेनुसार शिक्षणाची संकल्पना व्यक्तींच्या सर्वांगीण विकासाचा समावेश करण्यासाठी शैक्षणिक सुविधांच्या सूचनांच्या पलीकडे विस्तारित आहे. राज्यघटनेचे अनुच्छेद २९(१) अल्पसंख्याकांना शिक्षणातील सांस्कृतिक आणि भाषिक विविधतेचे महत्त्व ओळखून त्यांच्या आवडीच्या शैक्षणिक संस्थांची स्थापना आणि प्रशासन करण्याच्या अधिकाराची हमी देते. ही तरतूद शिक्षणाद्वारे तेथील लोकांचा समृद्ध सांस्कृतिक वारसा आणि भाषिक विविधतेचे जतन आणि संवर्धन करण्याची भारताची वचनबद्धता दर्शवते. भारतीय संविधान सामाजिक एकता, राष्ट्रीय एकात्मता आणि आर्थिक विकासाला चालना देण्यासाठी शिक्षणाची भूमिका ओळखते. राज्यघटनेचे कलम 51A(h) हे प्रत्येक नागरिकावर वैज्ञानिक स्वभाव, मानवतावाद आणि चिकित्सा आणि सुधारणांची भावना विकसित करण्याचे मूलभूत कर्तव्य प्रदान करते. ही तरतूद गंभीर विचार, वैज्ञानिक चौकशी आणि नागरिकांमध्ये सामाजिक जबाबदारीची भावना वाढवण्यासाठी शिक्षणाचे महत्त्व अधोरेखित करते. ही मूल्ये आपल्या नागरिकांमध्ये रुजवून आधुनिक जगाच्या गुंतागुंतीच्या आव्हानांना तोंड देण्यासाठी अधिक सक्षम, माहितीपूर्ण, प्रबुद्ध आणि प्रगतीशील समाज निर्माण करण्याचे भारताचे उद्दिष्ट आहे.

भारतीय राज्यघटनेनुसार शिक्षणाची संकल्पना सामाजिक न्याय आणि समानतेच्या व्यापक उद्दिष्टांशी जवळून जोडलेली आहे. राज्यघटनेचे कलम १५(४) राज्याला सामाजिक आणि शैक्षणिकदृष्ट्या मागासलेल्या नागरिकांच्या प्रगतीसाठी विशेष तरतुदी करण्याचा अधिकार देते. ही तरतूद ऐतिहासिक अन्याय दूर करण्यासाठी आणि सर्व नागरिकांना दर्जेदार शिक्षण मिळवण्यासाठी समान संधी सुनिश्चित करण्यासाठी भारताची वचनबद्धता दर्शवते. त्याचप्रमाणे, राज्यघटनेचे अनुच्छेद 46 अनुसूचित जाती, अनुसूचित जमाती आणि इतर उपेक्षित समुदायांच्या शैक्षणिक आणि आर्थिक हितसंबंधांना प्रोत्साहन देण्यासाठी राज्याला

निर्देश देते. याचबरोबर भेदभाव दूर करण्यासाठी आणि शिक्षणाद्वारे सर्वसमावेशक वाढीस प्रोत्साहन देण्याच्या राज्याच्या दायित्वाची पुष्टी करते. भारतीय राज्यघटनेनुसार शिक्षणाची संकल्पना शैक्षणिक स्वायत्तता आणि विकेंद्रीकरणाच्या महत्त्वावर भर देते. राज्यघटनेतील कलम 30 धार्मिक आणि भाषिक अल्पसंख्याकांना शिक्षणाचा दर्जा राखण्याच्या हितासाठी राज्याने लादलेल्या वाजवी नियमांच्या अधीन राहून त्यांच्या आवडीच्या शैक्षणिक संस्था स्थापन करण्याचा आणि त्यांचे प्रशासन करण्याचा अधिकार प्रदान करते. ही तरतूद अल्पसंख्याक समुदायांच्या सांस्कृतिक आणि शैक्षणिक हक्कांचे जतन करण्याची भारताची वचनबद्धता दर्शवते आणि शैक्षणिक संस्था उत्कृष्टता आणि उत्तरदायित्वाच्या विहित मानकांचे पालन करतात याची खात्री करते. भारतीय राज्यघटनेनुसार शिक्षणाची संकल्पना लोकशाही, समता आणि सामाजिक न्याय या मूलभूत तत्त्वांना मूर्त रूप देते. वैयक्तिक विकासासाठी, राष्ट्रीय प्रगतीसाठी आणि सामाजिक परिवर्तनासाठी आवश्यक असलेला मूलभूत अधिकार म्हणून ते शिक्षणाला मान्यता देते. मोफत आणि सक्तीच्या शिक्षणाची हमी देऊन, सांस्कृतिक आणि भाषिक विविधतेला चालना देऊन, टीकात्मक विचार आणि वैज्ञानिक वृत्ती वाढवून आणि सकारात्मक कृतीद्वारे ऐतिहासिक अन्याय दूर करून, भारतीय राज्यघटनेने शिक्षणाद्वारे सर्वसमावेशक, न्याय्य आणि प्रबुद्ध समाजाच्या निर्मितीसाठी एक सर्वसमावेशक आराखडा तयार केला आहे.

५.२ - ज्ञान निर्मिती आणि प्रसारामध्ये तज्ञांची भूमिका

मानवी समज वाढविण्यात तसेच नवकल्पना वाढविण्यात आणि सामाजिक प्रगतीला चालना देण्यासाठी प्रसारामध्ये तज्ञांची भूमिका महत्त्वपूर्ण आहे. तज्ञ, विद्वान, संशोधक, शास्त्रज्ञ, शिक्षक आणि अभ्यासक हे नवीन ज्ञान निर्माण करण्यात, विद्यमान माहितीचे संश्लेषण करण्यात आणि समाजापर्यंत अंतर्दृष्टी प्रसारित करण्यात महत्त्वपूर्ण भूमिका बजावतात. त्यांचे कौशल्य आणि योगदान नैसर्गिक आणि सामाजिक विज्ञानांपासून मानविकी, कला आणि त्यापलीकडे विविध विषयांमध्ये व्यापलेले आहे, जे जगाविषयीची सामूहिक समज तयार करते आणि विविध क्षेत्रांमध्ये निर्णय घेण्याची प्रक्रिया सूचित करते. सर्वप्रथम, तज्ञ सखोल संशोधन, प्रयोग आणि अभ्यासपूर्ण चौकशीद्वारे ज्ञान निर्मितीमध्ये

योगदान देतात. ते अभ्यास करतात, माहिती संकलित करतात, त्या माहितीचे विश्लेषण करतात आणि अनुभवजन्य पुराव्यावर आधारित निष्कर्ष काढतात. याद्वारे ते त्यांच्या संबंधित क्षेत्रातील ज्ञानाच्या कक्षा रुंदावतात. विश्वाच्या गुंतागुंतीचा शोध घेणे असो, मानवी मनातील गूढ उलगडणे असो किंवा सामाजिक व्यवस्थेच्या गुंतागुंतीचा अभ्यास असो, तज्ज्ञ आपल्या सभोवतालच्या जगाबद्दलची आपली समज वाढवण्यासाठी पद्धतशीर पद्धती आणि गंभीर विचारांचा वापर करतात. त्यांच्या संशोधन निष्कर्षांद्वारे, तज्ज्ञ नवीन अंतर्दृष्टी, सिद्धांत आणि प्रतिमान तयार करतात जे बौद्धिक विकासात योगदान देतात आणि पुढील शोधासाठी मजबूत आधार देतात.

सर्वसमावेशक आराखडा आणि प्रतिमाने तयार करण्यासाठी विविध स्रोतांकडून विद्यमान ज्ञान संश्लेषित आणि एकत्रित करण्यात तज्ज्ञ महत्त्वपूर्ण भूमिका बजावतात. ते साहित्याचे पुनरावलोकन करतात, भूतकाळातील अभ्यासाचे विश्लेषण करतात आणि विद्यमान ज्ञानातील प्रवाह ओळखतात. ते जटिल घटनांबद्दल अधिक सूक्ष्म समज तयार करण्यात मदत करतात. माहितीच्या भिन्न घटकांचे संश्लेषण करून, तज्ज्ञ वैचारिक आराखडा, सिद्धांत आणि मॉडेल्स विकसित करू शकतात जे विविध घटना नियंत्रित करणाऱ्या अंतर्निहित यंत्रणा आणि तत्त्वांचे अंतर्दृष्टी प्रदान करतात. या संश्लेषित अंतर्दृष्टी केवळ विषयाची समज वाढवत नाहीत तर वास्तविक जगातील समस्यांवर पुरावा आधारित उपाय शोधणाऱ्या अभ्यासक, धोरणकर्ते आणि इतर भागधारकांसाठी मौल्यवान संसाधने म्हणून काम करतात. ज्ञानाची निर्मिती आणि संश्लेषण करण्याव्यतिरिक्त तज्ज्ञ त्यांचे निष्कर्ष विविध सामाजिक घटकांपर्यंत प्रसारित करण्यात महत्त्वपूर्ण भूमिका बजावतात, ज्यात सहकारी विद्वान, विद्यार्थी, धोरणकर्ते आणि सामान्य लोक यांचा समावेश आहे. ते त्यांचे संशोधन निष्कर्ष अभ्यासपूर्ण पुस्तके, संशोधन पत्रिका आणि कॉन्फरन्स प्रोसिडिंगमध्ये प्रकाशित करतात. व्याख्याने, सादरीकरणे आणि कार्यशाळांद्वारे तज्ज्ञ त्यांचे दृष्टीकोन विद्यार्थी, सहकारी आणि व्यावसायिकांसह सामायिक करतात, संवाद, सहयोग आणि बौद्धिक देवाणघेवाण वाढवतात. शिवाय, तज्ज्ञ धोरणकर्ते, उद्योग प्रतिनिधी आणि समुदाय भागधारकांशी त्यांच्या संशोधनाचे परिणाम संप्रेषण करण्यासाठी आणि विविध क्षेत्रातील निर्णय प्रक्रियेची माहिती देण्यासाठी सदैव तत्पर

असतात.

तज्ज्ञ मार्गदर्शक, सल्लागार आणि रोल मॉडेल म्हणून काम करतात. त्यांच्या संबंधित क्षेत्रातील विद्वान, शास्त्रज्ञ आणि अभ्यासकांच्या पुढील पिढीला मार्गदर्शन करतात. मार्गदर्शन कार्यक्रम, संशोधन सहयोग आणि व्यावसायिक नेटवर्कद्वारे, तज्ज्ञ त्यांचे ज्ञान, अनुभव आणि कौशल्य उदयोन्मुख विद्वान आणि व्यावसायिकांसह सामायिक करतात. यामुळे एक निश्चित दिशा प्राप्त होत असते. मार्गदर्शन, समर्थन आणि शिकण्याच्या आणि सहकार्याच्या संधी प्रदान करून, तज्ज्ञ नवीन पिढीच्या नेत्यांची आणि नवकल्पकांची जोपासना करण्यास मदत करतात जे ज्ञानाच्या सीमा रुंदावतात आणि समाजासाठी अर्थपूर्ण योगदान देत राहतात. आंतरविद्याशाखीय सहयोग आणि संवादाला चालना देण्यासाठी विविध क्षेत्रे आणि विषयांमधील कल्पना, दृष्टीकोन आणि कार्यपद्धती यांची देवाणघेवाण सुलभ करण्यासाठी तज्ज्ञ महत्त्वपूर्ण भूमिका बजावतात. आंतरविद्याशाखीय संशोधन उपक्रम विविध पार्श्वभूमीतील तज्ज्ञांना एकत्र आणून जटिल आव्हानांना सामोरे जातात. अनुशासनात्मक सीमा पार करून आणि सहकार्य वाढवून तज्ज्ञ सामाजिक समस्यांवर दबाव आणण्यासाठी सर्वांगीण उपाय विकसित करण्यासाठी सामूहिक कौशल्य आणि अनेक विषयांच्या दृष्टिकोनाचा उपयोग करू शकतात. ज्ञान निर्मितीमध्ये प्रसारामध्ये तज्ज्ञांची भूमिका बहुआयामी आहे आणि मानवी समज वाढवण्यासाठी, नवकल्पना चालविण्यास आणि सामाजिक आव्हानांना तोंड देण्यासाठी आवश्यक आहे. त्यांच्या संशोधन, संश्लेषण, प्रसार, मार्गदर्शन आणि सहयोगाद्वारे तज्ज्ञ ज्ञानाच्या विकासात योगदान देतात, बौद्धिक चिंतनाला चालना देतात आणि विद्वान, शास्त्रज्ञ आणि अभ्यासकांच्या भावी पिढ्यांना प्रेरणा देतात. ज्ञानाचे विकासक आणि प्रसारक या नात्याने तज्ज्ञ मानवी प्रगतीच्या वाटचालीला आकार देण्यासाठी आणि सर्वांसाठी चांगले भविष्य शोधण्यासाठी सतत शोध आणि चिकित्सा प्रक्रिया राबवून महत्त्वाची भूमिका बजावतात.

५. ३ - अभ्यासक्रम रचनेचे निर्धारक घटक: राष्ट्रीय, सामाजिक, सांस्कृतिक, भौगोलिक, आर्थिक विविधता

अभ्यासक्रम रचना ही एक विस्तृत, जटिल आणि बहुआयामी प्रक्रिया आहे ज्याचा उद्देश

शैक्षणिक अनुभव तयार करणे आहे जे विद्यार्थ्यांच्या विविध गरजा पूर्ण करतात आणि व्यापक सामाजिक उद्दिष्टांशी एकरूपता निर्माण करतात. अभ्यासक्रमाच्या रचनेचा विचार करताना, राष्ट्रीय, सामाजिक, सांस्कृतिक, भौगोलिक आणि आर्थिक विविधतेसह विविध आयामांचा विचार महत्त्वपूर्ण ठरतो. यातील प्रत्येक पैलू अभ्यासक्रमाची सामग्री, रचना आणि वितरण, विद्यार्थ्यांच्या शैक्षणिक अनुभवांना आणि संपूर्ण शैक्षणिक प्रणालीच्या परिणामांवर प्रभाव पाडतात. राष्ट्रीय स्तरावर अभ्यासक्रमाची रचना एखाद्या देशाची किंवा अधिकारक्षेत्राची शैक्षणिक प्राधान्ये, मूल्ये आणि उद्दिष्टे प्रतिबिंबित करते. राष्ट्रीय अभ्यासक्रम आराखडा हे ज्ञान, कौशल्ये आणि क्षमतांची विस्तृत रूपरेषा देतात जे विद्यार्थ्यांनी त्यांच्या शिक्षणाच्या प्रत्येक टप्प्यावर प्राप्त करणे अपेक्षित आहे. हा आराखडा मुख्य विषय आणि शिक्षण उद्दिष्टे स्पष्ट करतो ज्यामुळे देशातील विविध क्षेत्रांमध्ये आणि संस्थांमध्ये शैक्षणिक तरतूदीमध्ये सातत्य आणि सुसंगतता सुनिश्चित होते. राष्ट्रीय अभ्यासक्रम हा सामायिक इतिहास, संस्कृती आणि मूल्यांचे ज्ञान देऊन राष्ट्रीय अस्मिता, एकता आणि नागरिकत्व विकसित करण्याचे एक साधन म्हणूनही काम करतो. अभ्यासक्रमाच्या रचनेत सामाजिक विविधता लक्षात घेतली पाहिजे, ज्यात विद्यार्थ्यांमधील सामाजिक-आर्थिक स्थिती, वांशिकता, भाषा, धर्म आणि लिंग यामधील फरकांचा समावेश आहे. सामाजिक दृष्ट्या वैविध्यपूर्ण समाजांना सर्व विद्यार्थ्यांच्या गरजा आणि अनुभवांना संबोधित करणारा सर्वसमावेशक, न्याय्य आणि सांस्कृतिकदृष्ट्या प्रतिसाद देणारा अभ्यासक्रम आवश्यक असतो.

अभ्यासक्रम निर्मात्यांनी शैक्षणिक साहित्य, संसाधने आणि अध्यापन धोरण विद्यार्थ्यांच्या विविध पार्श्वभूमी आणि दृष्टीकोनाचा विचार करणे, वर्गात आणि व्यापक समाजामध्ये सांस्कृतिक विविधतेबद्दल आपुलकीची आणि आदराची भावना जोपासणे आवश्यक आहे. विशेषत: बहुसांस्कृतिक समाजामध्ये सांस्कृतिक विविधता हा अभ्यासक्रम रचनेचा आणखी एक महत्त्वाचा परिमाण आहे. सांस्कृतिकदृष्ट्या प्रतिसाद देणारा अभ्यासक्रम विविध समुदायांचा सांस्कृतिक वारसा, परंपरा आणि मूल्ये ओळखतो आणि व्यक्त करतो तसेच सांस्कृतिकदृष्ट्या संबंधित सामग्री आणि दृष्टीकोन शैक्षणिक अनुभवामध्ये एकत्रित करतो.

विद्यार्थ्यांची सांस्कृतिक विविधता मान्य करून आणि बहुसांस्कृतिक दृष्टीकोनांचा अभ्यासक्रमात समावेश करून शिक्षक विद्यार्थ्यांमध्ये सांस्कृतिक जागरूकता, सहानुभूती आणि परस्पर आदर वाढवू शकतात, त्यांना जागतिकीकृत आणि परस्परसंबंधित जगात प्रगतीसाठी तयार करू शकतात. भौगोलिक विविधता देखील अभ्यासक्रमाची रचना तयार करण्यात महत्त्वपूर्ण भूमिका बजावते. विशेषत: वैविध्यपूर्ण भौगोलिक पृष्ठभूमी आणि पर्यावरणीय परिस्थिती असलेल्या देशांमध्ये याचा विचार महत्वपूर्ण ठरतो. अभ्यासक्रम निर्मात्यांनी भौगोलिक संदर्भाचा विचार केला पाहिजे ज्यामध्ये शिक्षण घेतले जाते, स्थानिक पर्यावरणीय समस्या, पर्यावरणीय तत्त्वे आणि शाश्वत पद्धतींचा अभ्यासक्रमात समावेश करणे आवश्यक आहे. शिवाय, भूगोल शैक्षणिक संसाधने आणि संधींच्या प्रवेशावर प्रभाव टाकतो, ग्रामीण आणि दुर्गम भागात अनेकदा पायाभूत सुविधा, वाहतूक आणि तंत्रज्ञानाच्या बाबतीत अनन्य आव्हानांचा सामना करावा लागतो. अभ्यासक्रमाच्या रचनेने या असमानता दूर केल्या पाहिजेत आणि सर्व विद्यार्थ्यांसाठी त्यांच्या भौगोलिक स्थानाकडे दुर्लक्ष करून दर्जेदार शिक्षणाचा समान सहभाग सुनिश्चित केला पाहिजे.

आर्थिक विविधता म्हणजे व्यक्ती आणि समुदायांमधील संपत्ती, उत्पन्न आणि सामाजिक आर्थिक स्थितीतील फरक होय. आर्थिक विषमतेचा शैक्षणिक प्राप्ती आणि संधींवर गंभीर परिणाम होऊ शकतो. वंचित विद्यार्थ्यांना अनेकदा अडथळ्यांना तोंड द्यावे लागते जसे की अपुरी संसाधने, शैक्षणिक सहाय्य सेवांमध्ये मर्यादित प्रवेश आणि शाळांमध्ये सामाजिक-आर्थिक वर्गीकरण होय. अभ्यासक्रम निर्मात्यांनी सर्व विद्यार्थ्यांना त्यांची आर्थिक पार्श्वभूमी काहीही असो, शिक्षणाच्या समान संधी आणि संसाधने प्रदान करून ही विषमता कमी करण्याचा प्रयत्न केला पाहिजे. यामध्ये वास्तविक जगातील अनुप्रयोग, करिअर केंद्रित शिकण्याचे अनुभव आणि अभ्यासक्रमामध्ये अनुभवात्मक शिक्षण आणि कौशल्य विकासाच्या संधी एकत्रित करणे, विद्यार्थ्यांना वाढत्या स्पर्धात्मक आणि गतिमान जागतिक अर्थव्यवस्थेत यशस्वी होण्यासाठी सक्षम करणे यांचा समावेश असू शकतो. राष्ट्रीय, सामाजिक, सांस्कृतिक, भौगोलिक आणि आर्थिक विविधतेचा समावेश असणाऱ्या विद्यार्थ्यांच्या विविध गरजा, अनुभव आणि संदर्भांना अभ्यासक्रमाची रचना प्रतिसाद देणारी

असावी. या आयामांना संबोधित करून, अभ्यासक्रम निर्माते सर्वसमावेशक, संबंधित आणि न्याय्य असे शैक्षणिक अनुभव तयार करू शकतात, जे विद्यार्थ्यांच्या सर्वांगीण विकासाला चालना देतात आणि त्यांना वैविध्यपूर्ण आणि वेगाने बदलणाऱ्या जगात प्रगतीसाठी तयार करतात. शिवाय, सामाजिक एकसंधता, सांस्कृतिक समज आणि आर्थिक सशक्तीकरण, समाजाच्या सर्वांगीण कल्याण आणि समृद्धीमध्ये योगदान देण्यासाठी अभ्यासक्रमाची रचना महत्त्वपूर्ण भूमिका बजावते.

५.४ - अभ्यासक्रम रचनेचे आंतरराष्ट्रीय संदर्भ

आजच्या जागतिकीकरणाच्या काळात शिक्षणावर आंतरराष्ट्रीय प्रवाह आणि जगातील परिवर्तने यांचा प्रभाव वाढत आहे. अभ्यासक्रम आराखड्याचा आंतरराष्ट्रीय संदर्भ राष्ट्रीय सीमांच्या पलीकडे असलेल्या व्यापक शैक्षणिक पृष्ठभूमीचा संदर्भ देतो, ज्यामध्ये जागतिक उपक्रम, तुलनात्मक अभ्यास आणि अभ्यासक्रम विकासातील आंतरराष्ट्रीय सहकार्य यांचा समावेश होतो. आंतरराष्ट्रीय संदर्भ समजून घेणे शिक्षक आणि धोरणकर्त्यांसाठी त्यांच्या शैक्षणिक प्रणाली संबंधित, स्पर्धात्मक आणि 21 व्या शतकातील मागण्यांशी सरेखित राहतील याची खात्री करण्यासाठी आवश्यक आहे. हा संदर्भ जागतिक प्रवाह, फ्रेमवर्क आणि आव्हानांसह अभ्यासक्रम रचनेच्या आंतरराष्ट्रीय संदर्भातील विविध आयामांचा शोध घेतो. अभ्यासक्रम आराखड्याच्या आंतरराष्ट्रीय संदर्भातील एक पैलू म्हणजे जागतिक शैक्षणिक अजेंडा आणि चौकटींचा उदय हा जगभरातील दर्जेदार शिक्षण, समानता आणि शाश्वत विकासाला चालना देण्याच्या उद्देशाने आहे. युनायटेड नेशन्स सस्टेनेबल डेव्हलपमेंट गोल्स (SDGs) आणि UNESCO च्या एज्युकेशन 2030 अजेंडा सारख्या उपक्रमांनी शिक्षणात प्रवेश सुधारणे, शिकण्याचे परिणाम वाढवणे आणि जागतिक नागरिकत्व वाढवणे यासाठी महत्त्वाकांक्षी लक्ष्ये निश्चित केली आहेत. हे अजेंडे सर्वसमावेशक शिक्षण, लैंगिक समानता, पर्यावरणीय स्थिरता आणि शांतता आणि जागतिक नागरिकत्व यासारख्या मुद्द्यांना प्राधान्य देतात, तसेच जागतिक आव्हानांना तोंड देणारा प्रतिसादात्मक आणि संबंधित अभ्यासक्रम विकसित करण्याच्या प्रयत्नांमध्ये देशांना मार्गदर्शन करतात. अभ्यासक्रम रचनेच्या आंतरराष्ट्रीय संदर्भामध्ये तुलनात्मक अभ्यास समाविष्ट आहेत जे देशांना त्यांच्या शैक्षणिक

प्रणालीच्या परिणामकारकतेचे मूल्यांकन करण्यास आणि सुधारणेसाठी क्षेत्रे ओळखण्यास संधी देतात. ऑर्गनायझेशन फॉर इकॉनॉमिक को-ऑपरेशन अँड डेव्हलपमेंट (OECD) सारख्या संस्था आंतरराष्ट्रीय स्टुडंट असेसमेंट प्रोग्राम (PISA) आणि टीचिंग अँड लर्निंग इंटरनॅशनल सर्व्हे (TALIS) सारख्या आंतरराष्ट्रीय मूल्यांकनांचे आयोजन करतात. यामध्ये शैक्षणिक परिणाम, पद्धती आणि देशभरातील धोरणे यांची चर्चा केली जाते. या मूल्यांकनांमध्ये सहभागी होऊन देश त्यांच्या शैक्षणिक कामगिरीचे जागतिक मानकांविरुद्ध बेंचमार्क करू शकतात आणि त्यांच्या अभ्यासक्रमाची रचना आणि शैक्षणिक सुधारणांची माहिती देण्यासाठी आंतरराष्ट्रीय सर्वोत्तम पद्धतींमधून नवीन मार्ग आणि स्रोत निर्माण करू शकतात.

अभ्यासक्रमाच्या आराखड्याच्या आंतरराष्ट्रीय संदर्भाचा आणखी एक परिमाण म्हणजे आंतरराष्ट्रीय सहकार्य आणि शिक्षणातील देवाणघेवाण यावर वाढता भर. जागतिकीकरणाने विद्यार्थी, शिक्षक आणि कल्पनांची सीमा ओलांडून अधिक गतिशीलता सुलभ केली आहे, ज्यामुळे अभ्यासक्रम विकास, शिक्षक प्रशिक्षण आणि शैक्षणिक संशोधनामध्ये आंतरराष्ट्रीय सहकार्याच्या संधी वाढल्या आहेत. युरोपमधील इरास्मस+ आणि युनायटेड स्टेट्समधील फुलब्राइट प्रोग्राम सारखे कार्यक्रम सीमेपार सहकार्य आणि शिक्षणातील देवाणघेवाणीला प्रोत्साहन देतात, ज्यामुळे शिक्षक आणि विद्यार्थ्यांना विविध शैक्षणिक दृष्टिकोन, सांस्कृतिक संदर्भ आणि शैक्षणिक नवकल्पनांचा परिचय होण्यास मदत होते. हे आंतरराष्ट्रीय सहयोग शैक्षणिक कार्यक्रमांमध्ये जागतिक दृष्टीकोन, सर्वोत्तम पद्धती आणि नाविन्यपूर्ण कल्पनांचा समावेश करून, संपूर्ण सांस्कृतिक समज आणि जगभरातील शिक्षक आणि शिकणाऱ्यांमध्ये सहकार्य वाढवून अभ्यासक्रम रचना समृद्ध करतात. शिवाय अभ्यासक्रमाच्या आराखड्याच्या आंतरराष्ट्रीय संदर्भामध्ये डिजिटलायझेशन आणि शिक्षणातील तांत्रिक नवकल्पना यामुळे निर्माण होणारी आव्हाने आणि संधींना तोंड देण्यासाठी प्रयत्नांचा समावेश आहे. माहिती आणि संप्रेषण तंत्रज्ञान (ICT) मधील जलद प्रगतीने जगभरातील वर्गखोल्यांमध्ये ज्ञानाची निर्मिती, प्रवेश आणि सामायिकरण, अध्यापन आणि अध्ययन शैली बदलत आहेत. याचा कालानुरूप विचार करून आणि जगातील शैक्षणिक स्पर्धेत

टिकण्यासाठी सर्वच देश डिजिटल युगासाठी विद्यार्थ्यांना तयार करण्यासाठी डिजिटल साक्षरता, संगणकीय विचार आणि ICT कौशल्ये त्यांच्या अभ्यासक्रमात वाढवत आहेत. शिवाय, ओपन एज्युकेशनल रिसोर्सेस (OER) आणि मॅसिव्ह ओपन ऑनलाइन कोर्सेस (MOOC) सारखे उपक्रम जागतिक सहयोग आणि ज्ञानाच्या देवाणघेवाणीसाठी नवीन संधी देतात तसेच शिक्षकांना उच्च दर्जाच्या शैक्षणिक संसाधनांमध्ये प्रवेश करण्यास आणि भौगोलिक अडथळ्यांची पर्वा न करता व्यावसायिक विकास क्रियाकलापांमध्ये व्यस्त ठेवण्यास सक्षम करतात. याव्यतिरिक्त, अभ्यासक्रम रचनेच्या आंतरराष्ट्रीय संदर्भामध्ये शिक्षणाद्वारे आंतरसांस्कृतिक संवाद, समज आणि सहकार्य यांना प्रोत्साहन देण्यासाठी प्रयत्नांचा समावेश आहे. वाढत्या परस्परसंबंधित आणि वैविध्यपूर्ण जगात, व्यक्ती आणि समुदायांमध्ये शांतता, सहिष्णुता आणि परस्पर आदर वाढवण्यासाठी आंतरसांस्कृतिक क्षमता आणि जागतिक नागरिकत्व वाढवणे आवश्यक आहे.

UNESCO चा ग्लोबल सिटीझनशिप एज्युकेशन (GCED) उपक्रम राष्ट्रीय अभ्यासक्रमामध्ये जागतिक नागरिकत्व शिक्षणाच्या एकात्मतेला प्रोत्साहन देतो, ज्याचा उद्देश जागतिक आव्हानांना निर्देशित करण्यासाठी आणि अधिक शांततापूर्ण आणि शाश्वत जगामध्ये योगदान देण्यासाठी आवश्यक ज्ञान, कौशल्ये आणि वृत्तीने विद्यार्थ्यांना सुसज्ज करणे आहे. मानवाधिकार, शाश्वतता आणि सांस्कृतिक विविधता यासारख्या विषयांचा त्यांच्या अभ्यासक्रमात समावेश करून, देश विद्यार्थ्यांना सक्रिय आणि जबाबदार जागतिक नागरिक बनण्यास सक्षम बनवू शकतात जे जटिल जागतिक समस्या समजून घेण्यास आणि त्यांचे निराकरण करण्यास सक्षम आहेत. अभ्यासक्रमाच्या आराखड्याचा आंतरराष्ट्रीय संदर्भ जागतिक शैक्षणिक अजेंडा, तुलनात्मक अभ्यास, आंतरराष्ट्रीय सहयोग, तांत्रिक नवकल्पना आणि आंतरसांस्कृतिक समज आणि जागतिक नागरिकत्वाला चालना देण्याच्या प्रयत्नांद्वारे वैशिष्ट्यीकृत आहे. आंतरराष्ट्रीय संदर्भाशी संलग्न होऊन देश त्यांच्या शैक्षणिक प्रणालीची गुणवत्ता, प्रासंगिकता आणि परिणामकारकता वाढवू शकतात, हे सुनिश्चित करून की ते विद्यार्थ्यांच्या गरजा आणि जागतिकीकृत जगाच्या मागण्यांना पूर्ण करू शकतात. आंतरराष्ट्रीय सहकार्य आणि अभ्यासक्रम रचनेमधील देवाणघेवाण परस्पर शिक्षण,

नवकल्पना आणि शिक्षणातील समान मूल्ये आणि उद्दिष्टांच्या संवर्धनासाठी, जगभरात शांतता, समानता आणि शाश्वत विकासाच्या कारणास पुढे नेण्यास योगदान देते.

५.५ - अध्ययनकर्त्यांची वैशिष्ट्ये

अभ्यासक्रमाची रचना, शिक्षणविषयक रणनीती आणि शैक्षणिक परिणामांना आकार देण्यात अध्ययनकर्त्यांची वैशिष्ट्ये महत्त्वाची भूमिका बजावतात. प्रत्येक विद्यार्थ्याच्या वैयक्तिक गरजा पूर्ण करणारे सर्वसमावेशक, आकर्षक आणि प्रभावी शिक्षण अनुभव तयार करण्यासाठी शिक्षकांसाठी विविध गरजा, क्षमता आणि प्राधान्ये समजून घेणे आवश्यक आहे. संज्ञानात्मक, सामाजिक, भावनिक आणि सांस्कृतिक घटकांसह विविध अध्ययनकर्त्यांच्या वैशिष्ट्यांचा शोध घेतला जातो. याबरोबरच अभ्यासक्रम रचना आणि शिकवण्याच्या पद्धतींवर त्याचे दूरगामी परिणाम होत असतात. अध्ययनकर्त्यांच्या संज्ञानात्मक वैशिष्ट्यामध्ये बौद्धिक क्षमता, शिकण्याच्या शैली आणि संज्ञानात्मक प्रक्रियांचा समावेश असतो. हे विद्यार्थ्यांच्या माहिती संग्रहण आणी आकलनावर आणि ज्ञान प्रक्रियेवर प्रभाव पाडत असते. प्रत्येक व्यक्ती त्यांच्या संज्ञानात्मक सामर्थ्य आणि प्राधान्यांमध्ये भिन्न असतात, काही शिकणारे तार्किक विश्लेषणात्मक विचार, किंवा सर्जनशील समस्या सोडवण्याचे सामर्थ्य दाखवतात, तर काही शाब्दिक संप्रेषण, स्थानिक तर्क किंवा दृश्य-स्थानिक बुद्धिमत्तेमध्ये उत्कृष्ट असतात. विविध शिक्षण शैली आणि प्राधान्ये सामावून घेण्यासाठी विविध पद्धती आणि शिक्षण धोरणे लागू करताना तसेच शैक्षणिक साहित्य आणि क्रियाकलापांची रचना करताना अभ्यासक्रम निर्मात्यांनी या संज्ञानात्मक फरकांचा विचार केला पाहिजे. शिकणाऱ्यांच्या संज्ञानात्मक विकासाचे टप्पे समजून घेणे आवश्यक असते. उदा. पियाजेचे संज्ञानात्मक विकासाचे टप्पे किंवा वायगोस्की चा सामाजिक-सांस्कृतिक सिद्धांत अभ्यासला जाणे महत्त्वाचे असते.

सामाजिक वैशिष्टे म्हणजे परस्पर संबंध, सामाजिक परस्परसंवाद आणि समूह गतिशीलता यांचा संदर्भ देते जे विद्यार्थ्यांच्या शिकण्याच्या अनुभवांना आणि परिणामांना आकार देतात. शिकणारे विविध सामाजिक पार्श्वभूमी, संस्कृती आणि समुदायातून येतात. प्रत्येकाचे स्वतःचे नियम, मूल्ये आणि संवाद शैली असतात. सामाजिक रचनावादी सिद्धांत, जसे की

वायगोत्स्कीचा विकासाचा झोन आणि बांडुराचा सामाजिक शिक्षण सिद्धांत, शैक्षणिक प्रक्रियेत सामाजिक परस्परसंवाद, सहयोग आणि समवयस्क शिक्षणाच्या महत्त्वावर जोर देतात. अभ्यासक्रम रचनाकार सहयोगी शिक्षण क्रियाकलाप, गट प्रकल्प आणि सहकारी शिक्षण संरचना अभ्यासक्रमात समाविष्ट करून, सामाजिक परस्परसंवाद, संघकार्य आणि विद्यार्थ्यांमध्ये परस्पर समर्थन वाढविण्यासाठी या सिद्धांतांचा लाभ घेऊ शकतात. सकारात्मक वर्गातील वातावरण, सर्वसमावेशक पद्धती आणि सांस्कृतिकदृष्ट्या प्रतिसाद देणारे अध्यापन प्रोत्साहन देणारे शिक्षण वातावरण तयार करू शकते जिथे सर्व विद्यार्थ्यांना मूल्यवान, आदर आणि शिक्षण प्रक्रियेत स्वारस्य वाटते.

अध्ययनकर्त्यांच्या गतीशील वैशिष्ट्यांमध्ये विद्यार्थ्यांच्या भावनिक अवस्था, वृत्ती, प्रेरणा आणि आत्म-धारणा यांचा समावेश होतो, जे त्यांच्या शिकण्याच्या अनुभवांवर आणि शैक्षणिक कामगिरीवर लक्षणीय परिणाम करू शकतात. विद्यार्थ्यांचे भावनिक कल्याण, आपुलकीची भावना आणि आत्म-कार्यक्षमता त्यांच्या शैक्षणिक व्यस्ततेमध्ये, चिकाटीने आणि शिकण्याच्या परिणामांमध्ये महत्त्वपूर्ण भूमिका बजावतात. शिक्षक विद्यार्थ्यांच्या भावनिक विकासाला आणि हिताचे समर्थन करून वर्गातील वातावरण तयार करून, शिक्षक-विद्यार्थी यांच्यातील सकारात्मक नातेसंबंध निर्माण करून आणि विद्यार्थ्यांना आत्म-जागरूकता, स्व-नियमन आणि सहानुभूती यासारखी सामाजिक-भावनिक कौशल्ये विकसित करण्याच्या संधी उपलब्ध करून देऊ शकतात. शिवाय, सामाजिक, भावनिक शिक्षण कौशल्ये अभ्यासक्रमात समाकलित करणे, जसे की चारित्र्य शिक्षण, समस्या निराकरण कौशल्ये, विद्यार्थ्यांच्या भावनिक बुद्धिमत्तेला आणि लवचिकतेला चालना देऊ शकतात, त्यांना शाळा आणि जीवनात यशस्वी होण्यासाठी आवश्यक कौशल्यांसह एक प्रभावी व्यक्तिमत्व प्रदान करू शकतात.

सांस्कृतिक वैशिष्ट्यांमध्ये सांस्कृतिक पार्श्वभूमी, मूल्ये, श्रद्धा आणि परंपरा यांचा समावेश होतो जे विद्यार्थ्यांच्या ओळख आणि जागतिक दृष्टीकोनाला आकार देतात. बहुसांस्कृतिक आणि वैविध्यपूर्ण वर्गांमध्ये विद्यार्थी सांस्कृतिक दृष्टीकोन, अनुभव आणि भाषा यांची समृद्धता प्राप्त करतात. यामुळे सर्व विद्यार्थ्यांचा शैक्षणिक अनुभव समृद्ध होतो. अभ्यासक्रम

निर्मात्यांनी विविध दृष्टीकोन, बहुसांस्कृतिक साहित्य आणि सांस्कृतिकदृष्ट्या संबंधित सामग्री अभ्यासक्रमात एकत्रित करून, विद्यार्थ्यांमध्ये आंतरसांस्कृतिक समज, आदर आणि प्रशंसा यांना प्रोत्साहन देऊन सांस्कृतिक विविधता ओळखणे आणि प्रदर्शित करणे आवश्यक आहे. सांस्कृतिकदृष्ट्या प्रतिसाद देणाऱ्या अध्यापन पद्धतींचा अवलंब करणे, जसे की विद्यार्थ्यांची सांस्कृतिक ओळख मान्य करणे, सांस्कृतिकदृष्ट्या अस्सल साहित्याचा समावेश करणे आणि विविध सांस्कृतिक मानदंड आणि संवाद शैली प्रतिबिंबित करण्यासाठी शिक्षण धोरणांचा अवलंब करणे, विद्यार्थ्यांची व्यस्तता, प्रेरणा आणि शैक्षणिक यश वाढवू शकते. अध्ययनकर्त्यांच्या वैशिष्ट्यांमध्ये संज्ञानात्मक, सामाजिक, भावनिक आणि सांस्कृतिक घटकांची विस्तृत श्रेणी समाविष्ट असते जी विद्यार्थ्यांच्या शिकण्याच्या अनुभवांवर आणि परिणामांवर प्रभाव पाडतात. ही वैविध्यपूर्ण वैशिष्ट्ये समजून घेऊन आणि त्यांना प्रतिसाद देऊन, शिक्षक सर्व विद्यार्थ्यांच्या वैयक्तिक गरजा, सामर्थ्य आणि स्वारस्य पूर्ण करणारे सर्वसमावेशक, आकर्षक आणि प्रभावी शिक्षण वातावरण तयार करू शकतात. शिवाय, शिक्षणामध्ये आदर, विविधता आणि समानतेच्या संस्कृतीचा प्रचार केल्याने विद्यार्थ्यांना शैक्षणिक, सामाजिक आणि भावनिकदृष्ट्या भरभराट होण्यास सक्षम बनवता येते, त्यांना वाढत्या गुंतागुंतीच्या आणि परस्पर जोडलेल्या जगात यशस्वी होण्यासाठी समृद्ध व्यक्तिमत्व बहाल करते.

५.६ - अभ्यासक्रमाचे पैलू

अभ्यासक्रमाची रचना हा एक बहुआयामी प्रयत्न आहे, ज्यामध्ये असंख्य घटकांचा समावेश होतो जे एकत्रितपणे विद्यार्थ्यांच्या शैक्षणिक अनुभवांना आकार देतात. त्याच्या मुळात, अभ्यासक्रमामध्ये सामग्री, अध्यापनशास्त्र, मूल्यांकन आणि मूल्यमापन यांचा समावेश होतो. प्रत्येकजण शिक्षणाच्या वितरणात आणि परिणामकारकतेमध्ये महत्त्वपूर्ण भूमिका बजावत असतो. यासाठी अभ्यासक्रमाचे पैलू आणि त्यांचा परस्परसंबंध समजून घेणे अभ्यासक्रम निर्मात्यांसाठी महत्त्वपूर्ण आहे कारण ते विद्यार्थ्यांसाठी अर्थपूर्ण आणि परिणामकारक शिक्षण अनुभव तयार करण्याचा प्रयत्न करतात. कोणत्याही अभ्यासक्रमाचा पाया उपलब्ध सामग्री आणि शिक्षण प्रवाह असतात. यामध्ये ज्ञान, कौशल्ये आणि क्षमतांचे

प्रतिनिधित्व विद्यार्थ्यांकडून प्राप्त करणे अपेक्षित असते. यात विषय-विशिष्ट साहित्य आणि आंतरअभ्यासक्रम कल्पना या दोन्हींचा समावेश आहे, ज्याचा उद्देश विद्यार्थ्यांना आधुनिक काळानुसार दिशा देण्यासाठी आवश्यक ज्ञानाने सुसज्ज करणे आहे. अभ्यासक्रमाची सामग्री शैक्षणिक मानके आणि उद्दिष्टांशी संरेखित करताना सर्वसमावेशक परंतु लवचिक, विविध शिकणाऱ्यांच्या गरजा आणि स्वारस्य पूर्ण करणारी असावी. शिवाय, ते ज्ञानाचे उत्क्रांत स्वरूप प्रतिबिंबित करते आणि सामाजिक बदलांशी जुळवून घेत अभ्यासक्रमातील प्रासंगिकता आणि चलन सुनिश्चित करते. अध्यापनशास्त्र किंवा अध्यापनाची कला आणि विज्ञान, शिक्षणाच्या सोयीसाठी वापरल्या जाणाऱ्या शिक्षण पद्धती, धोरणे आणि दृष्टीकोन यांचा समावेश करते. प्रभावी अध्यापनशास्त्र केवळ माहितीच्या प्रसाराच्या पलीकडे जाते; हे विद्यार्थ्यांमध्ये गंभीर विचार, सर्जनशीलता आणि समस्या सोडवण्याची कौशल्ये वाढवते.

अध्यापनशास्त्रीय दृष्टीकोनांची रचना करताना अभ्यासक्रम निर्मात्यांनी विद्यार्थ्यांची वैशिष्ट्ये, शिकण्याच्या शैली आणि सांस्कृतिक पार्श्वभूमी यासह विविध घटकांचा विचार केला पाहिजे. विद्यार्थ्यांना शिकण्याच्या प्रक्रियेत सक्रियपणे गुंतवून ठेवण्यासाठी त्यांनी चौकशी आधारित शिक्षण, सहकारी शिक्षण आणि अनुभवात्मक शिक्षण यासारख्या शिकवण्याच्या धोरणांचा संग्रह वापरला पाहिजे. शिवाय, अध्यापनशास्त्रीय पद्धतींची माहिती संशोधन-आधारित पुराव्यांद्वारे आणि उदयोन्मुख शैक्षणिक प्रवाह आणि तंत्रज्ञानास प्रतिसाद देणारी असावी.

मूल्यमापन हा अभ्यासक्रमाच्या रचनेचा एक अविभाज्य घटक आहे, ज्यामध्ये विद्यार्थ्यांच्या शिक्षणाचे आणि प्रगतीचे मूल्यमापन करण्याच्या प्रक्रियेचा समावेश होतो. विद्यार्थ्यांच्या गरजांचे निदान करणे, शैक्षणिक प्रगतीचे निरीक्षण करणे आणि शिक्षणविषयक निर्णयांची माहिती देणे यासह ते अनेक उद्देश पूर्ण करते. पारंपारिक चाचण्या आणि स्पर्धा, प्रकल्प कार्ये, पोर्टफोलिओ आणि प्रामाणिक मूल्यांकनांपर्यंत मूल्यमापन पद्धती भिन्न असू शकतात. दृष्टीकोन काहीही असो, मूल्यमापन हे अभ्यासक्रमातील उद्दिष्टे आणि उद्दिष्टांशी संरेखित असले पाहिजेत, ज्यामुळे विद्यार्थ्यांना सामग्री आणि कौशल्यांवर प्रभुत्व मिळवण्यासाठी अर्थपूर्ण अंतर्दृष्टी मिळते. शिवाय, मूल्यांकन पद्धती निष्पक्ष, वैध आणि

विश्वासार्ह असाव्यात, विद्यार्थ्यांच्या कामगिरीचे मूल्यमापन करताना समता आणि अचूकता सुनिश्चित केली पाहिजे. मूल्यमापन अभ्यासक्रमाच्या व्यापक परिणामकारकतेवर आणि निर्देशात्मक पद्धतींवर लक्ष केंद्रित करून मूल्यांकनाला पूरक ठरते. यामध्ये अभ्यासक्रमाची रचना, अंमलबजावणी आणि परिणामांची पद्धतशीर चौकशी केली जाते, ज्याचा उद्देश सतत सुधारणा करण्याच्या प्रयत्नांची माहिती देणे हा आहे. अभ्यासक्रमाचे मूल्यमापन विविध स्वरूपाचे असू शकते, ज्यात विकासाच्या टप्प्यात रचनात्मक मूल्यमापन, अंमलबजावणीनंतर एकत्रित मूल्यमापन आणि उदयोन्मुख गरजा आणि आव्हानांना सामोरे जाण्यासाठी चालू असलेल्या पुनरावलोकनांचा समावेश आहे. मूल्यमापनकर्त्यांनी अभ्यासक्रमाच्या प्रभावाचे सर्वसमावेशकपणे मूल्यांकन करण्यासाठी विद्यार्थी उपलब्धी डेटा, भागधारकांचा अभिप्राय आणि वर्गातील निरीक्षणे यासह अनेक माहिती स्रोत आणि पद्धती वापरल्या पाहिजेत. याव्यतिरिक्त, मूल्यमापन निष्कर्षांचा उपयोग पुराव्यावर आधारित निर्णय घेण्याची माहिती देण्यासाठी आणि आवश्यकतेनुसार अभ्यासक्रम पुनरावृत्ती राबविण्यासाठी केला जावा. अभ्यासक्रमाचे चार पैलू-सामग्री, अध्यापनशास्त्र, मूल्यमापन आणि मुल्यांकन हे संपूर्ण अभ्यासक्रम रचनेच्या प्रक्रियेत एकमेकांवर परिणाम करणारे आणि एकमेकांना आकार देणारे एकमेकांशी गुंतागुंतीचे आहेत. उदाहरणार्थ, अभ्यासक्रमाची सामग्री अध्यापनशास्त्रीय निर्णयांची माहिती देते, शिक्षकांना योग्य शिक्षण पद्धती आणि साहित्य निवडण्यासाठी मार्गदर्शन करते ज्यामुळे विद्यार्थ्यांचे शिक्षण प्रभावीपणे होऊ शकते. त्याचप्रमाणे, मूल्यमापन पद्धतींनी सामग्री आणि अध्यापनशास्त्र या दोन्हींशी जवळून संरेखित केले पाहिजे, उद्दिष्ट शिक्षण परिणाम प्रतिबिंबित केले पाहिजे आणि निर्देशांना अर्थपूर्ण अभिप्राय प्रदान केला पाहिजे. मूल्यमापन एक चिंतनशील प्रक्रिया म्हणून काम करते जी अभ्यासक्रमाच्या सर्व पैलूंमध्ये सुधारणा आणि परिष्करण सूचित करते, सुसंगतता, संरेखन आणि प्रासंगिकता सुनिश्चित करते.

अभ्यासक्रमाची रचना करताना, सुसंगतता एक एकीकृत शैक्षणिक अनुभव तयार करण्यासाठी सामग्री, अध्यापनशास्त्र, मूल्यांकन आणि मूल्यमापन घटकांच्या तार्किक आणि अखंड एकीकरणाचा संदर्भ देते. एक सुसंगत अभ्यासक्रम शिकण्याच्या अनुभवांची स्पष्ट

प्रगती सादर करतो, नवीन शिकण्याच्या संधी निर्माण करतांना पूर्वीचे ज्ञान आणि कौशल्ये महत्वपूर्ण भूमिका निभावत असते. मूल्यमापन हे सुनिश्चित करते की शिक्षणविषयक क्रियाकलाप उद्देशपूर्ण आहेत आणि अभ्यासक्रमाच्या उद्दिष्टांशी संरेखित आहेत. याबरोबरच सुसंगतता आंतरविषय संबंध आणि वास्तविक जागतिक अनुप्रयोगांना प्रोत्साहन देते, विद्यार्थ्यांना विविध विषय क्षेत्रे आणि संदर्भांमध्ये अर्थपूर्ण संबंध बनविण्यात मदत करते. संरेखन हे अभ्यासक्रम रचनेमधील आणखी एक मुख्य तत्व आहे, जे अभ्यासक्रमाचे घटक आणि बाह्य मानके, जसे की शैक्षणिक आराखडा, शिकण्याचे परिणाम आणि मूल्यांकन निकष यांच्यातील सुसंवादी संबंधांवर जोर देते. संरेखन हे सुनिश्चित करते की अभ्यासक्रमाची सामग्री, शैक्षणिक धोरणे आणि मूल्यांकन पद्धती स्थापित मानके आणि अपेक्षांशी सुसंगत आहेत. विविध मूल्यमापन घटकांच्या आधारे अभ्यासक्रम संरेखित करून, शिक्षक हे सुनिश्चित करू शकतात की विद्यार्थी भविष्यातील शैक्षणिक प्रयत्नांसाठी आणि व्यावसायिक प्रयत्नांसाठी पुरेसे तयार आहेत कि नाही. विद्यार्थ्यांना गुंतवून ठेवण्यासाठी आणि अर्थपूर्ण शिक्षण अनुभवांना प्रोत्साहन देण्यासाठी उन्नती आवश्यक आहे. संबंधित अभ्यासक्रम शिकणाऱ्यांच्या आवडी, अनुभव आणि सांस्कृतिक पार्श्वभूमी प्रतिबिंबित करतो, ज्यामुळे शिक्षण अधिक वैयक्तिकरित्या अर्थपूर्ण आणि त्याच्या जीवनात लागू होते. अभ्यासक्रम निर्मात्यांनी अभ्यासक्रमामध्ये विविध दृष्टीकोन, अस्सल संदर्भ आणि वास्तविक जगातील अनुप्रयोग समाविष्ट करण्याचा प्रयत्न केला पाहिजे, ज्यामुळे विद्यार्थ्यांची व्यस्तता आणि प्रेरणा वाढते. शिवाय, संबंधित अभ्यासक्रम सामाजिक गरजा आणि आव्हानांना प्रतिसाद देतो, विद्यार्थ्यांना महत्त्वाच्या समस्यांचे निराकरण करण्यासाठी आणि त्यांच्या समूहामध्ये सकारात्मक योगदान देण्यासाठी आवश्यक ज्ञान, कौशल्ये आणि स्वभावांसह सुसज्ज करतो. अभ्यासक्रम रचनेमध्ये सामग्री, अध्यापनशास्त्र, मूल्यमापन आणि मूल्यमापन यासह विविध परिमाणे समाविष्ट आहेत, प्रत्येक विद्यार्थ्यांच्या शैक्षणिक अनुभवांना आकार देण्यासाठी महत्त्वपूर्ण भूमिका बजावते. या पैलूंचा काळजीपूर्वक विचार करून आणि सुसंगतता, संरेखन आणि प्रासंगिकतेसाठी प्रयत्न करून, अभ्यासक्रम निर्माते अर्थपूर्ण आणि परिणामकारक शिक्षणाच्या संधी निर्माण करू शकतात जे विद्यार्थ्यांना शैक्षणिक, वैयक्तिक आणि

व्यावसायिकरित्या यशस्वी होण्यासाठी सक्षम करतात. एकंदरीत चांगल्या प्रकारे डिझाइन केलेला अभ्यासक्रम आजीवन शिक्षण आणि सर्वांगीण विकासासाठी उत्प्रेरक म्हणून काम करतो, विद्यार्थ्यांना सतत बदलत्या जगात प्रगतीसाठी तयार करतो.

५.७ - भारताच्या संदर्भात राष्ट्रीय शैक्षणिक धोरण 2020 चे महत्त्व

नवीन शैक्षणिक धोरण हे एक विस्तृत आणि सर्वांना सामावून घेणारे असे धोरण आहे. आपल्या जीवनात सर्वांगीण विकास आणि व्यक्ती म्हणून समाजीकरणासाठी शिक्षणाची भूमिका अत्यंत महत्त्वाची आहे. त्यामुळेच शिक्षणाचा दर्जा टिकवायचा असेल तर काळानुरूप शैक्षणिक धोरणातही बदल होणे गरजेचे आहे. राष्ट्रीय शैक्षणिक धोरण 2020 – देशाची शिक्षण व्यवस्था प्रभावी ठेवण्यासाठी नवे शैक्षणिक धोरणही काळाच्या मागणीनुसार आणि गरजेनुसार आणण्यात आले आहे. 34 वर्षांनंतर शैक्षणिक धोरणात बदल झाला आहे. यापूर्वी 1968 आणि 1986 नंतर तिसऱ्यांदा राष्ट्रीय शैक्षणिक धोरणात बदल करण्यात आला आहे. इस्रोचे प्रमुख डॉ. के. कस्तुरीरंगन यांच्या अध्यक्षतेखाली नवीन शैक्षणिक धोरणाचा मसुदा तयार करण्यात आला आहे. पंतप्रधान नरेंद्र मोदी यांच्या अध्यक्षतेखालील केंद्रीय मंत्रिमंडळाने मंजूर केल्यानंतर राष्ट्रीय शैक्षणिक धोरण (NEP) 2020 लागू करण्यात आले आहे. नवीन शैक्षणिक धोरणाचे उद्दिष्ट भारतातील शालेय आणि उच्च शिक्षण प्रणालींमध्ये परिवर्तनीय सुधारणांचा मार्ग मोकळा करणे आहे. या धोरणांतर्गत शाळा ते महाविद्यालयीन शिक्षण धोरणात बदल करण्यात आले आहेत. तसेच "मानव संसाधन विकास मंत्रालय" आता "शिक्षण मंत्रालय" म्हणून ओळखले जाईल. या धोरणांतर्गत अनेक महत्त्वाचे बदल करण्यात आले आहेत, ते या लेखाद्वारे अधिक जाणून घेता येतील. नवीन शैक्षणिक धोरणांतर्गत येणारे दोन दशके लक्षात घेऊन हे बदल करण्यात आले आहेत. शैक्षणिक धोरण 2020 मध्ये केलेले सर्व बदल एकापाठोपाठ लागू होणार नाहीत तर एकामागून एक वेगवेगळ्या टप्प्यांत लागू केले जातील. शिक्षणाचे स्वरूप बदलून विकासाच्या मार्गावर भारताला जागतिक ज्ञान महासत्ता म्हणून प्रस्थापित करणे हे या धोरणाचे उद्दिष्ट आहे. नवीन राष्ट्रीय शैक्षणिक धोरण 2020 अंतर्गत, 2030 पर्यंत एकूण नोंदणी प्रमाण शंभर टक्के (100%) पर्यंत नेण्याचे उद्दिष्ट ठेवण्यात आले आहे. शैक्षणिक क्षेत्रावर GDP च्या 6%

सार्वजनिक खर्च देखील या शैक्षणिक धोरणांतर्गत करण्यात आला आहे. केंद्र आणि राज्य सरकारच्या मदतीने हे काम केले जाईल. नव्या शैक्षणिक धोरणानुसार आता 5+3+3+4 चा पॅटर्न पाळला जाणार आहे. यापुढे रॉट लर्निंगऐवजी संकल्पना समजून घेण्यावर भर दिला जाणार आहे. केवळ ज्ञानच नाही तर त्यांचे शारीरिक आणि मानसिक आरोग्य सुधारण्यासाठीही प्रयत्न केले जातील. एकूणच विद्यार्थ्यांच्या सर्वांगीण विकासावर भर दिला जाणार आहे.

भारतात शिक्षण क्षेत्रात नवनवीन बदल घडवून आणण्यासाठी अनेक आयोग आणि समित्या स्थापन करण्यात आल्या आहेत. त्याचेच फळ म्हणून आजची शिक्षण प्रणाली आपणास दिसून येते. मात्र काल बदलत गेला तशा सामाजिक आणि अंतराष्ट्रीय गरजा बदलत गेल्या त्या अनुषंगाने प्रयत्न सुरु झाले. 1968 मध्ये देशाचे पहिले शैक्षणिक धोरण इंदिरा गांधी सरकार मध्ये मांडण्यात आले. हे शैक्षणिक धोरण 1964 च्या कोठारी आयोगाच्या शिफारशींवर आधारित होते. 10+2+3 शैक्षणिक प्रणाली स्वीकारण्यात आलेली होती. यासोबत त्रिभाषा सूत्र अवलंबण्यात आलं होतं. यामध्ये प्रथम भाषा मातृभाषा,द्वितीय भाषा राष्ट्रभाषा (हिंदी), तृतीय भाषा म्हणून इंग्रजीचा स्वीकार करण्यात आलेला होता. सर्वसाधारणपणे याच शिफारशींवर आधारित 1986 मध्ये दुसरे शैक्षणिक धोरण राजीव गांधी सरकारने मांडले. या धोरणामध्ये "विशेषत: भारतीय महिला, अनुसूचित जमाती (अनुसूचित जमाती) आणि अनुसूचित जाती (एससी) समुदायांसाठी असमानता दूर करण्यासाठी आणि शैक्षणिक संधी समान करण्यावर विशेष भर दिला गेला. या धोरणांमध्ये 1992 च्या नरसिंह राव सरकारने बदल सुचवला आणि काही सुधारणा करण्यात आल्या. भारतीय राज्यघटनेच्या राज्य धोरणाची दिशादर्शक तत्त्वे (Directive principal of State Policy - DPSP) च्या भाग 4, कलम 45 आणि 39(एफ) मध्ये, राज्य मान्य आणि सर्वांना न्याय्य व प्रवेश-योग्य शिक्षणाची तरतूद आहे. 1976 च्या 42 व्या घटनादुरुस्ती कायद्याने शिक्षणास राज्य यादीतून समवर्ती यादीमध्ये स्थानांतरित केले गेले. 2002 मधील 86 व्या घटनादुरुस्तीने मूलभूत अधिकारांच्या कलम 21-ए अंतर्गत शिक्षणाला अंमलबजावणीचा हक्क बनविला. 6 ते 14 वयोगटातील सर्व मुलांना प्राथमिक शिक्षण देण्यासाठी राईट टू

एज्युकेशन (आरटीई), 2009 लागू करण्यात आले आहे. या अधिनियमात सर्व शिक्षा अभियान, मध्यान्ह भोजन योजना, नवोदय विद्यालय, केंद्रीय विद्यालय यासारख्या सरकारी उपक्रमांत समाजातील वंचित घटकांसाठी 25% आरक्षण देण्यात आले आहे.

NEP 2020 मधील प्राधान्य विषय

नवीन राष्ट्रीय शैक्षणिक धोरणात शिक्षण क्षेत्रातील सर्वच घटक विशेष करून, शिक्षक, मुख्याध्यापक आणि शिक्षण क्षेत्राशी संबधित सर्वच अधिका-यांची भूमिका आणि कार्यभार वाढलेला आहे. शिक्षण प्रक्रियेत पूर्वी अंगणवाडी आणि पूर्व प्राथमिक स्तराची दोन वर्षे यांचा मुलभूत शिक्षणात समावेश केला जात नसे. सरकारने सर्वात महत्त्वाच्या आणि तातडीच्या उद्दिष्टांसह सुरुवात केली पाहिजे. विविध संशोधनातून असे दिसून आले आहे की बालपणीच्या शिक्षणात आणि प्राथमिक शाळेतील सुधारणा माध्यमिक शाळा किंवा उच्च शिक्षणातील सुधारणांपेक्षा नंतरच्या जीवनातील परिणामांच्या बाबतीत कितीतरी जास्त परिणाम देतात. याव्यतिरिक्त, रा. शै. धोरणाने स्वतः सूचित केल्याप्रमाणे, माध्यमिक शाळा आणि उच्च शिक्षणातील सुधारणा या मूलभूत गोष्टी प्रथम प्राप्त करण्यावर अवलंबून आहेत. शैक्षणिक स्थितीच्या वार्षिक अहवाल (ASER) नुसार, 2018 मध्ये, इयत्ता 5 मधील जवळपास निम्म्या ग्रामीण विद्यार्थ्यांना दुसऱ्या वर्गातील मजकूर वाचता आला नाही आणि दोन तृतीयांश साधे विभाजन करू शकले नाहीत. जर त्यापैकी अनेकांना मूलभूत मजकूर देखील वाचता येत नसेल तर सर्व विद्यार्थ्यांनी माध्यमिक शाळा (NEP च्या शिफारसीनुसार) पूर्ण करण्यात काही अर्थ नाही. पुढे, माध्यमिक शाळा किंवा उच्च शिक्षणात घाईघाईने बदल केल्याने सध्याच्या माध्यमिक शाळेतील विद्यार्थ्यांना अधिक तणाव निर्माण होईल.

सरकारने आपल्या शिक्षण व्यवस्थेची परिणामकारकता मोजण्याचे साधन म्हणून शिक्षण परिणामांचे मूल्यांकन करण्यास प्राधान्य दिले पाहिजे. बाल संगोपन शिक्षण आणि मूलभूत शिक्षणावरील प्रगती मोजण्यासाठी उच्च-गुणवत्तेच्या माहितीची आवश्यकता असेल. वर उद्धृत केलेले ASER सर्वेक्षण हा एक अमूल्य माहिती स्रोत आहे परंतु तो फक्त ग्रामीण भागांसाठी उपलब्ध आहे. केंद्र सरकारच्या राष्ट्रीय संपादणूक सर्वेक्षण (NAS) मध्ये शहरी भागांचा समावेश आहे परंतु त्यात खासगी शाळेतील विद्यार्थ्यांचा समावेश नाही आणि एका

लेखकाने आणि आंद्रेस पॅराडोने केलेल्या अलीकडील संशोधनानुसार, हे चुकीचे आहे.

रा. शै. धोरण हे वर्ग 3, 5 आणि 8 मध्ये संख्या आधारित परीक्षा (शाळेतील प्रत्येक मुलावर प्रशासित केल्या जाणाऱ्या चाचण्या) लागू करण्याची शिफारस करते. चांगल्या प्रकारे अंमलबजावणी केल्यास, या परीक्षा माहितीचा एक चांगला स्रोत असू शकतात. परंतु ते अंमलात आणण्यासाठी प्रशासकीयदृष्ट्या कठीण असल्यामुळे, या परीक्षांमधील माहितीवर पूर्ण विश्वास ठेवण्याआधी अनेक वर्षे लागू शकतात. ही पोकळी भरून काढण्यासाठी केंद्र सरकारने नमुना-आधारित सर्वेक्षण-जेथे विद्यार्थ्यांचा यादृच्छिक नमुना निवडला जातो-अभ्यासाच्या निकालांची अंमलबजावणी करावी ज्यामध्ये शहरी भाग आणि खाजगी शाळेतील विद्यार्थ्यांचा समावेश होतो. या सर्वेक्षणाची अंमलबजावणी करताना, केंद्र सरकारने राज्य स्तरावरील प्रगतीचा मागोवा घेण्यासाठी संकलित माहिती पुरेशा उच्च दर्जाची आहे का याची खात्री करण्यासाठी NAS च्या अनुभवातून शिकले पाहिजे.

NEP तील शिक्षणविषयक मार्गदर्शनपर आधार घटक

राष्ट्रीय शैक्षणिक धोरणावर सर्व बाजूंनी चर्चा करण्यात आली आहे. असे असले तरी त्याला काही मर्यादा येणे स्वाभाविक हे. त्या मर्यादा असल्या तरी, वैचारिक मतभेदांच्या आधारावर NEP वर टीका केली जाणे योग्य ठरू शकत नाही. हे धोरण दस्तऐवज बुक क्लबपासून ते वर्गातील क्रियाकलापांपर्यंत सर्व गोष्टींवर तपशीलवार मार्गदर्शनाने भरलेले आहे. प्रेरणेचा स्रोत म्हणून, तपशीलाचा हा स्तर प्रशंसनीय आहे परंतु धोरणात्मक मार्गदर्शन म्हणून, तो प्रभावी आहे. राज्य सरकारांनी त्यांच्या संबंधित शिक्षण व्यवस्थेतील तफावतीचे स्वरूप, त्यांच्यासाठी उपलब्ध संसाधने आणि क्षेत्रातील नवीनतम ज्ञान आणि पुरावे लक्षात घेऊन तपशीलवार अंमलबजावणी योजना विकसित करणे आवश्यक आहे.

NEP च्या अनेक तपशीलवार शिफारशी विद्यमान पुराव्याच्या विरोधात जातात. NEP 30:1 च्या खाली विद्यार्थी-शिक्षक गुणोत्तर (PTR) शिफारस करते. आणि ECCE मध्ये प्रवेश वाढवण्यासाठी आणि मूलभूत शिक्षणामध्ये सुधारणा करण्यासाठी, प्राथमिक शाळांमध्ये अधिक शिक्षकांची नियुक्ती करण्याची, कठोर पात्रतेसह ECCE शिक्षकांची नवीन संवर्ग सुरू करण्याची आणि अंगणवाड्या आणि प्राथमिक शाळांमध्ये पायाभूत सुविधांमध्ये

गुंतवणूक करण्याची शिफारस करते. तरीही अधिकृत आकडेवारी दर्शवते की बहुतेक राज्यांमध्ये, बहुतेक सरकारी प्राथमिक शाळा या PTR मार्गदर्शक तत्त्वांचे आधीपासूनच पालन करतात.

बिहार, झारखंड आणि उत्तर प्रदेश यांसारख्या काही राज्यांमध्ये, सरकारी प्राथमिक शाळांचा मोठा वाटा PTR मार्गदर्शक तत्त्वांचे पालन करत नाही. बहुतेक भागात शिक्षकांच्या एकूण संख्येऐवजी शिक्षक नियुक्तीची समस्या आहे. उदा. झारखंडच्या सरकारी प्राथमिक शाळांमधील एकूण PTR 25 आहे, जे शिफारस केलेल्या मार्गदर्शक तत्त्वांपेक्षा चांगले आहे. तरीही झारखंडमधील 50 टक्के प्राथमिक शाळा पीटीआर मार्गदर्शक तत्त्वांचे पालन करत नाहीत. यावरून असे दिसून येते की, सर्व शाळांमध्ये शिक्षकांचे अधिक समान वितरण सुनिश्चित करणे आवश्यक आहे.

संशोधनातून असे देखील दिसून आले आहे की, शिक्षक पात्रता आणि सुधारित शाळातील पायाभूत सुविधांचा विद्यार्थ्यांच्या शिकण्याच्या परिणामांवर तुलनेने कमी परिणाम होतो. याउलट, अतिरिक्त कंत्राटी कर्मचारी, जे त्यांच्या पर्यवेक्षकांना अधिक उत्तरदायी आहेत आणि अधिकृत अभ्यासक्रमापासून विचलित होऊ शकतात, त्यांचे खूप मोठे परिणाम होऊ शकतात. प्रथमच रीड इंडिया कार्यक्रम, जो तुलनेने कमी पगार असलेल्या कर्मचाऱ्यांवर अवलंबून आहे, जे केवळ अल्प प्रशिक्षण घेतात, कमी कालावधीत मूलभूत साक्षरता नाटकीयरित्या वाढवतात. त्याचप्रमाणे, महाराष्ट्रातील एक सरकारी कार्यक्रम ज्यामध्ये अंगणवाड्यांना एक अतिरिक्त सहाय्यक प्रदान करण्यात आला ज्याने फक्त एक लहान प्रशिक्षण घेतले होते त्यामुळे शिक्षण आणि पोषण दोन्हीमध्ये मोठ्या प्रमाणात वाढ झाली.

त्याचप्रमाणे नमुना आधारित सर्वेक्षणाची अंमलबजावणी करण्यासाठी केंद्र सरकारने स्वत:हून करण्यापेक्षा बाहेरून मदत घ्यावी. गेल्या 15 वर्षांपासून, एएसईआर केंद्राने मूलभूत साक्षरता आणि अंकीयतेवर नियमित, अचूक माहिती संकलित केली आहे. ASER केंद्राव्यतिरिक्त, सेंटर फॉर सायन्स ऑफ स्टुडंट लर्निंग अँड एज्युकेशनल इनिशिएटिव्हजसारख्या संस्थांना विद्यार्थ्यांचे मूल्यमापन विकसित करण्याचा आणि पार पाडण्याचा सखोल अनुभव आहे. याउलट, अध्ययन निष्पत्ती चा डेटा गोळा करण्याचा

सरकारचा स्वतःचा प्रयत्न विविध चुकांमुळे फसला आहे. विविध लेखकांनी आपल्या अभ्यासाने दाखवले की 2017 NAS डेटामध्ये वास्तविक विद्यार्थ्यांच्या शिक्षणावर कमी माहिती कशी आहे. ASER, इंडिया ह्युमन डेव्हलपमेंट सर्व्हें (IHDS) लर्निंग आउटकम डेटा आणि राज्याच्या उत्पन्नावरील रिझर्व्ह बँक ऑफ इंडिया (RBI) डेटासह इतर विविध डेटासेटशी NAS चा तुलनात्मक अभ्यास पाहिला असता आणि या इतर डेटासेटच्या आधारे NAS राज्य क्रमवारी आणि रँकिंग यांच्यात थोडासा सकारात्मक संबंध आढळून आला.

NEP 2020 ची वैशिष्ट्ये

राष्ट्रीय शैक्षणिक धोरण 29/07/2020 रोजी जाहीर करण्यात आले. राष्ट्रीय शैक्षणिक धोरण 2020 मध्ये शालेय शिक्षण तसेच तांत्रिक शिक्षणासह उच्च शिक्षणामध्ये विविध सुधारणा सुचवण्यात आल्या आहेत. राष्ट्रीय शैक्षणिक धोरण 2020 मध्ये शालेय शिक्षण तसेच उच्च शिक्षणात अंमलबजावणीसाठी अनेक कृती मुद्दे/क्रियाकलापांचा उल्लेख करण्यात आला आहे. NEP 2020 च्या ठळक वैशिष्ट्यांचे तपशील खालीलप्रमाणे आहेत.

1. पूर्व-प्राथमिक शाळा ते इयत्ता 12 वी पर्यंत शालेय शिक्षणाच्या सर्व स्तरांवर सार्वत्रिक प्रवेश सुनिश्चित करणे.

2. 3-6 वयोगटातील सर्व मुलांसाठी गुणवत्तापूर्ण बालपण काळजी आणि शिक्षण सुनिश्चित करणे.

3. नवीन अभ्यासक्रम आणि अध्यापनशास्त्रीय संरचना (5+3+3+4) विकसित करण्यात आली.

4. कला आणि विज्ञान, अभ्यासक्रम आणि अतिरिक्त अभ्यासक्रम, व्यावसायिक आणि शैक्षणिक प्रवाहांमध्ये कोणतेही पृथक्करण करण्यात आलेले नाही.

5. मूलभूत साक्षरता आणि संख्याशास्त्रावर राष्ट्रीय मिशनची स्थापना करण्यात आली.

6. बहुभाषिकता आणि भारतीय भाषांना प्रोत्साहन देण्यावर भर; किमान इयत्ता पाचवी पर्यंत शिक्षणाचे माध्यम, शक्यतो इयत्ता 8 आणि त्यापुढील शिक्षणाचे मध्यम हे मातृभाषा/स्थानिक भाषा/प्रादेशिक भाषा असेल.

7. मूल्यमापन प्रक्रियेत सुधारणेच्या हेतूने कोणत्याही शालेय वर्षात दोन वेळा बोर्ड

परीक्षा, एक मुख्य परीक्षा आणि इच्छा असल्यास सुधारणेसाठी अजून एक परीक्षा.

8. नवीन राष्ट्रीय मूल्यमापन केंद्र, पारख (परफॉर्मन्स असेसमेंट, रिव्ह्यू आणि ॲनालिसिस ऑफ नॉलेज फॉर समग्र डेव्हलपमेंट) ची स्थापना.

9. समान आणि सर्वसमावेशक शिक्षण-सामाजिक आणि आर्थिकदृष्ट्या वंचित गटांवर (SEDGs) विशेष भर.

10. वंचित प्रदेश आणि गटांसाठी स्वतंत्र लिंग समावेश निधी आणि विशेष शिक्षण क्षेत्र.

11. शिक्षकांच्या भरतीसाठी मजबूत आणि पारदर्शक प्रक्रिया आणि गुणवत्तेवर आधारित कामगिरी.

12. शाळा संकुल आणि क्लस्टरद्वारे सर्व संसाधनांची उपलब्धता सुनिश्चित करणे.

13. राज्य शाळा मानक प्राधिकरण (SSSA) ची स्थापना.

14. शालेय आणि उच्च शिक्षण प्रणालीमध्ये व्यावसायिक शिक्षणाचा समावेश करणे.

15. उच्च शिक्षणातील GER 50% पर्यंत वाढवणे.

16. बहुविध प्रवेश/निर्गमन पर्यायांसह समग्र आणि बहुविद्याशाखीय शिक्षणाची व्यवस्था करणे.

17. NTA HEI मध्ये प्रवेशासाठी सामायिक प्रवेश परीक्षा देणार.

18. शैक्षणिक बँक ऑफ क्रेडिटची स्थापना करणे.

19. बहुविद्याशाखीय शिक्षण आणि संशोधन विद्यापीठे (MERUs) स्थापन करणे.

20. नॅशनल रिसर्च फाउंडेशन (NRF) ची स्थापना करणे

21. शिक्षक-शिक्षण आणि वैद्यकीय आणि कायदेशीर शिक्षण वगळून उच्च शिक्षण क्षेत्राच्या संवर्धनासाठी एकल ओव्हरआर्चिंग अंब्रेला बॉडी- भारतीय उच्च शिक्षण आयोग (HECI) - मानक व्यवस्थापनेसह स्वतंत्र संस्थांसह- सामान्य शिक्षण परिषद; निधी-उच्च शिक्षण अनुदान परिषद (HEGC); मान्यता- राष्ट्रीय मान्यता परिषद (एनएसी); आणि नियमन- राष्ट्रीय उच्च शिक्षण नियामक परिषद (NHERC) स्थापना करणे.

22. ग्रॉस एनरोलमेंट रेशो (GER) वाढवण्यासाठी खुल्या आणि दूरस्थ शिक्षणाचा

विस्तार करणे.

23. शिक्षणाचे आंतरराष्ट्रीयीकरण करणे.

24. व्यावसायिक शिक्षण हा उच्च शिक्षण व्यवस्थेचा अविभाज्य भाग असेल. स्टँड-अलोन टेक्निकल युनिव्हर्सिटी, हेल्थ सायन्स युनिव्हर्सिटी, विधी आणि कृषी युनिव्हर्सिटी या किंवा इतर क्षेत्रातील संस्था, बहु-विषय संस्था बनण्याचे उद्दिष्ट ठेवतील.

25. शिक्षक शिक्षणामध्ये 4 वर्षांचा एकात्मिक स्तर तयार करणे. अर्थात चार वर्षांचा B.Ed. पदवी अभ्यासक्रम राबविणे.

26. मार्गदर्शनासाठी राष्ट्रीय मिशनची स्थापना करणे.

27. शिक्षण, मूल्यमापन, नियोजन, प्रशासन वाढविण्यासाठी तंत्रज्ञानाच्या वापरावर विचारांची मुक्त देवाणघेवाण करण्यासाठी व्यासपीठ उपलब्ध करून देण्यासाठी राष्ट्रीय शैक्षणिक तंत्रज्ञान मंच (NETF) या स्वायत्त संस्थेची निर्मिती करणे. या माध्यमाने शिक्षणाच्या सर्व स्तरांमध्ये तंत्रज्ञानाचे योग्य एकत्रीकरण करणे.

28. 100% तरुण आणि प्रौढ साक्षरतेचे ध्येय पूर्ण करणे.

29. चेक आणि बॅलन्ससह अनेक यंत्रणा उच्च शिक्षणातील व्यापारीकरण थांबवण्यासाठी पूर्ण प्रयात्म करतील.

30. सर्व शैक्षणिक संस्था 'नफामुक्त' संस्था म्हणून लेखापरीक्षण आणि प्रकटीकरणाच्या समान मानकांनुसार ठेवल्या जातील.

31. केंद्र आणि राज्ये मिळून शिक्षण क्षेत्रातील सार्वजनिक गुंतवणूक वाढवून GDP च्या 6% पर्यंत पोहोचतील.

32. दर्जेदार शिक्षणावर सर्वांगीण लक्ष केंद्रित करण्यासाठी समन्वय सुनिश्चित करण्यासाठी केंद्रीय शिक्षण सल्लागार मंडळाचे बळकटीकरण करणे.

राष्ट्रीय शैक्षणिक धोरण 2020 चे फायदे

1. त्याचा पहिला फायदा म्हणजे आजच्या शिक्षण व्यवस्थेतील सर्व जुन्या त्रुटी दूर करण्याचा प्रयत्न केला आहे. नवीन धोरणांतर्गत ते उत्कृष्ट आणि सार्वत्रिक

बनविण्यावर भर देण्यात आला आहे.

2. या नवीन शैक्षणिक धोरणांतर्गत विद्यार्थ्यांच्या ज्ञानासोबतच त्यांच्या आरोग्य आणि कौशल्य विकासाकडेही लक्ष दिले जाणार आहे. विद्यार्थ्यांची हेल्थ कार्डही बनवली जाणार आहे. विद्यार्थ्यांची नियमित आरोग्य तपासणी करण्याची व्यवस्थाही करण्यात आली आहे.

3. राष्ट्रीय शैक्षणिक धोरणाच्या अंमलबजावणीसाठी केंद्र आणि राज्य सरकार GDP च्या 6 टक्के खर्च करेल.

4. नवीन शैक्षणिक धोरणानुसार आता विद्यार्थ्यांना स्वतःचे विषय निवडण्याचा अधिकार मिळणार आहे. विद्यार्थ्यांना पूर्वीप्रमाणे कला, विज्ञान आणि वाणिज्य यापैकी निवड करावी लागणार नाही. त्यांना हवे असल्यास ते या तिन्ही प्रवाहांमधून विषय निवडू शकतात.

5. या धोरणात बोर्ड परीक्षेचे स्वरूप देखील बदलण्यात आले आहे. यापुढे बोर्डाच्या परीक्षा वर्षातून एकदा ऐवजी दोनदा घेतल्या जातील असे सांगण्यात आले आहे. त्यामुळे विद्यार्थ्यांवरील अभ्यासाचे ओझे संपेल. वर्षभराऐवजी गेले दोन-तीन महिने अभ्यास करून परीक्षा देण्याची प्रवृत्तीही संपुष्टात येणार आहे.

6. नवीन शैक्षणिक धोरणात आता विद्यार्थ्यांना त्यांच्याच भाषेत अभ्यास करता येणार असून त्या भाषेत परीक्षाही देता येणार आहे. संस्कृतसारख्या भारतातील इतर प्राचीन भाषा वाचण्याचाही पर्याय आहे. इंग्रजीची सक्ती दूर झाली आहे.

7. यापुढे शैक्षणिक सत्रात विद्यार्थ्यांना तांत्रिक ज्ञान देण्यावर विशेष लक्ष दिले जाईल. सहावीच्या वर्गापासूनच त्यांना कोडिंग वगैरे शिकवले जाईल आणि इंटर्नशिपही केली जाईल.

8. राष्ट्रीय शैक्षणिक धोरण 2020 मध्ये, विद्यार्थ्यांचे ओझे कमी करण्यासाठी आणि त्यांची अभ्यासात रुची वाढवण्यासाठी, "कृत्रिम बुद्धिमत्ता सॉफ्टवेअर" द्वारे अध्यापन प्रदान केले जाईल, जे रॉट लर्निंगऐवजी त्यांची समज वाढवण्यावर भर देईल.

9. सुदृढ शरीरासोबतच निरोगी मन देखील आवश्यक आहे, त्यामुळे अभ्यासक्रमात

अभ्यासाबरोबरच क्रीडा, कला इत्यादी "अभ्यासेतेतर उपक्रम" देखील अनिवार्य करण्यात आले आहेत.

10. नवीन राष्ट्रीय शैक्षणिक धोरण 2020 अंतर्गत, आता विद्यार्थी ऑफलाइन वर्गांसह ऑनलाइन अभ्यास करू शकतील. या संदर्भातील वाचन साहित्य आता त्यांना ऑनलाइनही उपलब्ध करून दिले जाणार आहे.

राष्ट्रीय शैक्षणिक धोरण 2020 अंतर्गत केलेले बदल

नवीन शैक्षणिक धोरण 2020 मध्ये जुन्या शैक्षणिक धोरणातील त्रुटी दूर करून नवीन अभ्यासक्रम आणण्यात आला आहे. यामध्ये अभ्यासक्रम सोपा व सोपा असावा, याची विशेष काळजी घेण्यात आली आहे. जे विद्यार्थ्यांना समजू शकते आणि अनावश्यक ओझे बनत नाही? विद्यार्थ्यांचा सर्वांगीण विकास घडवून आणणारी शिक्षण व्यवस्था असावी. राष्ट्रीय शैक्षणिक धोरण 2020 अंतर्गत, अभ्यासक्रम विद्यार्थ्यांसाठी मनोरंजक बनविला गेला आहे आणि तांत्रिक ज्ञान आणि त्याचे व्यावहारिक/प्रशिक्षण देखील समाविष्ट केले गेले आहे. नवीन धोरणामध्ये शिक्षणाचा दर्जा उच्च राखण्याचा प्रयत्न करण्यात आला आहे. ज्ञान हे केवळ अभ्यासासाठी आणि परीक्षा उत्तीर्ण करण्यासाठी नाही तर त्यांचे तार्किक, सर्जनशील, नैतिक विचार विकसित करण्यासाठी आहे.

1. पायाभूत अवस्था (पूर्व प्राथमिक आणि वर्ग 1 आणि 2) (5 वर्षे)

राष्ट्रीय शैक्षणिक धोरणांतर्गत येणारा हा पहिला टप्पा आहे. पूर्वीच्या शैक्षणिक धोरणात केवळ ६ वर्षे व त्यावरील मुलांनाच शिक्षण व्यवस्थेचा भाग मानले जात होते. मात्र आता पूर्व प्राथमिक शिक्षणही औपचारिक शिक्षण मानले जाणार आहे. म्हणजेच आतापासून 3 ते 6 वर्षे वयोगटातील मुलेही शिक्षण व्यवस्थेचा भाग होतील. या वयापर्यंत मुलांचा मेंदूचा योग्य विकास आणि शारीरिक वाढ होऊ शकते, हे लक्षात घेऊन त्यांच्यासाठी नवीन धोरणात खेळ आणि इतर उपक्रम अभ्यासक्रमात ठेवण्यात आले आहेत. नवीन शैक्षणिक धोरणांतर्गत आता बालपणापासूनच मुलांना पुढील शिक्षणासाठी तयार केले जाईल. त्यासाठी संबंधित संघटनात्मक (पायाभूत) संरचना अधिक मजबूत केली जाईल. तसेच इयत्ता दुसरीपर्यंत कोणतीही परीक्षा घेतली जाणार नाही. अशा प्रकारे मुलांवर कोणत्याही दबावाशिवाय शिक्षण

होईल आणि त्याच बरोबर त्यांची शिक्षणाची आवड वाढेल.

2. तयारीचा टप्पा (३ वर्षे)

पुढील टप्प्याला प्रीपरेटरी स्टेज असे नाव देण्यात आले आहे, जिथे मुलांना पुढील अभ्यासक्रमासाठी तयार केले जाईल. इयत्ता 3 ते 5 या अवस्थेत समाविष्ट आहेत, ज्यांचे वय 8 ते 11 वर्षे दरम्यान असू शकते. या वर्गातील विद्यार्थी त्यांच्या मातृभाषेतून आणि स्थानिक भाषेतही शिक्षण घेऊ शकतात. एवढेच नाही तर त्यांना हवे असल्यास ते स्थानिक किंवा मातृभाषेतही परीक्षा देऊ शकतात. नवीन शैक्षणिक धोरणांतर्गत स्वत:च्या भाषेत ज्ञान मिळवणे अधिक मनोरंजक आणि सोपे होईल, या विचाराने हे पाऊल उचलण्यात आले आहे. यामुळे विद्यार्थ्यांना दिले जाणारे ज्ञान अधिक प्रभावी आणि कार्यक्षम होते. इंग्रजी भाषेची अट दूर करण्यात आली आहे आणि ती एक विषय म्हणून शिकवली जाईल. मात्र, इंग्रजी माध्यमातून शिक्षण घेऊ इच्छिणाऱ्यांसाठी एक पर्याय आहे. या टप्प्यात विद्यार्थ्यांना संख्यात्मक कौशल्ये आणि भाषेचे मूलभूत ज्ञान दिले जाईल. आता इयत्ता तिसरीपासून परीक्षा सुरू होणार आहे.

3. मध्यम अवस्था (3 वर्षे)

या टप्प्यात सहावी ते आठवीपर्यंतचे विद्यार्थी येतील, ज्यांचे वय ११ ते १४ वर्षे असू शकते. या वर्गातून आता संगणकीय ज्ञान आणि कोडिंगची माहिती दिली जाणार आहे. प्रत्येकाला त्यांच्या आवडीनुसार व्यावसायिक प्रशिक्षण दिले जाईल आणि त्यानंतर इंटर्नशिपही केली जाईल. त्यासाठी त्यांना गुणही मिळतील. अशा प्रकारे प्रशिक्षणासोबतच त्यांच्यामध्ये व्यावहारिक समजही विकसित होईल. या टप्प्यात, उर्वरित विषयांसह, मुलांना कोणत्याही एका भारतीय भाषेचे (जसे की प्रादेशिक भाषा) आवश्यक ज्ञान दिले जाईल.

4. माध्यमिक टप्पा (४ वर्षे)

या टप्प्यात 9वी ते 12वी पर्यंतचे विद्यार्थी येतील, ज्यांची वयोमर्यादा 14 ते 18 वर्षे असू शकते. नवीन राष्ट्रीय शैक्षणिक धोरणानुसार आता इयत्ता 9वी ते 12वीच्या विद्यार्थ्यांना सेमिस्टरनिहाय परीक्षा द्यावी लागणार आहे. त्यामुळे मुले परीक्षेपूर्वी तीन महिने अभ्यास करून परीक्षा उत्तीर्ण होत असत. मात्र आता असे होणार नाही कारण वर्षभरात दोन परीक्षा

असल्याने विद्यार्थ्यांना अभ्यास सुरू ठेवावा लागणार आहे. आता विद्यार्थ्यांना कला विज्ञान आणि वाणिज्य शाखेतून एकाच शाखेचा अभ्यास करण्याची सक्ती दूर करण्यात आली आहे. विद्यार्थ्यांना हवे असल्यास ते विज्ञान, वाणिज्य या विषयाबरोबरच कला विषयही घेऊ शकतात. मात्र, त्यासाठी विषयांचा पूल तयार करण्याचीही व्यवस्था केली जाणार आहे.

शिक्षण व्यवस्थेशी संबंधित सुधारणा

1. प्रवेश - नवीन राष्ट्रीय शैक्षणिक धोरण 2020 अंतर्गत, शिक्षण क्षेत्रातील महाविद्यालयीन विद्यार्थ्यांसाठीही नवीन तरतुदी करण्यात आल्या आहेत. यापुढे, जर विद्यार्थ्यांना कॉलेजमध्ये प्रवेशासाठी बारावीच्या गुणांच्या आधारे (कटऑफच्या आधारे) इच्छित कॉलेजमध्ये थेट प्रवेश मिळाला नाही, तर ते विद्यार्थी CAT (Common Aptitude Test) परीक्षा देऊ शकतात. त्यानंतर बारावी आणि कॅट परीक्षेतील गुण एकत्र करून त्यांना त्यांच्या आवडीच्या विद्यापीठात प्रवेश घेण्याची संधी मिळू शकते.

2. एकाधिक प्रवेश आणि एकाधिक निर्गमन - नवीन राष्ट्रीय शैक्षणिक धोरणांतर्गत, पदवीचे अभ्यास आता 4 आणि 3 वर्षांच्या कालावधीत विभागले गेले आहेत. ज्यामध्ये आता "मल्टिपल एंट्री आणि मल्टिपल एक्झिट" ची सुविधा देण्यात आली आहे. या अंतर्गत, जर एखाद्या विद्यार्थ्याने पदवीचा अभ्यास मध्यभागी अपूर्ण सोडला किंवा काही कारणास्तव तो त्याचा अभ्यास पूर्ण करू शकला नाही, तर त्याला एका वर्षात प्रमाणपत्र अभ्यासक्रम, दोन वर्षात डिप्लोमा आणि 3 वर्षात बॅचलर पदवी मिळेल. दुसरीकडे, जर एखाद्याने 4 वर्षांचा अभ्यास पूर्ण केला तर त्याला बॅचलरसह संशोधनाचे प्रमाणपत्र दिले जाईल. मध्येच सोडल्यानंतर, जर एखादी व्यक्ती आपला अभ्यास पूर्ण करण्यास इच्छुक असेल, तर तो आपला अभ्यास पुन्हा सुरू करू शकतो, यासाठी त्याला पदवीच्या पहिल्या वर्षापासून पुन्हा सुरू करण्याची आवश्यकता नाही. ज्या वर्षी तुमचा अभ्यास अपूर्ण राहिला होता त्या वर्षापासून तुम्ही सुरुवात करू शकता. येथेही विद्यार्थी त्यांच्या आवडीचे विषय निवडू शकतात.

3. शैक्षणिक बँक ऑफ क्रेडिट (ABC) - राष्ट्रीय शैक्षणिक धोरण 2020 अंतर्गत, विद्यार्थ्यांना आता शैक्षणिक बँक ऑफ क्रेडिटची सुविधा मिळू शकेल. यापुढे सर्व

विद्यार्थ्यांचे गुण, अहवाल, कागदपत्रे आदी ऑनलाइन किंवा डिजिटल पद्धतीने सेव्ह होतील. अभ्यासादरम्यान सेमिस्टरमध्ये क्रेडिट्स उपलब्ध असतील, ज्या अंतर्गत कोणताही विद्यार्थी जो कोणत्याही कारणास्तव त्याचे/तिचे सेमिस्टर पूर्ण करू शकत नाही, तो त्याचा/तिच्या क्रेडिट्सचा वापर करून नंतर (निश्चित कालावधीत) त्याचा/तिचा अभ्यास पूर्ण करू शकतो. शैक्षणिक बँक.

• राष्ट्रीय शैक्षणिक धोरणाशी संबंधित काही महत्त्वाचे तथ्य

1. व्यावसायिक प्रशिक्षणाला महत्त्व दिले जाईल: नवीन शैक्षणिक धोरणांतर्गत, 2025 पर्यंत व्यावसायिक विद्यार्थ्यांची टक्केवारी 50% पर्यंत नेण्याचे उद्दिष्ट ठेवण्यात आले आहे, जे अद्याप 5% पेक्षा कमी आहे. इयत्ता 6 वी ते 8 वी च्या विद्यार्थ्यांना व्यावसायिक प्रशिक्षण दिले जाईल, ज्यामध्ये त्यांना बागकाम, मातीची भांडी बनवणे, इलेक्ट्रिकल वर्क इत्यादी शिकवले जाईल.

2. भारतीय भाषांना प्रोत्साहन: नवीन शैक्षणिक धोरणांतर्गत पाचवीपर्यंत इंग्रजीची सक्ती काढून मातृभाषा आणि प्रादेशिक भाषेत शिक्षण घेण्याची सुविधा देण्यात आली आहे.

3. परदेशी भाषांचाही समावेश: माध्यमिक स्तरावरील विद्यार्थ्यांना परदेशी भाषाही शिकवल्या जातील. अशा प्रकारे विद्यार्थी कुठेही कोणत्याही क्षेत्रात मागे पडण्यापासून वाचू शकतात.

4. नवीन शैक्षणिक धोरणांतर्गत भाषा जाणणाऱ्या शिक्षकांची भरती: भारतातील विविध प्रदेशात बोलल्या जाणाऱ्या भाषांचे ज्ञान असलेल्या शिक्षकांची भरती केली जाईल जेणेकरून विद्यार्थी कोणत्याही अडचणीशिवाय त्यांच्या स्वतःच्या भाषेत अभ्यास करू शकतील.

5. कोणताही एक प्रवाह निवडण्याचे बंधन संपले: आतापासून शाळा-कॉलेजमधील कोणताही एक प्रवाह निवडण्याची सक्ती रद्द करण्यात आली आहे. विद्यार्थ्यांना त्यांच्या आवडीचे विषय निवडता येतील. यासाठी अभ्यासक्रमात विषयांचा एक पूल तयार केला जाईल, ज्यामध्ये विद्यार्थी आपले विषय निवडू शकतील.

6. शिक्षणासोबत कौशल्य विकासावर भर: नवीन राष्ट्रीय शैक्षणिक धोरणामुळे विद्यार्थी आता शिक्षणासोबत कौशल्य विकासावर भर देणार आहेत. त्यांना सुरुवातीच्या वर्गांपासून संगीत, नृत्य, योग, शिल्प इत्यादी इतर कलांचेही प्रशिक्षण दिले जाईल.

7. मल्टिपल एक्झिट, मल्टिपल एंट्रीची सुविधा: नवीन धोरणानुसार, एखाद्या विद्यार्थ्याला कोणत्याही कारणामुळे अभ्यासात ब्रेक घ्यावा लागला, तर तो नंतरही त्याचा अभ्यास पूर्ण करू शकतो. यासाठी विद्यार्थ्याला पुन्हा सुरुवातीपासून वाचन करावे लागणार नाही. यासोबतच विद्यार्थ्याला त्याच्या अभ्यासाच्या कालावधीनुसार प्रमाणपत्र, डिप्लोमा आणि पदवी इ.

8. शैक्षणिक बँक ऑफ क्रेडिट: आता विद्यार्थ्यांशी संबंधित माहिती, कागदपत्रे आणि गुण इत्यादी डिजिटल स्वरूपात संग्रहित केल्या जातील. पदवी प्रदान करताना नंतर कोणता वापरता येईल?

9. भारतीय उच्च शिक्षण आयोग संपूर्ण उच्च शिक्षण क्षेत्रासाठी एकच नियामक म्हणून काम करेल. या अंतर्गत वैद्यकीय व विधी शिक्षण ठेवण्यात आलेले नाही. यामध्ये राष्ट्रीय उच्च शिक्षण नियामक परिषद, सामान्य शिक्षण परिषद, राष्ट्रीय मान्यता परिषद आणि उच्च शिक्षण अनुदान परिषद अशा चार संस्था असतील.

10. अपंग मुलांच्या विकासासाठी नवीन शैक्षणिक धोरणातही बदल करण्यात आले आहेत.

५.८ - शालेय संस्कृती आणि प्रक्रियांबाबत राष्ट्रीय अभ्यासक्रम आराखडा 2023 ची वैशिष्ट्ये

राष्ट्रीय अभ्यासक्रम आराखडा (NCF) 2023 हा एक महत्त्वाचा दस्तऐवज आहे जो भारतातील शैक्षणिक पद्धती आणि धोरणांचे मार्गदर्शन करतो. याचा उद्देश शाळांमध्ये समावेशक आणि सहभागी शिक्षण वातावरणाला आकार देणे आहे. NCF 2023 चे मुख्य वैशिष्ट्य म्हणजे शालेय संस्कृती आणि विद्यार्थ्यांमधील सर्जनशीलता, चिकित्सक विचार आणि सहयोग यांना प्रोत्साहन देण्यासाठी रचना केलेल्या प्रक्रियांवर लक्ष केंद्रित करणे आहे. सर्वसमावेशक आणि सहभागी शिक्षण वातावरणाला प्रोत्साहन देऊन, NCF 2023 अशा

जागा निर्माण करण्याचा प्रयत्न करते जिथे प्रत्येक विद्यार्थ्याला मूल्यवान, आदर आणि यशस्वी होण्यासाठी सक्षम वाटेल. NCF 2023 मध्ये मध्यवर्ती म्हणजे विविधता जोपासणे आणि सर्व अध्ययनकर्त्यांचा आदर वाढवणे ही संकल्पना आहे. भारतातील विद्यार्थी लोकसंख्येचे विषम स्वरूप ओळखून, आराखडा सांस्कृतिक, भाषिक, सामाजिक-आर्थिक आणि शैक्षणिक विविधतेसह विविधतेचा स्वीकार करण्याच्या महत्त्वावर जोर देते. प्रत्येक विद्यार्थ्याची वेगळी पार्श्वभूमी, अनुभव आणि दृष्टीकोन जोपासणारे सर्वसमावेशक वातावरण तयार करण्यासाठी शाळांना प्रोत्साहन दिले जाते, ज्यामुळे विद्यार्थ्यांमध्ये आपुलकीची आणि समुदायाची भावना निर्माण होते. विविधतेबद्दल आदर आणि कौतुकाचा प्रचार करून NCF 2023 सर्व विद्यार्थ्यांना त्यांच्या शैक्षणिक प्रवासात मौल्यवान आणि पाठिंबा देणारी अशी समावेशाची संस्कृती निर्माण करण्याचा प्रयत्न करते. सर्वसमावेशकतेवर जोर देण्याच्या अनुषंगाने, NCF 2023 सर्वसमावेशक शैक्षणिक पद्धतींचा अवलंब करण्याचे समर्थन करते जे शिकणाऱ्यांच्या विविध गरजा आणि आवडी पूर्ण करतात. यामध्ये विभेदित सूचना, सहकारी शिक्षण आणि वैयक्तिक शिक्षण शैली, प्राधान्ये आणि क्षमता ओळखणाऱ्या आणि सामावून घेणारे वैयक्तिक शिक्षण पद्धती यासारख्या धोरणांचा समावेश आहे. सर्वसमावेशक अध्यापनशास्त्र आत्मसात करून शाळा प्रत्येक विद्यार्थ्याच्या अनन्य गरजांना प्रतिसाद देणारे शिक्षण वातावरण तयार करून सर्व विद्यार्थ्यांना उच्च-गुणवत्तेचे शिक्षण आणि यशाच्या संधींमध्ये समान प्रवेश मिळेल यासाठी प्रयत्न करतात.

NCF 2023 शाळांना शैक्षणिक प्रक्रियेच्या केंद्रस्थानी विद्यार्थ्यांना ठेवून शिकवण्यासाठी आणि शिकण्यासाठी विद्यार्थी केंद्रित दृष्टिकोन स्वीकारण्यास प्रोत्साहित करते. यामध्ये विद्यार्थ्यांना त्यांच्या शिक्षणाचे स्वातंत्र्य घेण्यासाठी, ध्येय निश्चित करण्यासाठी, निवड करण्यासाठी आणि शिकण्याच्या प्रक्रियेत सक्रियपणे सहभागी होण्यासाठी सक्षम बनवणे समाविष्ट आहे. विद्यार्थी केंद्रित दृष्टीकोन स्वायत्तता, संघटना आणि स्वयं-निर्देशित शिक्षणास प्रोत्साहन देतात, शिकणाऱ्यांमध्ये जबाबदारीची भावना वाढवतात. शिक्षकांच्या नेतृत्वाखालील सूचनांकडून विद्यार्थी चालित चौकशी आणि अन्वेषणाकडे लक्ष वळवून, शाळा कुतूहल, सर्जनशीलता आणि गंभीर विचारांची संस्कृती जोपासू शकतात, विद्यार्थ्यांना

जटिल आणि वेगाने बदलणाऱ्या जगात प्रगतीसाठी तयार करू शकतात. प्रकल्प आधारित शिक्षण हे NCF 2023 चा आणखी एक महत्त्वाचा पैलू आहे, ज्याची रचना हँड्स-ऑन, अनुभवात्मक शिक्षण अनुभवांना प्रोत्साहन देण्यासाठी केली गेली आहे ज्यामुळे सहयोग, समस्या सोडवणे आणि नवकल्पना वाढतात. प्रकल्प आधारित शिक्षण विद्यार्थ्यांना वास्तविक जगातील समस्या आणि आव्हाने प्रदर्शित करण्यास, त्यांचे ज्ञान आणि कौशल्ये अस्सल संदर्भांमध्ये लागू करण्यास आणि सर्जनशील निराकरणे विकसित करण्यासाठी समवयस्कांशी सहयोग करण्यास अनुमती देते. अर्थपूर्ण प्रकल्पांमध्ये गुंतून, विद्यार्थी सामग्रीचे सखोल आकलन विकसित करतात, 21 व्या शतकातील आवश्यक कौशल्ये तयार करतात आणि शिकण्याची आवड जोपासतात. शिवाय, प्रकल्प-आधारित शिक्षण आंतरविद्याशाखीय संबंधाला प्रोत्साहन देते आणि विद्यार्थ्यांना विविध विषयांच्या क्षेत्रांमध्ये अर्थपूर्ण सहसंबंध बनवण्यास प्रोत्साहित करते, शिकण्यासाठी सर्वांगीण आणि एकात्मिक दृष्टीकोन वाढवते. सर्वसमावेशक अध्यापनशास्त्रीय पद्धती आणि विद्यार्थी केंद्रित दृष्टिकोनांना प्रोत्साहन देण्याव्यतिरिक्त, NCF 2023 विद्यार्थ्यांमध्ये शिकण्याची आवड, कुतूहल आणि आजीवन शिकण्याच्या सवयी जोपासणारे जीवंत शिक्षण समुदाय म्हणून शाळांच्या भूमिकेवर जोर देते. सतत चौकशी आणि शोधाची संस्कृती वाढवून, जिज्ञासा वाढवणारे, कल्पनाशक्ती वाढवणारे आणि अन्वेषणाला प्रोत्साहन देणारे वातावरण निर्माण करण्यासाठी शाळांना प्रोत्साहन दिले जाते. प्रायोगिक शिक्षणासाठी संधी उपलब्ध करून शाळा विद्यार्थ्यांमध्ये शिकण्याची आवड प्रज्वलित करू शकतात आणि जिज्ञासू, लवचिक आणि जुळवून घेणारे आजीवन विद्यार्थी बनण्यासाठी त्यांना सक्षम करू शकतात.

NCF 2023 विद्यार्थ्यांच्या सामाजिक, भावनिक आणि कल्याणाला प्राधान्य देणाऱ्या शालेय संस्कृतींना सहाय्यक आणि जोपासण्याचे महत्त्व अधोरेखित करते. शाळांना सकारात्मक संबंधांना प्रोत्साहन देण्यासाठी, आपुलकीची भावना वाढवण्यासाठी आणि विद्यार्थ्यांच्या विविध गरजा पूर्ण करण्यासाठी सर्वसमावेशक सहाय्य सेवा प्रदान करण्यासाठी प्रोत्साहित केले गेले आहे. विद्यार्थ्यांच्या सर्वांगीण विकासाला प्राधान्य देऊन प्रत्येक विद्यार्थ्याला सुरक्षित, समर्थित आणि मूल्यवान वाटेल याची खात्री करून, शाळा शिक्षण,

विकास आणि कल्याणासाठी अनुकूल वातावरण तयार करू शकतात.

राष्ट्रीय अभ्यासक्रम आराखडा 2023 शाळांमध्ये सर्वसमावेशक आणि सहभागात्मक शिक्षण वातावरण तयार करण्याच्या महत्त्वावर भर देते जे विद्यार्थ्यांमध्ये सर्जनशीलता, गंभीर विचार आणि सहयोग वाढवते. विविधतेची जोपासना करून सर्वसमावेशक शैक्षणिक पद्धतींचा अवलंब करून, विद्यार्थी केंद्रित दृष्टिकोन स्वीकारून आणि प्रकल्प आधारित शिक्षण अनुभवांना प्रोत्साहन देऊन, शाळा सशक्त वातावरण तयार करू शकतात जे प्रत्येक विद्यार्थ्याला त्यांच्या पूर्ण क्षमतेपर्यंत पोहोचण्यास सक्षम करतात. शिवाय, विद्यार्थ्यांच्या सामाजिक, भावनिक आणि कल्याणाला प्राधान्य देऊन, शाळा काळजी आणि समर्थनाची संस्कृती निर्माण करू शकतात जी सर्व विद्यार्थ्यांसाठी सकारात्मक परिणामांना प्रोत्साहन देतात.

५.९ - अभ्यासक्रम मूल्यांकनाचे मार्ग

अभ्यासक्रम मूल्यमापन ही शिक्षणातील एक महत्त्वपूर्ण प्रक्रिया आहे ज्यामध्ये शैक्षणिक कार्यक्रम आणि पद्धतींची परिणामकारकता, प्रासंगिकता आणि प्रभावाचे मूल्यांकन करण्यासाठी पद्धतशीरपणे माहिती गोळा करणे आणि त्याचे विश्लेषण करणे समाविष्ट आहे. हे अभ्यासक्रमातील सामर्थ्य आणि कमकुवतपणाबद्दल महत्वपूर्ण दृष्टीकोन प्रदान करते तसेच पुराव्यावर आधारित निर्णय घेण्याची माहिती देते आणि सतत सुधारणा प्रयत्नांना चालना देते. अभ्यासक्रमाचे मूल्यमापन विविध पध्दतींचा उपयोक करून केले जाते. मुल्यांकन प्रत्येक अभ्यासक्रमाच्या विविध पैलूंमध्ये अद्वितीय दृष्टीकोन आणि अंतर्दृष्टी देते. परिमाणवाचक आणि गुणात्मक पद्धतींच्या संयोजनाचा वापर करून शिक्षक अभ्यासक्रमाची अंमलबजावणी, परिणाम आणि एकूण गुणवत्तेची सर्वसमावेशक समज प्राप्त करू शकतात. अभ्यासक्रम मूल्यमापनाची एक सामान्य पद्धत म्हणजे विद्यार्थ्यांच्या अध्ययनाचे परिणाम मोजण्यासाठी प्रमाणित चाचण्या आणि परीक्षांचा वापर केला जातो. विद्यार्थ्यांनी अभ्यासक्रमात नमूद केलेली शिक्षणाची उद्दिष्टे पूर्ण केली आहेत की नाही याचे मुल्यांकन करण्याची प्रक्रिया शिक्षक राबवीत असतात. हे मूल्यमापन मानकीकृत उपलब्धी चाचण्या, राज्य-आदेशित मूल्यमापन आणि राष्ट्रीय मानक चाचण्यांसह विविध स्वरूपाचे असू

शकतात. परीक्षात प्राप्त गुणाक आणि कामगिरी माहितीचे विश्लेषण करून शिक्षक अभ्यासक्रमातील ताकद आणि कमकुवतपणाची क्षेत्रे ओळखू शकतात तसेच सुधारणा आणि हस्तक्षेपासाठी क्षेत्रे निश्चित करू शकतात. अभ्यासक्रमाच्या मूल्यमापनाची दुसरी पद्धत म्हणजे विद्यार्थ्यांच्या प्रगतीवर लक्ष ठेवण्यासाठी आणि शिक्षक आणि विद्यार्थ्यांना सतत अभिप्राय देण्यासाठी रचनात्मक मूल्यांकन तंत्रांचा वापर. प्रारंभिक मूल्यमापन हे अनौपचारिक असते यामध्ये विद्यार्थ्यांचे विविध वर्तन विशेष आणि परीक्षा निकाल एकत्रित केले जातात, ज्यामुळे शिक्षकांना विद्यार्थ्यांची समज मोजता येते आणि त्यानुसार त्यांचे अध्यापन समायोजित करता येते. साकारिक मुल्यांकन तंत्रांच्या उदाहरणांमध्ये प्रश्नमंजुषा, वर्गांतर्गत चर्चा विद्यार्थ्यांचे स्व-मूल्यांकन यांचा समावेश होतो.

शिक्षणविषयक निर्णयांची माहिती देण्यासाठी साकारिक मुल्यांकन माहिती वापरून शिक्षक विद्यार्थ्यांच्या समस्या आणि उणीवा ओळखू शकतात आणि त्या आधारावर वैयक्तिक गरजा पूर्ण करण्यासाठी सुचना तयार करू शकतात आणि शिक्षण योग्य पद्धतीने सुरु आहे कि ही याची खात्री करू शकतात. गुणात्मक पद्धती, जसे की वर्गातील निरीक्षणे, फोकस गट आणि मुलाखती, शिक्षक, विद्यार्थी आणि इतर भागधारकांच्या दृष्टीकोनातून अभ्यासक्रमाच्या अंमलबजावणी आणि परिणामकारकतेबद्दल मौल्यवान अंतर्दृष्टी देऊ शकतात. वर्गातील निरीक्षणांमध्ये शिकवण्याच्या पद्धती, विद्यार्थ्यांची व्यस्तता आणि वर्गातील गतिशीलता यांचे निरीक्षण करण्यासाठी प्रशिक्षित निरीक्षक वर्गांना भेट देतात. फोकस गट आणि मुलाखती शिक्षकांना शिक्षक, विद्यार्थी आणि पालकांकडून त्यांच्या अभ्यासक्रमातील अनुभवांबद्दल, सामर्थ्य, आव्हाने आणि सुधारणेच्या क्षेत्रांसह थेट अभिप्राय गोळा करण्यास अनुमती देतात. एकाधिक स्रोतांकडून माहिती त्रिकोणी करून, शिक्षक अभ्यासक्रमाच्या प्रभावाची आणि परिणामकारकतेची अधिक सूक्ष्म समज प्राप्त करू शकतात. अभ्यासक्रमाचे मूल्यमापन करण्याचा आणखी एक दृष्टीकोन म्हणजे अभ्यासक्रम सुसंगत, मानकांसह सरेखित आणि श्रेणी स्तर आणि विषय क्षेत्रांमध्ये योग्यरित्या समाहित केलेला आहे याची खात्री करण्यासाठी अभ्यासक्रम मॅपिंग आणि सरेखन विश्लेषणाचा वापर केला जातो. अभ्यासक्रम मॅपिंगमध्ये अभ्यासक्रमाची व्याप्ती आणि क्रम यांचे पद्धतशीरपणे

दस्तऐवजीकरण करणे समाविष्ट आहे, ज्यामध्ये शिकण्याची उद्दिष्टे, निर्देशात्मक क्रियाकलाप आणि मूल्यांकन कार्ये समाविष्ट आहेत. सरेखन विश्लेषणामध्ये आवश्यक सामग्री आणि कौशल्ये समाविष्ट आहेत याची खात्री करण्यासाठी राज्य मानके किंवा राष्ट्रीय फ्रेमवर्क यासारख्या बाह्य मानकांशी अभ्यासक्रमाची तुलना करणे समाविष्ट आहे. अभ्यासक्रम मॅपिंग आणि सरेखन विश्लेषण आयोजित करून शिक्षक अभ्यासक्रमातील अंतर, अनावश्यकता आणि विसंगती ओळखू शकतात तसेच आवश्यकतेनुसार पुनरावृत्ती आणि परिष्करणांची माहिती देऊ शकतात.

कार्यक्रम मूल्यमापन तंत्रे लॉजिक मॉडेलिंग, बदलाचा सिद्धांत आणि भागधारकांचे विश्लेषण, शैक्षणिक कार्यक्रम आणि उपक्रमांच्या व्यापक प्रभावाचे मूल्यांकन करण्यासाठी वापरले जाऊ शकते. लॉजिक मॉडेलिंगमध्ये प्रोग्रामचे इनपुट, क्रियाकलाप, आउटपुट, परिणाम आणि प्रभाव यांचे दृश्य प्रतिनिधित्व तयार करणे, शिक्षकांना प्रोग्रामच्या बदलाचा सिद्धांत स्पष्ट करण्यात आणि यशाचे प्रमुख निर्देशक ओळखण्यात मदत करणे समाविष्ट आहे. बदलाचा सिद्धांत हा कार्यक्रम मूल्यमापनासाठी एक पद्धतशीर दृष्टीकोन आहे ज्यामध्ये अंतर्निहित गृहीतके, मार्ग आणि यंत्रणा ओळखणे समाविष्ट आहे ज्याद्वारे कार्यक्रमाने त्याचे अपेक्षित परिणाम साध्य करणे अपेक्षित आहे. अभ्यासक्रम विश्लेषणामध्ये धोरणकर्ते, शिक्षक, विद्यार्थी, पालक आणि समुदाय सदस्यांसह प्रमुख भागधारकांना ओळखणे आणि त्यांना समावेशित करून घेणे यांचा समावेश असतो. कार्यक्रमाचे मूल्यमापन आयोजित करून, शिक्षक भविष्यातील नियोजन आणि निर्णय घेण्याची माहिती देऊन शैक्षणिक कार्यक्रम आणि उपक्रमांची परिणामकारकता, प्रासंगिकता आणि टिकाऊपणाचे मूल्यांकन करू शकतात. अभ्यासक्रमाचे मूल्यमापन ही शिक्षणातील एक आवश्यक प्रक्रिया आहे ज्यामध्ये शैक्षणिक कार्यक्रम आणि पद्धतींची परिणामकारकता, प्रासंगिकता आणि प्रभावाचे मूल्यांकन करण्यासाठी पद्धतशीरपणे माहिती गोळा करणे आणि त्याचे विश्लेषण करणे समाविष्ट आहे.

५.१० - अभ्यासक्रमातील व्यावहारिक गरज आणि बदल

व्यावहारिक गरजा आणि अभ्यासक्रमातील बदल सामाजिक, तांत्रिक, आर्थिक आणि

सांस्कृतिक बदलांना प्रतिसाद म्हणून शिक्षण प्रणालीच्या विकसित गरजा आणि प्राधान्यक्रम प्रतिबिंबित करतात. या आवश्यकता आणि बदलांमध्ये सामग्री, अध्यापनशास्त्र, मूल्यांकन आणि मूल्यमापन तसेच समता, समावेशन आणि प्रासंगिकता यासारख्या व्यापक विचारांसह विविध आयाम समाविष्ट आहेत. या व्यावहारिक गरजा आणि बदल समजून घेऊन आणि संबोधित करून शिक्षक विद्यार्थ्यांच्या विविध गरजा पूर्ण करणाऱ्या अभ्यासक्रमाची रचना आणि अंमलबजावणी करू शकतात, त्यांना वेगाने बदलणाऱ्या जगात यश मिळवण्यासाठी तयार करू शकतात आणि सर्वांसाठी उच्च-गुणवत्तेच्या शिक्षणासाठी समान प्रवेशास प्रोत्साहन देऊ शकतात. अभ्यासक्रमाच्या विकासातील एक व्यावहारिक गरज म्हणजे शैक्षणिक मानके आणि फ्रेमवर्कचे संरेखन सुनिश्चित करणे. शैक्षणिक मानके हे ज्ञान, कौशल्ये आणि क्षमतांची रूपरेषा दर्शवितात जे विद्यार्थ्यांनी वेगवेगळ्या श्रेणी स्तरांवर किंवा शिक्षणाच्या टप्प्यांवर प्राप्त करणे अपेक्षित आहे. शिक्षणामध्ये सुसंगतता आणि उत्तरदायित्व सुनिश्चित करण्यासाठी अभ्यासक्रम विकसकांनी हे सुनिश्चित केले पाहिजे की त्यांचा अभ्यासक्रम या मानकांशी मिळता-जुळता आहे. अभ्यासक्रमाला मानकांसह संरेखित करून शिक्षक हे सुनिश्चित करू शकतात की विद्यार्थ्यांना चांगले सर्वांगीण शिक्षण मिळेल जे त्यांना शैक्षणिक यश, पुढील शिक्षण आणि भविष्यातील रोजगाराच्या संधींसाठी तयार करेल. अभ्यासक्रमातील व्यावहारीकतेमुळे विद्यार्थ्यांना शैक्षणिक कार्यक्रम आणि संस्थांमध्ये अखंडपणे संक्रमण करता येते.

अभ्यासक्रमाच्या विकासातील आणखी एक व्यावहारिक आवश्यकता म्हणजे संबंधित आणि अद्ययावत सामग्रीचा समावेश करणे जे वर्तमान ज्ञान, संशोधन आणि क्षेत्रातील सर्वोत्तम पद्धती प्रतिबिंबित करते. अभ्यासक्रम विकसकांनी त्यांच्या संबंधित विषयातील उदयोन्मुख प्रवाह, घडामोडी आणि प्रगती यांच्याशी सुसंगत राहणे आवश्यक आहे जेणेकरून त्यांचा अभ्यासक्रम विकसित होत असलेल्या सामाजिक गरजा आणि आव्हानांना संबंधित आणि प्रतिसाद देणारा राहील. यामध्ये विद्यमान अभ्यासक्रमाची उजळणी करणे, नवीन अभ्यासक्रम किंवा विषयांचा परिचय करून देणे आणि पारंपारिक विषयाच्या सीमा पार करणाऱ्या आंतरविद्याशाखीय दृष्टीकोनांचा समावेश असू शकतो. संबंधित सामग्रीचा

समावेश करून शिक्षक विद्यार्थ्यांना अधिक प्रभावीपणे अध्ययनात रुची निर्माण करू शकतात. त्याचबरोबर गंभीर विचार आणि समस्या सोडवण्याची कौशल्ये वाढवू शकतात आणि त्यांच्या वैयक्तिक आणि व्यावसायिक जीवनातील जटिल समस्या आणि संधींवर मार्गदर्शन करण्यासाठी त्यांना तयार करू शकतात. शिवाय, अभ्यासक्रमाच्या विकासातील व्यावहारिक गरजांमध्ये नाविन्यपूर्ण अध्यापनशास्त्रीय पध्दतींचे एकत्रीकरण आणि सक्रिय शिक्षण, प्रतिबद्धता आणि धारणा यांना प्रोत्साहन देणारी सूचनात्मक धोरणे यांचा समावेश होतो. आजच्या गतिमान आणि एकमेकांशी जोडलेल्या जगात यापुढे व्याख्यान आणि स्मरण यासारख्या पारंपारिक शिक्षण पद्धती पुरेशा नसतील. विविध शिक्षण शैली, आवडी आणि क्षमता यांची पूर्तता करण्यासाठी शिक्षकांनी चौकशी-आधारित शिक्षण, प्रकल्प-आधारित शिक्षण, फ्लिप केलेल्या वर्गखोल्या आणि अनुभवात्मक शिक्षण यासारख्या विविध शैक्षणिक पद्धतींचा स्वीकार केला पाहिजे.

नाविन्यपूर्ण अध्यापन पद्धतींचा समावेश करून शिक्षक गतिशील आणि परस्परसंवादी शिक्षण वातावरण तयार करू शकतात यामुळे विद्यार्थ्यांना उत्कृष्ट शिक्षणाची संधी प्राप्त होईल. यामुळे विद्यार्थ्यांना त्यांच्या समवयस्कांशी सहयोग करण्यास आणि त्यांचे ज्ञान प्रामाणिक संदर्भांमध्ये लागू करण्यास सक्षम करतात. शिवाय, अभ्यासक्रमाच्या विकासातील व्यावहारिक गरजांमध्ये विद्यार्थ्यांच्या शिक्षणाचे परिणाम मोजण्यासाठी, प्रगतीचा मागोवा घेण्यासाठी आणि शिक्षणविषयक निर्णयांची माहिती देण्यासाठी प्रभावी मूल्यांकन आणि मूल्यमापन धोरणांची अंमलबजावणी यांचा समावेश होतो. मूल्यमापन पद्धती वापरताना अभ्यासक्रमातील उद्दिष्टे आणि आशय यांचा पूर्णपणे आढावा घेऊन त्या दृष्टीने स्वरूप आणि व्याप्तीमध्ये भिन्न, आणि विद्यार्थी आणि शिक्षकांना वेळेवर आणि अर्थपूर्ण अभिप्राय देण्यासाठी संरचित केलेले असावे. यामध्ये विद्यार्थ्यांच्या प्रगतीचे परीक्षण करण्यासाठी आणि आवश्यकतेनुसार सूचना समायोजित करण्यासाठी, तसेच विद्यार्थ्यांची उपलब्धी आणि प्राविण्य यांचे मूल्यमापन करण्यासाठी परीक्षा आणि प्रकल्प यासारखे एकत्रित मूल्यमापन, जसे की प्रश्नमंजुषा, चर्चा आणि समवयस्क पुनरावलोकने यांचा समावेश असू शकतो. याव्यतिरिक्त, विद्यार्थ्यांच्या शिक्षणावर आणि परिणामांवर अभ्यासक्रमाची एकूण

परिणामकारकता, गुणवत्ता आणि प्रभावाचे मूल्यांकन करण्यासाठी मूल्यांकन धोरणांमध्ये अंतर्गत आणि बाह्य दोन्ही पुनरावलोकनांचा समावेश असावा.

या व्यावहारिक आवश्यकतांव्यतिरिक्त, अभ्यासक्रमातील बदल हे जागतिकीकरण, तांत्रिक नवकल्पना, लोकसंख्याशास्त्रीय बदल आणि बदलत्या गरजा यासारख्या व्यापक सामाजिक प्रवृत्तींद्वारे निर्देशित केले जातात. या बदलांमुळे अभ्यासक्रम संबंधित, प्रतिसादात्मक आणि सर्वसमावेशक राहतील याची खात्री करण्यासाठी शैक्षणिक उद्दिष्टे, प्राधान्यक्रम आणि पद्धतींचे पुनर्मूल्यांकन करणे आवश्यक आहे. उदाहरणार्थ, जागतिक अर्थव्यवस्थेच्या वाढत्या परस्परसंबंधामुळे विद्यार्थ्यांना वाढत्या वैविध्यपूर्ण आणि एकमेकांशी जोडलेल्या जगात यश मिळविण्यासाठी तयार करण्यासाठी आंतरसांस्कृतिक क्षमता, जागतिक दृष्टीकोन आणि आंतरसांस्कृतिक संप्रेषण कौशल्ये समाविष्ट करणे आवश्यक आहे. त्याचप्रमाणे, तंत्रज्ञान आणि ऑटोमेशनमधील प्रगतीमुळे विद्यार्थ्यांना भविष्यातील नोकऱ्यांसाठी तयार करण्यासाठी आणि डिजिटल समाजात भरभराट होण्यासाठी आवश्यक असलेल्या कौशल्यांसह त्यांना सुसज्ज करण्यासाठी अभ्यासक्रमामध्ये डिजिटल साक्षरता, संगणकीय विचार आणि समस्या सोडवण्याची कौशल्ये एकत्रित करणे आवश्यक आहे. अभ्यासक्रमातील बदल समानता, विविधता आणि शिक्षणातील समावेशाला प्रोत्साहन देण्याच्या प्रयत्नांद्वारे चालवले जातात. ऐतिहासिकदृष्ट्या उपेक्षित आणि कमी प्रतिनिधित्व केलेले गट, जसे की अल्पसंख्याक, कमी उत्पन्न असलेले विद्यार्थी, अपंग विद्यार्थी आणि इंग्रजी भाषा शिकणारे, उच्च-गुणवत्तेच्या शिक्षणात प्रवेश आणि यशाच्या संधींमध्ये प्रणालीगत अडथळे आणि असमानतेचा सामना करतात. अभ्यासक्रम विकसकांनी त्यांच्या कामात समानता आणि समावेशाला प्राधान्य दिले पाहिजे की अभ्यासक्रम विविध दृष्टीकोन, अनुभव आणि योगदान प्रतिबिंबित करणारा असावा. विविधता आणि समावेशन स्वीकारून, शिक्षक शिक्षणाचे वातावरण तयार करू शकतात जे सर्व विद्यार्थ्यांना त्यांची पार्श्वभूमी किंवा परिस्थिती काहीही असो, यशस्वी होण्यासाठी सक्षम बनवतात.

सहयोग, सर्जनशीलता आणि नवोपक्रमाला चालना देणाऱ्या आंतरविद्याशाखीय

दृष्टिकोनांना चालना देण्याच्या प्रयत्नांद्वारे अभ्यासक्रमातील बदल स्वीकारले जातात. पारंपारिक शिस्तबद्ध अभ्यासक्रम आजच्या समाजासमोरील जटिल आव्हाने आणि संधींना पर्याय म्हणून पुरेसा नाही. त्यासाठी जागतिक स्तरावर प्रतिनिधित्व करून शकेल असाच अभ्यासक्रम अपेक्षित आहे. अभ्यासक्रम विकसकांनी आंतरविद्याशाखीय दृष्टिकोन स्वीकारला पाहिजे जे वास्तविक जगातील समस्या आणि समस्यांचे निराकरण करण्यासाठी अनेक विषयांमधील ज्ञान, कौशल्ये आणि दृष्टीकोन एकत्रित करतात. यामध्ये आंतरविद्याशाखीय संकल्पना, प्रकल्प आणि अभ्यासक्रम समाविष्ट करण्यासाठी अभ्यासक्रमाची पुनर्रचना करणे समाविष्ट असू शकते जे विद्यार्थ्यांना विविध विषयांमध्ये जोडणी करण्यास, समीक्षक आणि सर्जनशीलपणे विचार करण्यास आणि त्यांचे शिक्षण अर्थपूर्ण मार्गांनी लागू करण्यास प्रोत्साहित करतात. आंतरविद्याशाखीय दृष्टिकोनांना प्रोत्साहन देऊन शिक्षक विद्यार्थ्यांना 21 व्या शतकातील जटिल आव्हानांना सामोरे जाण्यासाठी तयार करू शकतात आणि आजीवन शिकणारे आणि समस्या सोडविण्यासाठी सक्षम करू शकतात. व्यावहारिक गरजा आणि अभ्यासक्रमातील बदल सामाजिक, तांत्रिक, आर्थिक आणि सांस्कृतिक बदलांना प्रतिसाद म्हणून शिक्षण प्रणालीच्या विकसित गरजा आणि प्राधान्यक्रम प्रतिबिंबित करतात. या व्यावहारिक गरजांची पूर्तता करून आणि अभ्यासक्रमातील बदल स्वीकारून, शिक्षक विद्यार्थ्यांच्या विविध गरजा पूर्ण करणारा अभ्यासक्रम रचना करून अंमलात आणू शकतात, त्यांना वेगाने बदलणाऱ्या जगात यश मिळवण्यासाठी तयार करू शकतात आणि सर्वांसाठी उच्च-गुणवत्तेच्या शिक्षणासाठी समान प्रवेशास प्रोत्साहन देऊ शकतात. शैक्षणिक मानकांसह संरेखन, संबंधित सामग्रीचा समावेश, नाविन्यपूर्ण अध्यापनशास्त्रांचे एकत्रीकरण, प्रभावी मूल्यांकन आणि मूल्यमापन धोरणांची अंमलबजावणी, समानता आणि समावेशनाची प्रसिद्धी आणि आंतरविद्याशाखीय पध्दतींचा स्वीकार करून शिक्षक विद्यार्थ्यांमध्ये शैक्षणिक, वैयक्तिक आणि व्यावसायिकदृष्ट्या गतिमान आणि अभ्यासपूर्ण क्षमता निर्माण करू शकतात.

५.११ - विद्यार्थी, शिक्षक, समाज आणि प्रशासन यांच्याकडून प्रत्याभरण

विद्यार्थी, शिक्षक, समाज आणि प्रशासन हे अभ्यासक्रमाच्या क्षेत्रातील प्रमुख भागधारक

आहेत. प्रत्येकजण शैक्षणिक धोरणे आणि पद्धती तयार करण्यात आणि त्यांची अंमलबजावणी करण्यात महत्त्वपूर्ण भूमिका बजावतात. त्यांचे परस्परसंवाद, दृष्टीकोन आणि योगदान अभ्यासक्रम विकास, अंमलबजावणी आणि परिणामांवर खोलवर प्रभाव टाकतात. ते शिक्षणातील सहयोग, संवाद आणि भागीदारीचे महत्त्व अधोरेखित करतात. विद्यार्थी अभ्यासक्रमाच्या केंद्रस्थानी असतात, कारण ते शैक्षणिक कार्यक्रम आणि उपक्रमांचे प्राथमिक लाभार्थी असतात. विद्यार्थ्यांच्या वैविध्यपूर्ण गरजा, आवडी आणि आकांक्षा लक्षात घेऊन त्यांच्या वैयक्तिक अध्ययन शैली, क्षमता आणि पार्श्वभूमी लक्षात घेऊन अभ्यासक्रमाची रचना केली जाते. विद्यार्थ्यांची मते आणि दृष्टीकोन सक्रियपणे विचारले जावेत आणि अभ्यासक्रम विकास प्रक्रियेत समाविष्ट केले जावेत. यामुळे हे सुनिश्चित करून ते शिक्षण प्रक्रियेमध्ये सतत सक्रीय, सहभागी आडन योग्य प्रतिसाद देणारे राहतील. विद्यार्थ्यांना त्यांच्या शैक्षणिक संधी निवडण्यास, क्षेत्र निवड करण्यासाठी आणि अभ्यासक्रमाच्या चौकटीत त्यांच्या आवडींचा पाठपुरावा करण्यासाठी तसेच शैक्षणिक स्वायत्तता आणि आंतरिक प्रेरणा यांची भावना वाढवण्यास सक्षम केले पाहिजे. शिक्षक अभ्यासक्रमाची अंमलबजावणी करण्यात आणि त्याची उद्दिष्टे विद्यार्थ्यांसाठी अर्थपूर्ण शिक्षण अनुभवांमध्ये अनुवादित करण्यात महत्त्वाची भूमिका बजावतात. ते अभ्यासक्रम वितरण, मूल्यमापन आणि रुपांतर यामध्ये मध्यवर्ती भूमिका निभावतात. शिक्षक विद्यार्थ्यांना शिक्षणात गुंतवून ठेवण्यासाठी त्यांचे कौशल्य, सर्जनशीलता आणि अध्यापनशास्त्रीय कौशल्ये, गंभीर विचार आणि चौकशीला प्रोत्साहन देतात. प्रभावी अभ्यासक्रम अंमलबजावणी सुनिश्चित करण्यासाठी शिक्षकांचा व्यावसायिक विकास आवश्यक आहे, कारण ते त्यांना नाविन्यपूर्ण अध्यापनशास्त्र, तंत्रज्ञान एकत्रित करण्यासाठी आणि विद्यार्थ्यांच्या विविध गरजा पूर्ण करण्यासाठी आवश्यक ज्ञान, कौशल्ये आणि संसाधनांसह सुसज्ज करते.

शिक्षकांनी अभ्यासक्रम विकास प्रक्रियेत सहभाग घेतला पाहिजे. वर्गातील त्यांच्या अनुभवांवर आधारित इनपुट, अभिप्राय आणि अंतर्दृष्टी प्रदान करणे, अशा प्रकारे अभ्यासक्रम सर्वोत्तम पद्धती प्रतिबिंबित करतो आणि व्यावहारिक वास्तवांना संबोधित करतो

याची खात्री करणे आवश्यक आहे. शैक्षणिक धोरणे, प्राधान्यक्रम आणि मूल्ये यांना आकार देणाऱ्या सांस्कृतिक, सामाजिक, आर्थिक आणि राजकीय घटकांद्वारे समाज अभ्यासक्रमावर महत्त्वपूर्ण प्रभाव पाडतात. अभ्यासक्रम सामाजिक नियम, मूल्ये आणि अपेक्षा प्रतिबिंबित करतो, सांस्कृतिक वारसा प्रसारित करतो, सामाजिक एकता वाढवतो आणि विद्यार्थ्यांना सक्रिय नागरिकत्व आणि समाजात सहभागासाठी तयार करतो. कर्मचाऱ्यांची तयारी, जागतिकीकरण, तांत्रिक प्रगती आणि बदलत्या लोकसंख्याशास्त्रीय प्रवाह यासारख्या बाह्य दबावांद्वारे समाज देखील अभ्यासक्रमावर प्रभाव टाकू शकतात. शिवाय, पालक, समुदाय सदस्य, नियोक्ते आणि धोरणकर्त्यांसह सामाजिक भागधारक, शैक्षणिक धोरणे आणि प्राधान्यक्रम तयार करण्यात, विशिष्ट अभ्यासक्रम सामग्री, शैक्षणिक दृष्टीकोन आणि त्यांच्या आवडी आणि मूल्यांशी सुसंगत असलेल्या मूल्यमापन पद्धतींचा पुरस्कार करण्यात भूमिका बजावतात. शाळेचे नेते, जिल्हा अधिकारी आणि सरकारी संस्थांसह प्रशासन, शिक्षण व्यवस्थेच्या विविध स्तरांवर अभ्यासक्रमाला आकार देण्यात, त्याची अंमलबजावणी आणि देखरेख करण्यात महत्त्वपूर्ण भूमिका बजावतात. शालेय प्रतिनिधी अभ्यासक्रम विकास आणि अंमलबजावणीसाठी दृष्टी, दिशा आणि समर्थन प्रदान करतात. त्यांच्या शाळांमध्ये नावीन्य, सहयोग आणि सतत सुधारणा करण्याची संस्कृती वाढवतात. ते संसाधनांचे वाटप करतात, धोरणे प्रस्थापित करतात आणि प्रभावी अभ्यासक्रम वितरण आणि मूल्यांकनास समर्थन देणारी रचना तयार करतात. जिल्हा अधिकारी आणि सरकारी एजन्सी अभ्यासक्रमाच्या विकासावर देखरेख करतात, मानके ठरवतात आणि अभ्यासक्रम अंमलबजावणी, देखरेख आणि मूल्यमापन यासाठी मार्गदर्शक तत्त्वे निश्चित करतात. शाळा आणि जिल्ह्यांमध्ये सातत्य, सुसंगतता आणि गुणवत्ता सुनिश्चित करतात. शिवाय, पद्धतशीर अडथळे दूर करून उपेक्षित आणि कमी प्रतिनिधित्व केलेल्या गटांना आधार प्रदान करून आणि संपूर्ण अभ्यासक्रम आणि शैक्षणिक प्रणालीमध्ये समावेशक पद्धतींना प्रोत्साहन देऊन समानता आणि शिक्षणात प्रवेश सुनिश्चित करण्यात प्रशासन भूमिका बजावते. विद्यार्थी, शिक्षक, समाज आणि प्रशासन हे अभ्यासक्रमाच्या क्षेत्रातील प्रमुख भागधारक आहेत. प्रत्येकजण शैक्षणिक धोरणे आणि पद्धती तयार करण्यात आणि त्यांची अंमलबजावणी करण्यात

महत्त्वाची भूमिका बजावतात. सहकार्याने काम करून आणि अर्थपूर्ण संवाद आणि भागीदारीमध्ये भागधारकांना गुंतवून, शिक्षक विद्यार्थ्यांच्या विविध गरजा पूर्ण करणारा अभ्यासक्रम तयार करू शकतात, त्यांना वेगाने बदलणाऱ्या जगात यश मिळवण्यासाठी तयार करू शकतात आणि सर्वांसाठी उच्च-गुणवत्तेच्या शिक्षणाच्या समान प्रवेशास प्रोत्साहन देऊ शकतात. सक्रिय सहभाग, सामायिक जबाबदारी आणि सामूहिक कृतीद्वारे, भागधारक त्यांच्या मूल्ये, प्राधान्यक्रम आणि आकांक्षा प्रतिबिंबित करणारा अभ्यासक्रम तयार करण्यासाठी एकत्र काम करू शकतात, जे शेवटी विद्यार्थ्यांना शैक्षणिक, वैयक्तिक आणि व्यावसायिकदृष्ट्या विकास होण्यासाठी सक्षम करतात.

समारोप

अध्यापनशास्त्रीय दृष्टीकोनांची रचना करताना अभ्यासक्रम निर्मात्यांनी विद्यार्थ्यांची वैशिष्ट्ये, शिकण्याच्या शैली आणि सांस्कृतिक पार्श्वभूमी यासह विविध घटकांचा विचार केला पाहिजे. विद्यार्थ्यांना शिकण्याच्या प्रक्रियेत सक्रियपणे गुंतवून ठेवण्यासाठी त्यांनी चौकशी आधारित शिक्षण, सहकारी शिक्षण आणि अनुभवात्मक शिक्षण यासारख्या शिकवण्याच्या धोरणांचा संग्रह वापरला पाहिजे. शिवाय, अध्यापनशास्त्रीय पद्धतींची माहिती संशोधन-आधारित पुराव्यांद्वारे आणि उदयोन्मुख शैक्षणिक प्रवाह आणि तंत्रज्ञानास प्रतिसाद देणारी असावी.

सरावासाठी प्रश्न

१. भारतीय राज्य घटनेद्वारा निर्मित शिक्षणाची कोणतीही क्षीन ध्येय विशद स्पष्ट करा.

२. "भारतीय राज्यघटनेने नमूद केलेली ध्येय आजच्या शिक्षणातून संक्रमित होतात" आपले मत स्पष्ट करा.

३. "आर्थिक विषमता" निर्धारकाचे अभ्यासक्रम रचनेतील महत्व स्पष्ट करा.

४. अध्ययनार्थींची वैशिष्ट्ये हा अभ्यासक्रम रचनेचा एक निर्धारक स्पष्ट करा.

५. राष्ट्रीय अभ्यासक्रम आराखडा 2023 ची वैशिष्ट्ये सांगा.

६. NEP 2020 ची वैशिष्ट्ये सांगा.

७. अभासक्रम मूल्यांकनाचे विविध मार्ग स्पष्ट करा.

८. अभासक्रम मूल्यांकनात प्रशासकाची भूमिका स्पष्ट करा.

९. मूल्यांकनाचे दृष्टिकोनातून अभ्यासक्रमाचे स्वरूप स्पष्ट करा.

१०. "आंतरराष्ट्रीय संदर्भानुसार अभ्यासक्रमाची रचना करण्यासाठी स्पष्ट करा.

११. "सामाजिक व भौगोलिक विविधता हे निर्धारक अभ्यासक्रम रचनेत महत्वाची भूमिका बजावतात" स्पष्ट करा.

१२. भौगोलिक व आर्थिक विविधता व आंतरराष्ट्रीय संदर्भ हे निर्धारक अभ्यासक्रम रचनेत महत्वाची भूमिका बजावतात" हे विधान स्पष्ट करा.

१३. विद्यार्थी आणि शिक्षकांकडून प्रत्याभरण आवश्यक आहे, चर्चा करा

१४. प्रत्याभरण म्हणजे काय समाजाकडून प्रत्याभरणाची आवश्यकता विशद करा.

१५. प्रशासकाकडून प्रत्याभरण गरजेचे आहे. आपले मत स्पष्ट करा.

१६. अभ्यासक्रमाविषयी प्रत्याभरणाची गरज स्पष्ट करा.

१७. अभ्यासक्रमाचे मूल्यनिर्धारण करणे गरजेचे आहे. आपले मत व्यत करा.

१८. ज्ञान निर्मिती आणि प्रसार यामध्ये तज्ज्ञांची भूमिका स्पष्ट करा.

संदर्भ सूची

१. डॉ. कविता साळुंखे आणि इतर, ज्ञान आणि अभ्यासक्रम, यशवंतराव चव्हाण महाराष्ट्र मुक्त विद्यापीठ, नाशिक (२०२०)

२. डॉ. अरविंद दुनाखे, उद्योन्मुख भारतीय समाजातील शिक्षण अनुवादक, डायमंड पब्लिकेशन्स, पुणे (२००७)

३. डॉ. सुरेश करंदीकर, मीना मंगरुळकर, उद्योन्मुख भारतीय समाजातील शिक्षण, फडके प्रकाशन, कोल्हापूर (जून २००७)

४. डॉ. प्र.श्रा. चौधरी, उद्योन्मुख भारतीय समाजातील शिक्षक आणि शिक्षण, व्यंकटेश प्रकाशन, जळगाव (२००५)

५. डॉ. ज्ञानदेव शिंदे, डॉ. रेखा टोपकर, इतिहासाचे आशययुक्त अध्यापन, नित्यनूतन प्रकाशन, पुणे (२००८)

६. डॉ. आहेर हिरा, (२०१०), उदयोन्मुख भारतीय समाजातील शिक्षण, दत्तसन्स पब्लिशर्स, नागपूर

७. डॉ. पेंडके प्रतिभा, (२०१०), उदयोन्मुख भारतीय समाजातील शिक्षण, श्री मंगेश प्रकाशन, नागपूर

८. डॉ. पाटील विनोद, (२०१०), उदयोन्मुख भारतीय समाजातील शिक्षक आणि शिक्षण, इनसाईट पब्लिकेशन्स, नाशिक

९. डॉ. सामुद्रे संध्या, (२०१२), उदयोन्मुख भारतीय समाजातील शिक्षण, श्री. मंगेश प्रकाशन, नागपूर

१०. डॉ. पाटील विनोद, (२०२०), आधुनिक शिक्षणातील आव्हाने, ऑरेंजबुक्स पब्लिकेशन्स, भिलाई

११. डॉ. करंदीकर सुरेश, (२००३), शिक्षण आणि भारतीय समाज, फडके प्रकाशन, कोल्हापूर

१२. पांडेय रामशकल, (२००३), उदीयमान भारतीय समाज मे शिक्षक, विनोद पुस्तक मंदिर, आगरा

१३. डॉ. मंगल एस. के., डॉ. मंगल उमा, (२०१७), अधिगम एवं शिक्षण, टंडन पब्लिकेशन्स, लुधियाना

१४. माथुर एस. एस., पाठक पी. डी., शिक्षण एवं अधिगम, अग्रवाल पब्लिकेशन, आगरा

१५. सर्व शिक्षा अभियान अंतर्गत नवनियुक्त प्रशिक्षित शिक्षकांचे प्रशिक्षण शिक्षक

हस्तपुस्तिका, महाराष्ट्र राज्य शैक्षणिक संशोधन व प्रशिक्षण परिषद, पुणे.

१६. www.7mindset.com/thoughts-on-teaching/professeional-development-in-modern-age/article/

१७. www.questia.com/library/education/educational-administration/teacher-professional-development.

१८. Abbott, A. (1988). The system of professions: An essay on the division of expert labour. Chicago: University of Chicago Press.

१९. Alexander, J. C. (1995). Fin de siècle social theory: Relativism, reduction and the problem of reason. London: Verso.

२०. Alperson, P. (2010). Robust praxialism and the anti-aesthetic turn. Philosophy of Music Education Review, 18 (2), 171–193.

२१. Tagore, R. (2003). Civilization and progress. In Crisis in civilization and other essays. New Delhi: Rupa & co.

२२. Sabyasachi, B. (1997). The Mahatma and the poet : Letters and debates between Gandhi and Tagore. National Book Trust.

२३. Plato. (2009). Reason and persuasion: Three dialogues (Chapter 6). In J. Holbo (Ed.), Meno: Reason, persuasion and virtue. Pearson.

२४. Apple, M. W., & Beane, J. A. (2006). Democratic schools: Lessons in powerful education. Eklavya. Retrieved from http://www.arvindguptatoys.com/

२५. Parekh, B. C. (2000). Rethinking multiculturalism: Cultural diversity and political theory (pp. 213-230). Palgrave.

२६. Krishnamurti, J. (1992). Education and world peace. In Social responsibility. Krishnamurti Foundation.

२७. Kumar, K. (2004). What is worth teaching? (3rd ed.). Orient Blackswan.

२८. Wikipedia, The free encyclopedia

२९. www.britannica.com